English-Chinese Communication Quick Finder

英汉速通
掌中宝

主编　杨惠元
编者　（按姓氏笔画）
　　　王　蕾　郭修敏
　　　徐雨隽　韩　菡

北京大学出版社
PEKING UNIVERSITY PRESS

图书在版编目(CIP)数据

英汉速通掌中宝 /杨惠元主编. —北京：北京大学出版社，2015.1
ISBN 978-7-301-25020-4

Ⅰ.①英… Ⅱ.①杨… Ⅲ.①汉语—对外汉语教学—自学参考资料 ②英语—自学参考资料 Ⅳ.①H195.4②H31

中国版本图书馆 CIP 数据核字（2014）第 245677 号

书　　　名	英汉速通掌中宝
著作责任者	杨惠元　主编
责任编辑	孙　娴
标准书号	ISBN 978-7-301-25020-4
出版发行	北京大学出版社
地　　　址	北京市海淀区成府路 205 号　100871
网　　　址	http://www.pup.cn　新浪微博：@北京大学出版社
电子信箱	zpup@pup.cn
电　　　话	邮购部 62752015　发行部 62750672　编辑部 62753374
印刷者	北京大学印刷厂
经销者	新华书店
	880 毫米 ×1230 毫米　A5　9.875 印张　456 千字
	2015 年 1 月第 1 版　2015 年 1 月第 1 次印刷
定　　　价	30.00 元

未经许可，不得以任何方式复制或抄袭本书之部分或全部内容。
版权所有，侵权必究
举报电话：010-62752024　电子信箱：fd@pup.pku.edu.cn
图书如有印装质量问题，请与出版部联系，电话：010-62756370

本书获北京市教育委员会共建项目专项资助

前　言

《英汉速通掌中宝》是一本供外国人学习汉语和中国人学习英语的参考书，也是供外国游客来华旅游和中国游客去国外旅游时便捷查询的工具书。

本书分为"哪儿"（where）、"什么"（what）、"活动"（activities）三大部分，精选了"日常交际""学习""生活""购物""文体活动""旅游"等方面的110个话题。每个部分围绕话题精选英文的常用词语和句子，其中一些词语和句子还被编成情境会话。所有的词语、句子和会话都附有中文及汉语拼音。

本书的特色是实用、简明和方便。110个话题涵盖了日常交际方方面面的常用词语和句子，凡是日常交际需要的词句和会话，基本都能查找到。读者根据交际的需要在目录中找到相应的话题，便可很容易地查到相应的词语，按照英文的词句找到汉语对照的词句，并且根据汉语拼音读出来。话题——词语——句子——会话，体例清楚，简单明确，一目了然。为了方便查找，书后附有英汉对照和汉英对照的话题索引。另外，本书体积小，携带也十分方便。

责任编辑孙娴对本书的框架和体例提出了很好的意见，本书的出版受到了北京市教育委员会共建项目专项资助，又得到了北京大学出版社领导的支持与帮助，特此表示诚挚的感谢。

由于编者水平有限，疏漏之处在所难免，请读者予以指正。

编　者

目 录

WHERE——哪儿

1. CUSTOMS——海关 ... 002
2. AIRPORT——机场 ... 004
3. RAILWAY STATION——火车站 ... 008
4. SUBWAY——地铁 ... 010
5. PORT——港口 ... 012
6. TOWN——城镇 ... 014
7. RESORT——度假村 ... 016
8. TETROL STATION——加油站 ... 018
9. CROSSING——十字路口 ... 020
10. HOTEL——宾馆 ... 023
11. BANK——银行 ... 027
12. RESTAURANT——饭馆 ... 030
13. TEA HOUSE, CAFE, BAR——茶楼,咖啡厅,酒吧 ... 034
14. SHOPPING MALL——购物中心 ... 036
15. POST OFFICE——邮局 ... 040
16. HOSPITAL——医院 ... 043
17. CINEMA——电影院 ... 048
18. THEATRE——剧院 ... 051
19. CONCERT——音乐会 ... 054
20. BEAUTY SALON——美容美发店 ... 057
21. MUSEUM——博物馆 ... 061
22. PARK——公园 ... 064
23. BEACH——沙滩 ... 066
24. UNIVERSITY——大学 ... 068
25. CLASSROOM——教室 ... 072
26. LIBRARY——图书馆 ... 075

27	HOUSE——住宅	078
28	HALL——大厅	081
29	BEDROOM——卧室	083
30	KITCHEN——厨房	086
31	DINING ROOM——餐厅	088
32	STUDY——书房	091
33	BATHROOM——浴室	093
34	GARDEN——花园	095

WHAT——什么

1	OCCUPATION——职业	098
2	RELATION——亲属	101
3	HOUSEHOLD UTENSIL——家居用品	104
4	FOOD——食物	107
5	FRUIT, NUT——水果，坚果	110
6	CLOTHING——服装	113
7	CAP, SHOES——鞋，帽	116
8	TEXTILE——纺织品	119
9	FURNITURE——家具	121
10	CHINAWARE——瓷器	124
11	JEWELRY——首饰	126
12	COSMETICS——化妆品	128
13	MUSICAL APPARATUS——音响设备	131
14	MUSICAL INSTRUMENT——乐器	133
15	TELEPHONE——电话	135
16	TOY——玩具	138
17	WATCH——钟表	140
18	SOUVENIR——纪念品	142
19	LENSES——透镜	144
20	FLOWER——花儿	146
21	VEGETABLE——蔬菜	148
22	CROP PLANT——农作物	150

23	TREE——树木	152
24	EDUCATION——教育	154
25	LANGUAGE——语言	158
26	MATHS, GEOMETRY——数学，几何学	163
27	ASTRONOMY——天文学	168
28	WEATHER——天气	170
29	EARTH, MAP OF THE WORLD——地球，世界地图	173
30	HUMAN BODY——人体	177
31	ANIMAL——动物	181
32	TIME——时间	186
33	WEIGHTS, MEASURE——计量单位	189
34	QUALITY, COLOUR——性状，颜色	192
35	SPORTING GEAR——体育器材	195
36	ROAD SIGN——道路标志	198
37	VEHICLE——汽车	200
38	BUS——公共汽车	204
39	TAXI——出租车	207
40	TRAIN——火车	209
41	SHIP——轮船	212
42	MOTORCYCLE——摩托车	215
43	BICYCLE——自行车	217
44	TRAFFIC ACCIDENT——交通事故	219

ACTIVITIES——活动

1	ATHLETICS——田径运动	222
2	BASKETBALL——篮球运动	225
3	FOOTBALL——足球运动	227
4	VOLLEYBALL——排球运动	230
5	BASEBALL, SOFTBALL——棒球，垒球运动	233
6	HANDBALL——手球运动	236
7	HOCKEY——曲棍球运动	238
8	TENNIS——网球运动	240

9	TABLE TENNIS——乒乓球运动	243
10	BADMINTON——羽毛球运动	246
11	BILLIARDS——台球运动	249
12	GYMNASTICS——体操运动	251
13	SWIMMING——游泳	253
14	SKATING——滑冰	256
15	SKIING——滑雪	258
16	BOATING——划船	260
17	BOXING——拳击	262
18	MOUNTAINEERING——登山	264
19	CAMPING——野营	267
20	FISHING——钓鱼	269
21	RIDING——骑术	271
22	CHESS——棋类	275
23	HOUSEKEEPING——整理家务	277
24	CLOTHING WASHING——衣物清洗	279
25	TAILOR, SHOEMAKER——裁缝，鞋匠	282
26	RADIO——听广播	284
27	TELEVISION——看电视	286
28	FILM REVIEW——影评	289
29	DANCING——跳舞	293
30	LETTER WRITING——写信	296
31	SURFING THE INTERNET——上网	298
32	PREPARATION FOR TRAVELLING——准备旅行	303

附录1　话题索引（英—汉） ... 305
附录2　话题索引（汉—英） ... 307

(一)

WHERE

哪儿
Năr

...

1 CUSTOMS
——海关 Hǎiguān

Vocabulary 词语

1. gender
2. male
3. female
4. age
5. birth date
6. birth place
7. native place
8. nationality
9. current address
10. postal code
11. family status
12. mantal status
13. health status/condition
14. customs officer
15. customs transit procedure
16. to examine the luggage
17. passport control
18. duty-free
19. tariff

1. 性别 / xìngbié
2. 男 / nán
3. 女 / nǚ
4. 年龄 / niánlíng
5. 出生日期 / chūshēng rìqī
6. 出生地点 / chūshēng dìdiǎn
7. 籍贯 / jíguàn
8. 国籍 / guójí
9. 现住址 / xiàn zhùzhǐ
10. 邮政编码 / yóuzhèng biānmǎ
11. 家庭状况 / jiātíng zhuàngkuàng
12. 婚姻状况 / hūnyīn zhuàngkuàng
13. 健康状况 / jiàn kāng zhuàngkuàng
14. 海关人员 / hǎiguān rényuán
15. 海关过境手续 / hǎiguān guòjìng shǒuxù
16. 检查行李 / jiǎnchá xíngli
17. 护照检查 / hùzhào jiǎnchá
18. 免税 / miǎnshuì
19. 关税 / guānshuì

Sentences 句子

1. Where is the custom-house?
2. There's a high tariff on watches.
3. Are cigarettes in the free list?

1. 海关在哪儿？ / Hǎiguān zài nǎr?
2. 手表的关税很高。 / Shǒubiǎo de guānshuì hěn gāo.
3. 香烟是免税商品吗？ / Xiāngyān shì miǎnshuì shāngpǐn ma?

1 CUSTOMS 海关

④ I have only my own most indispensable things with me.
⑤ Have you any foreign currency?

④ 我只有一些随身的必需品。/ Wǒ zhǐ yǒu yìxiē suíshēn de bìxūpǐn.
⑤ 你带外币了没有？/ Nǐ dài wàibì le méiyou?

Conversations 会话

①

A: Will our luggage be looked through?
B: Yes, would you mind opening it?

A: 我们的行李还要检查吗？/ Wǒmen de xíngli hái yào jiǎnchá ma?
B: 是的，请把您的行李打开好吗？/ Shì de, qǐng bǎ nín de xíngli dǎkāi hǎo ma?

②

A: Have you a computer, gold, or any other valuables?
B: No, I have nothing to declare.

A: 你有电脑、黄金或其他贵重物品吗？/ Nǐ yǒu diànnǎo、huángjīn huò qí tā guìzhòng wùpǐn ma?
B: 没有，我没有什么需要申报的。/ Méiyǒu, wǒ méiyǒu shénme xūyào shēnbào de.

③

A: These articles are prohibited.
B: But I have an import license.

A: 这些东西是不准带的。/ Zhèxiē dōngxi shì bùzhǔn dài de.
B: 可是我有进口许可证。/ Kěshì wǒ yǒu jìnkǒu xǔkězhèng.

④

A: Have you anything liable to duty?
B: What is dutiable?
A: You have to pay the tax for those cosmetics.

A: 你有没有要上税的东西？/ Nǐ yǒu méiyǒu yào shàngshuì de dōngxi?
B: 什么是要上税的？/ Shénme shì yào shàngshuì de?
A: 那些化妆品得交税。/ Nàxiē huàzhuāngpǐn děi jiāo shuì.

2 AIRPORT ——机场 Jīchǎng

Vocabulary 词语

1. light aircraft
2. helicopter
3. glider
4. hatch
5. fuselage
6. wing
7. wing flap
8. tail
9. port-hole
10. pilot's cabin
11. movable gangway
12. lavatory
13. galley
14. engine
15. seat
16. crew cabin
17. siren
18. loudspeaker
19. under-carriage
20. mail hold
21. freight hold
22. luggage hold
23. air-passengers cabin
24. air-passenger
25. air stewardess
26. captain
27. pilot

1. 小飞机 / xiǎo fēijī
2. 直升机 / zhíshēngjī
3. 滑翔机 / huáxiángjī
4. 舱门 / cāngmén
5. 机身 / jīshēn
6. 机翼 / jīyì
7. 副翼 / fùyì
8. 机尾 / jīwěi
9. 舷窗 / xiánchuāng
10. 驾驶舱 / jiàshǐcāng
11. 舷梯 / xiántī
12. 洗手间 / xǐshǒujiān
13. 备餐室 / bèicānshì
14. 发动机 / fādòngjī
15. 座位 / zuòwèi
16. 空服人员工作舱 / kōngfú rényuán gōngzuòcāng
17. 警报器 / jǐngbàoqì
18. 扩音器 / kuòyīnqì
19. 起落架 / qǐluòjià
20. 邮件舱 / yóujiàncāng
21. 货舱 / huòcāng
22. 行李舱 / xínglicāng
23. 客舱 / kècāng
24. 乘客 / chéngkè
25. 空姐 / kōngjiě
26. 机长 / jīcháng
27. 飞行员 / fēixíngyuán

AIRPORT 机场

㉘ sliding gate
㉙ landing ground
㉚ air-shed hangar
㉛ control tower
㉜ runway
㉝ economy class cabin
㉞ business class cabin
㉟ first class cabin
㊱ electronic passenger ticket
㊲ airplane meal

㉘ 推拉门 / tuīlāmén
㉙ 着陆带 / zhuólùdài
㉚ 停机棚 / tíngjīpéng
㉛ 控制塔 / kòngzhìtǎ
㉜ 跑道 / pǎodào
㉝ 经济舱 / jīngjìcāng
㉞ 商务舱 / shāngwùcāng
㉟ 头等舱 / tóuděngcāng
㊱ 电子客票 / diànzǐ kèpiào
㊲ 飞机餐 / fēijīcān

Sentences 句子

❶ If your luggage is overweight, you'll have to pay extra.
❷ Check-in counter is closed.
❸ It has a non-stop range of 3000 kilometers.
❹ Look, how beautifully that plane is gliding down on the field!
❺ What is its carrying capacity?
❻ I have already had my baggage weighed and registered.
❼ I am getting airsick.
❽ The plane's bumping a bit.
❾ I can't hear for the roar of the engines.
❿ The visibility is good /poor.
⓫ We are on the runway.

❶ 若您的行李超重，需额外付费。/ Ruò nín de xíngli chāozhòng, xū éwài fù fèi.
❷ 现在停止办理乘机手续。/ Xiànzài tíngzhǐ bànlǐ chéng jī shǒuxù.
❸ 它可以连续飞行三千公里。/ Tā kěyǐ liánxù fēixíng sānqiān gōnglǐ.
❹ 看，那架飞机在地面滑行，多漂亮！/ Kàn, nà jià fēijī zài dìmiàn huáxíng, duō piàoliang!
❺ 它的承载量多大？ / Tā de chéngzài liàng duōdà?
❻ 我已经把行李称完重，托运了。/ Wǒ yǐjīng bǎ xíngli chēngwán zhòng, tuōyùn le.
❼ 我有点儿晕机了。/ Wǒ yǒudiǎnr yùnjī le.
❽ 飞机现在有一点儿颠簸。/ Fēijī xiànzài yǒu yìdiǎnr diānbǒ.
❾ 发动机的声音太大了，我听不见别的了。/ Fādòngjī de shēngyīn tài dà le, wǒ tīng bu jiàn biéde le.
❿ 能见度很高/低。/ Néngjiàndù hěn gāo/dī.
⓫ 我们的飞机正在跑道上滑行。/ wǒmen de fēijī zhèngzài pǎodào shang huáxíng.

⑫ I have a connecting flight. If we cannot get the flight on time, it will be missed.

⑬ It can fly in all weathers and at any time.

⑭ This is a very modern aircraft, with a cabin for forty, a pilot's cockpit and freight hold in the fuselage.

⑮ I'll need an economy class, three-day return.

⑫ 我坐联程航班。如果不准时乘机，就耽误转机了。/ Wǒ zuò liánchéng hángbān. Rúguǒ bù zhǔnshí chéng jī, jiù dānwù zhuǎnjī le.

⑬ 它能够在任何时间、任何天气状况下飞行。/ Tā nénggòu zài rènhé shíjiān、rènhé tiānqì zhuàngkuàng xià fēixíng.

⑭ 这是一架新型飞机，客舱可以乘坐四十位乘客，还有飞行员座舱和货舱。/ Zhè shì yí jià xīnxíng fēijī, kècāng kěyǐ chéngzuò sìshí wèi chéngkè, hái yǒu fēixíngyuán zuòcāng hé huòcāng.

⑮ 我要一张三天回程的往返票，经济舱的。/ Wǒ yào yì zhāng sān tiān huí chéng de wǎngfǎn piào, jīngjìcāng de.

Conversations 会话

❶

A: Could I have a window seat not near by the wings?

B: The windows in this plane are set beneath the wings and give every passenger a splendid view.

❶

A: 可以给我一个靠窗但不靠近机翼的座位吗？/ Kěyǐ gěi wǒ yí ge kào chuāng dàn bú kàojìn jīyì de zuòwèi ma?

B: 这架飞机的窗户在机翼下面，每一位乘客的视野都不错。/ Zhè jià fēijī de chuānghu zài jīyì xiàmiàn, měi yí wèi chéngkè de shìyě dōu búcuò.

❷

A: How fast are we flying now?

B: The cruising speed is 600 kilometers per hour.

❷

A: 我们现在的飞行速度是多少？/ Wǒmen xiànzài de fēixíng sùdù shì duōshao?

B: 每小时六百公里。/ Měi xiǎoshí liùbǎi gōnglǐ.

❸

A: Is the plane about to land?

❸

A: 飞机要降落了吗？/ Fēijī yào jiàngluò le ma?

2 AIRPORT 机场

B: Yes, we are going to land. Please fasten your seat belt.

B: 对，我们要着陆了。请系好安全带。/ Duì, wǒmen yào zhuólù le. Qǐng jìhǎo ānquándài.

④

A: Do you suffer from air-sickness?
B: No, but I feel uncomfortable when getting-off and landing.

④

A: 你晕机吗？/ nǐ yùnjī ma?
B: 我不晕机，但是起飞和降落的时候，我感觉不太舒服。/ Wǒ bú yùnjī, dànshì qǐfēi hé jiàngluò de shíhou, wǒ gǎnjué bú tài shūfu.

⑤

A: Where can I claim my luggage?
B: There is a big sign in the front. You cannot miss it.

⑤

A: 我在哪儿取行李？/ Wǒ zài nǎr qǔ xíngli?
B: 前边有很明显的标识，你很容易找到。/ Qiánbiān yǒu hěn míngxiǎn de biāoshí, nǐ hěn róngyì zhǎodào.

3 RAILWAY STATION
——火车站 Huǒchēzhàn

Vocabulary 词语

1. waiting room
2. conductor
3. booking office
4. passenger-carriage
5. passenger
6. to say farewell
7. ticket
8. platform refreshment stall
9. luggage

1. 候车室 / hòuchēshì
2. 列车员 / lièchēyuán
3. 售票处 / shòupiàochù
4. 火车车厢 / huǒchē chēxiāng
5. 旅客 / lǚkè
6. 道别 / dàobié
7. 车票 / chēpiào
8. 站台小吃亭 / zhàntái xiǎochītíng
9. 行李 / xíngli

Sentences 句子

1. Hurry up, the train will soon be starting!
2. The train is late.
3. The train is due in couple of minutes.
4. Porter, please label my luggage for Shanghai, and please put those boxes into the van!
5. I have taken my ticket beforehand.
6. It won't be necessary to reserve a seat. Traffic is not very heavy on this line.

1. 快点儿，火车就要开了！/ Kuài diǎnr, huǒchē jiùyào kāi le.
2. 火车晚点了。/ Huǒchē wǎndiǎn le.
3. 火车应该在几分钟之内到。/ Huǒchē yīnggāi zài jǐ fēnzhōng zhīnèi dào.
4. 师傅，请在我的行李上贴上到上海的标签，然后把它们放到行李车上。/ Shīfu, qǐng zài wǒ de xíngli shang tiēshang dào Shànghǎi de biāoqiān, ránhòu bǎ tāmen fàngdào xínglichē shang.
5. 我早就拿到票了。/ Wǒ zǎo jiù nádào piào le.
6. 不必提前订票，这趟线的票不太紧张。/ Búbì tíqián dìngpiào, zhè tàng xiàn de piào bú tài jǐnzhāng.

3 RAILWAY STATION 火车站

❼ The tickets are sold out.
❽ The booking-office closes five minutes before the departure of the train.
❾ He got to the station just in time for his train.

❼ 票卖完了。/ Piào màiwán le.
❽ 火车出发前五分钟售票处就停止售票了。/ Huǒchē chūfā qián wǔ fēnzhōng shòupiàochù jiù tíngzhǐ shòupiào le.
❾ 他及时到达火车站赶上了这趟火车。/ Tā jíshí dàodá huǒchēzhàn gǎnshàng le zhètàng huǒchē.

Conversations 会话

❶
A: Tell me, where can I get a ticket for Nanjing?
B: Over there on the right, the second booking-office.

❶
A: 请问，哪里可以买到去南京的票？/ Qǐngwèn, nǎli kěyǐ mǎidào qù Nánjīng de piào?
B: 右边儿，第二个售票窗口。/ Yòubiānr, dì èr ge shòupiào chuāngkǒu.

❷
A: Didn't you hear the announcer?
B: Oh, yes, the time to board has been announced already.

❷
A: 你没听见广播吗？/ Nǐ méi tīngjiàn guǎngbō ma?
B: 哦，听见了，现在已经开始检票上车了。/ Ò, tīngjiànle, xiànzài yǐjīng kāishǐ jiǎnpiào shàngchē le.

❸
A: From which platform will the train for Shanghai leave?
B: It leaves from platform No.5.

❸
A: 去上海的火车从哪个站台出发？/ Qù Shànghǎi de huǒchē cóng nǎ ge zhàntái chūfā?
B: 从第五站台出发。/ Cóng dì wǔ zhàntái chūfā.

❹
A: How many packages have you?
B: There is a lot.

❹
A: 你有几件行李？/ Nǐ yǒu jǐ jiàn xíngli?
B: 有很多。/ Yǒu hěn duō.

4 SUBWAY —— 地铁 Dìtiě

Vocabulary 词语

1. tube, underground, subway
2. to punch
3. to queue
4. line 1
5. escalator
6. platform
7. to signal
8. subway route map
9. peak time
10. interchange station

1. 地铁 / dìtiě
2. 检票 / jiǎnpiào
3. 排队 / páiduì
4. 一号线 / yī hàoxiàn
5. 扶梯 / fútī
6. 站台 / zhàntái
7. 发信号 / fā xìnhào
8. 地铁路线图 / dìtiě lùxiàntú
9. 高峰时间 / gāofēng shíjiān
10. 换乘站 / huànchéngzhàn

Sentences 句子

1. Give me a ticket for Xizhimen.
2. I usually go to work on the tube.
3. I'm all tired with that walk. Let's take the subway.
4. Well, here we are at last.
5. How long is it between two?
6. Will it be crowded at this time of day?
7. All the seats are full.

1. 一张去西直门的车票。/ Yì zhāng qù Xīzhímén de chēpiào.
2. 我常乘地铁去上班。/ Wǒ cháng chéng dìtiě qù shàngbān.
3. 我走得太累了，我们坐地铁吧。/ Wǒ zǒu de tài lèi le, wǒmen zuò dìtiě ba.
4. 好了，我们终于到了。/ Hǎo le, wǒmen zhōngyú dào le.
5. 两趟车间隔多久？/ Liǎng tàng chē jiàngé duō jiǔ?
6. 这个时候会很挤吗？/ Zhè ge shíhou huì hěn jǐ ma?
7. 所有的位子都坐满了。/ Suǒyǒu de wèizi dōu zuòmǎn le.

❽ At what time does it stop running?
❾ I must take the first tube.

❽ 末班车是什么时候？/ Mòbānchē shì shénme shíhou?
❾ 我必须坐首班地铁。/ Wǒ bìxū zuò shǒubān dìtiě.

Conversations 会话

❶
A: I have a mind to take the tube. Where is the nearest station?
B: You can take it at Wudaokou.
A: How far is it?
B: It's about ten-minute walk.

❶
A: 我想坐地铁。最近的地铁站在哪儿？/ Wǒ xiǎng zuò dìtiě. Zuìjìn de dìtiě zhàn zài nǎr?
B: 你可以去五道口。/ Nǐ kěyǐ qù Wǔdàokǒu.
A: 有多远？/ Yǒu duō yuǎn?
B: 走路大概十分钟。/ Zǒulù dàgài shí fēnzhōng.

❷
A: How do you make out the stations, when you are in the street?
B: You can see a blue plate with the letter D.
A: Can I use my travel card in the subway?
B: Of course. But there is no discount like that in the bus.

❷
A: 在街上怎么找到地铁站？/ Zài jiē shang zěnme zhǎodào dìtiězhàn?
B: 你可以找写着"D"的蓝牌子。/ Nǐ kěyǐ zhǎo xiě zhe "D" de lán páizi.
A: 我可以在地铁里刷公交卡吗？/ Wǒ kěyǐ zài dìtiě li shuā gōngjiāokǎ ma?
B: 当然可以。不过不像公交那样有折扣。/ Dāngrán kěyǐ. Búguò búxiàng gōngjiāo nàyàng yǒu zhékòu.

❸
A: Is there an automatic ticket-machine here?
B: Yes, it's besides the stairs. But it's broken today.
A: What should I do?
B: You have to go to the booking-office to get a ticket.

❸
A: 这儿有自动售票机吗？/ Zhèr yǒu zìdòng shòupiàojī ma?
B: 有，在楼梯旁边。不过那台机器今天坏了。/ Yǒu, zài lóutī pángbiān. Búguò nà tái jīqì jīntiān huài le.
A: 那我应该怎么办？/ Nà wǒ yīnggāi zěnmebàn?
B: 您只能去售票处买票了。/ Nín zhǐ néng qù shòupiàochù mǎi piào le.

5 PORT
——港口 Gǎngkǒu

Vocabulary 词语

1. signal station
2. lighthouse
3. buoy
4. lock
5. wharf
6. dock
7. sailboat
8. cruise
9. motorboat
10. bay
11. fishing port
12. deep-water port
13. warehouse
14. to load
15. to unload

1. 信号站 / xìnhàozhàn
2. 灯塔 / dēngtǎ
3. 浮标 / fúbiāo
4. 水闸 / shuǐzhá
5. 码头 / mǎtóu
6. 船坞 / chuánwù
7. 帆船 / fānchuán
8. 游轮 / yóulún
9. 汽艇 / qìtǐng
10. 海湾 / hǎiwān
11. 渔港 / yúgǎng
12. 深水港 / shēnshuǐgǎng
13. 库房 / kùfáng
14. 装货 / zhuānghuò
15. 卸货 / xièhuò

Sentences 句子

1. We tied the boat up alongside the wharf.
2. Where's the Tanggu pier?
3. The wharf was cluttered with crates and boxes of every description.
4. Where can I leave my things to be sent to the cabin?

1. 我们把船停泊在码头。/ Wǒmen bǎ chuán tíngbó zài mǎtóu.
2. 塘沽码头在哪里？/ Tánggū mǎtóu zài nǎli?
3. 码头上堆满了货箱和各种各样的纸箱。/ Mǎtou shàng duīmǎn le huòxiāng hé gèzhǒnggèyàng de zhǐxiāng.
4. 我这些要送到船舱的东西应该先放在哪里？/ Wǒ zhèxiē yào sòngdào chuáncāng de dōngxi yīnggāi xiān fàng zài nǎli?

5 PORT 港口

❺ Follow me, and I'll lead the way to the deck.

❻ We would like to see the port.

❼ What is the name of this port?

❽ Is the port far from the station?

❺ 跟我来，我带你去甲板。/ Gēn wǒ lái, wǒ dài nǐ qù jiǎbǎn.

❻ 我们想看看那个港口。/ Wǒmen xiǎng kànkan nà ge gǎngkǒu.

❼ 那个港口叫什么？/ Nà ge gǎngkǒu jiào shénme?

❽ 这个港口离车站远不远？/ Zhè ge gǎngkǒu lí chēzhàn yuǎn bu yuǎn?

Conversations 会话

❶

A: Where is my luggage?
B: It will be delivered to your cabin soon.

(After a while)
B: Is this your luggage?

A: Yes, thank you.

A: 我的行李呢？/ Wǒ de xíngli ne?
B: 一会儿就送到您的船舱里去。/ Yíhuìr jiù sòngdào nín de chuáncāng li qù.
(过了一会儿 / Guò le yíhuìr)
B: 这是您的行李吗？/ Zhè shì nín de xíngli ma?
A: 对，谢谢。/ Duì, xièxie.

❷

A: Where do the second class passengers report?
B: You must pass to the left of the buoy.

A: Can I leave my luggage here?

B: Sorry, I'm afraid not.

A: 二等舱的乘客在哪里登记？/ Èrděngcāng de chéngkè zài nǎli dēngjì?
B: 你必须绕到码头的左边。/ Nǐ bìxū ràodào mǎtóu de zuǒbiān.
A: 那我能把行李先放在这里吗？/ Nà wǒ néng bǎ xíngli xiān fàng zài zhèli ma?
B: 对不起，恐怕不能。/ Duìbuqǐ, kǒngpà bùnéng.

❸

A: Where is my cabin, please?

B: One flight down.
A: And where are the stairs?
B: It's at the end of the ship.

A: 请问我的船舱在哪里？/ Qǐng wèn wǒ de chuáncāng zài nǎli?
B: 下面一层。/ Xiàmiàn yī céng.
A: 楼梯在哪边？/ Lóutī zài nǎbiān?
B: 在船尾。/ Zài chuán wěi.

6 TOWN —— 城镇 Chéngzhèn

Vocabulary 词语

1. avenue
2. bridge
3. alley
4. city hall
5. church
6. theatre
7. park
8. football ground
9. hospital
10. post office
11. law-court
12. station
13. library
14. market
15. school

1. 大街 / dàjiē
2. 桥 / qiáo
3. 小巷 / xiǎoxiàng
4. 市政厅 / shìzhèngtīng
5. 教堂 / jiàotáng
6. 剧院 / jùyuàn
7. 公园 / gōngyuán
8. 足球场 / zúqiúchǎng
9. 医院 / yīyuàn
10. 邮局 / yóujú
11. 法院 / fǎyuàn
12. 车站 / chēzhàn
13. 图书馆 / túshūguǎn
14. 市场 / shìchǎng
15. 学校 / xuéxiào

Sentences 句子

1. He lives in this little lane.
2. This highway runs through a dozen towns.
3. Take the second turning on the right.
4. This street will take you straight there.
5. When was this building erected?

1. 他住在这条小巷里。/ Tā zhùzài zhè tiáo xiǎoxiàng li.
2. 这条高速公路贯穿十几个城镇。/ Zhè tiáo gāosù gōnglù guànchuān shíjǐ ge chéngzhèn.
3. 第二个路口右转。/ Dì'èr ge lùkǒu yòuzhuǎn.
4. 沿着这条街直走，你就到那儿了。/ Yánzhe zhè tiáo jiē zhí zǒu, nǐ jiù dào nàr le.
5. 这座楼是什么时候建成的？/ Zhè zuò lóu shì shénme shíhou jiànchéng de?

6 TOWN 城镇

Conversations 会话

❶

A: Is this city your hometown?

B: No, we moved here ten years ago.

A: You mean you were not born here?

B: No. I was born in a small town of southern China.

❷

A: What a beautiful town it is!

B: Yes. The environment is well protected, and there's no factory nearby.

A: Look, the air is so good that I can even see the mountains outside of the town clearly.

B: Enjoy your days here.

❸

A: Is it convenient to live here?

B: Yes. The hospital is ten minutes' walk from here. And there's a supermarket downstairs.

A: How do you go to work?

B: By bicycle. The town is quite small, and we don't have to drive.

❶

A: 你老家是这儿吗？/ Nǐ lǎojiā shì zhèr ma?

B: 不是，我们十年以前搬过来的。/ Bú shì, wǒmen shí nián yǐqián bān guòlai de.

A: 你的意思是，你不是在这里出生的？/ Nǐ de yìsi shì, nǐ búshì zài zhèli chūshēng de?

B: 对。我是在南方一个小城镇出生的。/ Duì, wǒ shì zài nánfāng yíge xiǎo chéngzhèn chūshēng de.

❷

A: 这个小城真漂亮！/ Zhè ge xiǎo chéng zhēn piàoliang!

B: 是啊。环境保护得很好，附近也没什么工厂。/ Shì a. Huánjìng bǎohù de hěn hǎo, fùjìn yě méi shénme gōngchǎng.

A: 看，空气这么好，我都能清清楚楚地看到城外的山了。/ Kàn, kōngqì zhème hǎo, wǒ dōu néng qīngqīngchǔchǔ de kàndào chéngwài de shān le.

B: 充分享受在这里的好时光吧。/ Chōngfèn xiǎngshòu zài zhèli de hǎo shíguāng ba.

❸

A: 住在这里方便吗？/ Zhùzài zhèli fāngbiàn ma?

B: 很方便。医院离这儿走路只要十分钟。楼下就有超市。/ Hěn fāngbiàn. Yīyuàn lí zhèr zǒu lù zhǐyào shí fēnzhōng. Lóuxià jiù yǒu chāoshì.

A: 你怎么上班？/ Nǐ zěnme shàng bān?

B: 骑自行车。这个城市很小，我们都不用开车。/ Qí zìxíngchē. Zhè ge chéngshì hěn xiǎo, wǒmen dōu búyòng kāi chē.

7 RESORT
——度假村 Dùjiàcūn

Vocabulary 词语

1. mud-bath
2. salt (-water) bath
3. Turkish bath
4. sauna
5. sulphur spring
6. mineral spring
7. bathhouse
8. reclining chair
9. bathrobe
10. pedicune
11. massager
12. hydrotherapy
13. spa hotel
14. spa park
15. acupucture
16. therapeutic mud
17. promenade

1. 泥浴 / níyù
2. 盐浴 / yányù
3. 蒸气浴,土耳其浴 / zhēngqìyù, Tǔ'ěrqíyù
4. 桑拿 / sāngná
5. 硫磺温泉 / liúhuáng wēnquán
6. 矿泉 / kuàngquán
7. 更衣室 / gēngyīshì
8. 躺椅 / tǎngyǐ
9. 浴袍 / yùpáo
10. 足疗 / zúliáo
11. 按摩师 / ànmóshī
12. 水疗 / shuǐliáo
13. 温泉酒店 / wēnquán jiǔdiàn
14. 温泉公园 / wēnquán gōngyuán
15. 针灸 / zhēnjiǔ
16. 具有治疗功效的泥浆 / jùyǒu zhìliáo gōngxiào de níjiāng
17. 散步区 / sànbùqū

Sentences 句子

1. A thorough massage makes you feel good when you are tired.

1. 累的时候来一个全身按摩是很舒服的。 / Lèi de shíhou lái yí ge quánshēn ànmó shì hěn shūfu de.

RESORT 度假村

Conversations 会话

①

A: What are the curative properties of the water of these springs?

B: It's good for the arthropathy.

②

A: Which is the most famous spa in your country?

B: I've heard that lots of people go to Tengchong in Yunnan Province.

③

A: What special services do you provide?

B: We have cupping, scrubbing and acupuncture.

①

A: 这些温泉都有什么疗效？/ Zhèxiē wēnquán dōu yǒu shénme liáoxiào?

B: 对关节病有好处。/ Duì guānjiébìng yǒu hǎochù.

②

A: 你们国家最有名的温泉是哪个？/ Nǐmen guójiā zuì yǒumíng de wēnquán shì nǎ ge?

B: 我听说很多人去云南腾冲。/ Wǒ tīngshuō hěn duō rén qù Yúnnán Téngchōng.

③

A: 你们有什么特别的服务项目？/ Nǐmen yǒu shénme tèbié de fúwù xiàngmù?

B: 我们有拔罐，刮痧和针灸。/ Wǒmen yǒu báguàn, guāshā hé zhēnjiǔ.

8 PETROL STATION
—— 加油站 Jiāyóuzhàn

Vocabulary 词语

1. petrol station attendant
2. petrol pump
3. grease gun
4. sprayer
5. filtering funnel
6. diesel oil
7. fuel tank

1. 加油站员工 / jiāyóuzhàn yuángōng
2. 加油泵 / jiāyóubèng
3. 注油枪 / zhùyóuqiāng
4. 喷雾器 / pēnwùqì
5. 储油柜 / chǔyóuguì
6. 柴油 / cháiyóu
7. 油箱 / yóuxiāng

Sentences 句子

1. Please give me 20 liters of 92# petrol.
2. Please fill up the oil-tank.
3. Can I get cooling water?
4. You may pay with your credit card at the pump.

1. 请给我加 20 升 92 号汽油。/ Qǐng gěi wǒ jiā èrshí shēng jiǔshí'èr hào qìyóu.
2. 请帮我把油箱加满。/ Qǐng bāng wǒ bǎ yóuxiāng jiāmǎn.
3. 能给我一些冷却水吗？ / Néng gěi wǒ yìxiē lěngquèshuǐ ma?
4. 你可以在加油泵那里直接用信用卡付款。/ Nǐ kěyǐ zài jiāyóubèng nàli zhíjiē yòng xìnyòngkǎ fù kuǎn.

Conversations 会话

1

A: How much is one liter of 92# petrol?

B: Seven point eighty five yuan. How many liters do you want to add?

A: 92 号汽油一升多少钱？ / Jiǔshí'èr hào qìyóu yì shēng duōshao qián?

B: 七块八毛五。你加多少？ / Qī kuài bā máo wǔ. Nǐ jiā duōshao?

8 PETROL STATION 加油站

A: Fill up the oil-tank.

A: 加满。/ Jiāmǎn.

②

A: Where can I have my car washed?
B: It's over there. You can see.

A: 哪里可以洗车？/ Nǎli kěyǐ xǐ chē?
B: 你看，就在那边。/ Nǐ kàn, jiù zài nàbiān.

③

A: Where can I get the receipt?
B: I'll get it for you.

A: 在哪儿开发票？/ Zài nǎr kāi fāpiào?
B: 我帮您去拿。/ Wǒ bāng nín qù ná.

④

A: Why not apply for a member card of the gas station? It offers a special discount.
B: All right.

A: 您不办张加油卡吗？能享受优惠。/ Nín bú bàn zhāng jiāyóukǎ ma? Néng xiǎngshòu yōuhuì.
B: 好吧。/ Hǎo ba.

9 CROSSING
——十字路口 Shízì Lùkǒu

Vocabulary 词语

1. roadway
2. pavement
3. pedestrian crossing
4. cycle path
5. traffic lights
6. traffic sign
7. traffic island
8. newspaper kiosk
9. postbox
10. lamp post
11. neon lighting
12. zebra crossing
13. billboard
14. office block
15. taxi stand
16. overpass
17. crash barrier
18. roundabout
19. lane
20. underpass
21. telephone booth
22. road sign
23. garbage truck
24. sprinkler
25. fire engine
26. ambulance
27. police car
28. traffic policeman

1. 车道 / chēdào
2. 人行道 / rénxíngdào
3. 人行横道 / rénxíng héngdào
4. 自行车道 / zìxíngchēdào
5. 红绿灯 / hónglǜdēng
6. 交通标志 / jiāotōng biāozhì
7. 安全岛 / ānquándǎo
8. 报刊亭 / bàokāntíng
9. 信箱 / xìnxiāng
10. 灯柱 / dēngzhù
11. 霓虹灯 / níhóngdēng
12. 斑马线 / bānmǎxiàn
13. 广告牌 / guǎnggàopái
14. 办公大楼 / bàngōng dàlóu
15. 出租车站 / chūzūchēzhàn
16. 天桥 / tiānqiáo
17. 护栏 / hùlán
18. 交通环岛 / jiāotōng huándǎo
19. 小路 / xiǎolù
20. 地下通道 / dìxià tōngdào
21. 电话亭 / diànhuàtíng
22. 路标 / lùbiāo
23. 垃圾清洁车 / lājī qīngjiéchē
24. 洒水车 / sǎshuǐchē
25. 消防车 / xiāofángchē
26. 救护车 / jiùhùchē
27. 警车 / jǐngchē
28. 交通警察 / jiāotōng jǐngchá

9 CROSSING 十字路口

㉙ passer-by
㉚ sweeper

㉙ 行人 / xíngrén
㉚ 环卫工人 / huánwèi gōngrén

Sentences 句子

❶ Don't step off the pavement.
❷ Don't cross the street unless the green light is on.
❸ This street carries six traffic lanes and two emergency standby lanes, as well as cycle tracks and footpaths.

❶ 别走出人行道。/ Bié zǒuchū rénxíngdào.
❷ 绿灯亮了才能过马路。/ Lǜdēng liàngle cái néng guò mǎlù.
❸ 这条街有六条车道和两条应急备用车道，还有自行车道和人行道。/ Zhè tiáo jiē yǒu liù tiáo chēdào hé liǎng tiáo yìngjí bèiyòng chēdào, hái yǒu zìxíng chēdào hé rénxíngdào.

Conversations 会话

❶

A: Excuse me. Where is the nearest supermarket?

B: Turn left at the next crossroad.

A: It is the second to the left, you said?

B: Right.

❷

A: Wait, the traffic light is still red!

B: Alright, I take your advice.

❸

A: This is the busiest crossing I have ever seen, I'm afraid.

❶

A: 请问，离这儿最近的超市在哪儿？/ Qǐngwèn, lí zhèr zuì jìn de chāoshì zài nǎr?

B: 下一个路口左转。/ Xià yí ge lùkǒu zuǒ zhuǎn.

A: 你说在第二个路口左转，对吧？/ Nǐ shuō zài dì èr ge lùkǒu zuǒ zhuǎn, duì ba?

B: 对。/ Duì.

❷

A: 等等，红灯还亮着呢！/ Děngdeng, hóngdēng hái liàng zhe ne!

B: 好吧，听你的。/ Hǎo ba, tīng nǐ de.

❸

A: 恐怕这是我见过的最堵的路口了。/ Kǒngpà zhè shì wǒ jiànguo de zuì dǔ de lùkǒu le.

B: Yes, It's really necessary to build an overpass here.

B: 是啊。非常有必要在这儿修一个过街天桥。/ Shì a. Fēicháng yǒu bìyào zài zhèr xiū yí ge guò jiē tiānqiáo.

❹

A: Hey, Martin, you are on the right turning track! We should drive forward!

B: Woops! I have to turn right now and take a u-turn back.

❹

A: 嘿，马丁！你在右拐道上！我们应该直行。/ Hèi, Mǎdīng! Nǐ zài yòu guǎi dào shang! Wǒmen yīnggāi zhíxíng.

B: 糟糕！我现在只好右拐了。一会儿再调头回来。/ Zāogāo! Wǒ xiànzài zhǐhǎo yòu guǎi le. Yíhuìr zài diào tóu huílai.

10 HOTEL
宾馆 Bīnguǎn

Vocabulary 词语

1. lobby manager
2. door-keeper
3. porter
4. chief receptionist
5. chamber-maid
6. bellboy
7. hotel guest
8. lift
9. dining room
10. hall
11. corridor
12. light-weight suitcase
13. backpack
14. soap
15. shower
16. bathtub
17. to check in
18. to check out
19. shoe cleaning
20. laundry service
21. morning call
22. single room
23. double room
24. twin room
25. business suites
26. bill
27. front desk
28. five star hotel, luxury hotel

1. 大堂经理 / dàtáng jīnglǐ
2. 门童 / méntóng
3. 搬运工 / bānyùngōng
4. 前台服务员 / qiántái fúwùyuán
5. 女服务员 / nǚ fúwùyuán
6. 男服务员 / nán fúwùyuán
7. 入住的客人 / rùzhù de kèrén
8. 电梯 / diàntī
9. 餐厅 / cāntīng
10. 大堂 / dàtáng
11. 走廊 / zǒuláng
12. 轻型行李箱 / qīngxíng xínglixiāng
13. 双肩包 / shuāngjiānbāo
14. 肥皂 / féizào
15. 淋浴 / línyù
16. 浴缸 / yùgāng
17. 入住 / rùzhù
18. 退房 / tuì fáng
19. 擦鞋服务 / cāxié fúwù
20. 洗衣服务 / xǐyī fúwù
21. 叫早 / jiàozǎo
22. 单人间 / dānrénjiān
23. 大床间 / dàchuángjiān
24. 标准间 / biāozhǔnjiān
25. 商务套间 / shāngwù tàojiān
26. 账单 / zhàngdān
27. 前台 / qiántái
28. 五星级酒店 / wǔxīngjí jiǔdiàn

㉙ room card
㉚ to book hotel

㉙ 房卡 / fángkǎ
㉚ 预订酒店 / yùdìng jiǔdiàn

Sentences 句子

❶ I require a room for a fortnight.

❷ I want a room on the first floor (in the first storey.)

❸ I should like to have a room with a bath.

❹ The guestrooms in the hotel are simple and comfortable.

❺ Here is your room key card. Room 112, first floor, front.

❻ The rooms are not convenient for me.

❼ My bed is hard. I should like another mattress.

❽ Please call Housekeeping Department when you need something.

❾ When does the breakfast start?

❿ Have my luggage brought down, please.

⓫ Please write your surname, first name, nationality and where you came from.

⓬ Our hotel is a well-equipped five star hotel with excellent service standards.

❶ 我想要一个房间，住两个星期。/ Wǒ xiǎng yào yí ge fángjiān, zhù liǎng ge xīngqī.

❷ 我想要一个一层的房间。/ Wǒ xiǎng yào yí ge yī céng de fángjiān.

❸ 我想要一个有浴室的房间。/ Wǒ xiǎng yào yí ge yǒu yùshì de fángjiān.

❹ 这个酒店的客房简朴舒适。/ Zhè ge jiǔdiàn de kèfáng jiǎnpǔ shūshì.

❺ 这是您的房卡：一层112房间，在前面。/ Zhè shì nín de fángkǎ: yī céng yāoyāo'èr fángjiān, zài qiánmiàn.

❻ 这个房间对我来说不太方便。/ Zhè ge fángjiān duì wǒ láishuō bú tài fāngbiàn.

❼ 我的床很硬。我想再要一个床垫。/ Wǒ de chuáng hěn yìng. Wǒ xiǎng zài yào yí ge chuángdiàn.

❽ 您需要什么，拨打客房部的电话就行。/ Nín xūyào shénme, bōdǎ kèfángbù de diànhuà jiù xíng.

❾ 早餐从几点开始？/ Zǎocān cóng jǐ diǎn kāishǐ?

❿ 请把我的行李拿下去。/ Qǐng bǎ wǒ de xíngli ná xiaqu.

⓫ 请写一下儿您的姓名、国籍和从什么地方来。/ Qǐng xiě yíxiàr nín de xìngmíng guójí hé cóng shénme dìfang lái.

⓬ 我们酒店是一家设备齐全，服务周到的五星级酒店。/ Wǒmen jiǔdiàn shì yì jiā shèbèi qíquán, fúwù zhōudào de wǔxīngjí jiǔdiàn.

⑬ Free Internet access is available in hotel rooms, which are equipped with wifi.

⑭ If you watch any pay-per-view movies or take any drinks and snacks from the little refrigerator, that can be very expensive.

⑮ If you don't want to be disturbed, please place this "please don't disturb" sign outside the door.

⑬ 酒店房间有wifi，住宿客人可以免费上网。/ Jiǔdiàn fángjiān yǒu wifi, zhùsù kèrén kěyǐ miǎnfèi shàngwǎng.

⑭ 如果你看了收费的电影节目，或吃了房间冰箱里的食物和饮料，附加的费用是很高的。/ Rúguǒ nǐ kànle shōufèi de diànyǐng jiémù, huò chīle fángjiān bīngxiāng li de shíwù hé yǐnliào, fùjiā de fèiyòng shì hěn gāo de.

⑮ 如果你不想被打扰，请在门外挂上"请勿打扰"的牌子。/ Rúguǒ nǐ bù xiǎng bèi dǎrǎo, qǐng zài ménwài guàshang "qǐngwù dǎrǎo" de páizi.

Conversations 会话

①
A: What kind of room would you like?
B: I want a suite.

A: 您要什么样的房间？/ Nín yào shénmeyàng de fángjiān?
B: 我要一个套间。/ Wǒ yào yí ge tàojiān.

②
A: Are all the formalities over?
B: Sorry, will you please sign your name?

A: 手续都办完了吗？/ Shǒuxù dōu bànwán le ma?
B: 对不起，请您再签个字。/ Duìbuqǐ, qǐng nín zài qiān ge zì.

③
A: When can I get my passport back?
B: I'll return your passport this evening.

A: 我什么时候能拿回我的护照？/ Wǒ shénme shíhou néng náhuí wǒ de hùzhào?
B: 我今晚还给您。/ Wǒ jīnwǎn huángěi nín.

④
A: Can I make a local call through the telephone in my room?

A: 房间的电话能打市话吗？/ Fángjiān de diànhuà néng dǎ shìhuà ma?

B: Yes, you can use it by dialing zero.

B: 可以，用的时候先拨零。/ Kěyǐ, yòng de shíshòu xiān bō líng.

⑤

A: Where does this window look to?

B: It's the central park of the city.

A: 从这扇窗户望出去是哪儿？/ Cóng zhè shàn chuānghu wàng chuqu shì nǎr?

B: 是城市的中心花园。/ Shì chéngshì de zhōngxīn huāyuán.

⑥

A: Would you please give me a morning call?

B: Sure, what time?

A: 明天能叫早吗？/ Míngtiān néng jiàozǎo ma?

B: 没问题，几点？/ Méiwèntí, jǐ diǎn?

11 BANK
银行 Yíháng

Vocabulary 词语

1. to exchange money
2. to deposit money
3. to withdraw money
4. ATM
5. bank account
6. traveller's check
7. demand deposit
8. term deposit
9. rate of exchange
10. balance
11. counter
12. cash
13. small change (money)
14. false money
15. bank card
16. credit card
17. debit card
18. RMB
19. yuan
20. ten cents
21. cent
22. US dollar
23. Euro
24. pound
25. Korean won
26. yen

1. 换钱 / huàn qián
2. 存钱 / cún qián
3. 取钱 / qǔ qián
4. 自动取款机 / zìdòng qǔkuǎnjī
5. 银行账户 / yínháng zhànghù
6. 旅行支票 / lǚxíng zhīpiào
7. 活期存款 / huóqī cúnkuǎn
8. 定期存款 / dìngqī cúnkuǎn
9. 汇率 / huìlǜ
10. 余额 / yú'é
11. 柜台 / guìtái
12. 现金 / xiànjīn
13. 零钱 / língqián
14. 假币 / jiǎbì
15. 银行卡 / yínhángkǎ
16. 信用卡 / xìnyòngkǎ
17. 借记卡 / jièjìkǎ
18. 人民币 / rénmíbì
19. 元 / 块 / yuán/kuài
20. 角 / 毛 / jiǎo/máo
21. 分 / fēn
22. 美元 / Měiyuán
23. 欧元 / Ōuyuán
24. 英镑 / Yīngbàng
25. 韩元 / Hányuán
26. 日元 / Rìyuán

Sentences 句子

① Where is the nearest bank?

② What is my balance?

③ You have overdrawn your account.

④ You have forgotten your signature.

⑤ Where can I change my money?

⑥ The exchange will be worse.

⑦ It mainly includes counter transfer, telephone banking transfer and online transfer.

① 离这儿最近的银行在哪儿？/ Lí zhèr zuì jìn de yínháng zài nǎr?

② 我的余额是多少？/ Wǒ de yú'é shì duōshao?

③ 您的账户已经透支了。/ Nín de zhànghù yǐjīng tòuzhī le.

④ 您忘了签名了。/ Nín wàng le qiān míng le.

⑤ 在哪儿能换钱？/ Zài nǎr néng huàn qián?

⑥ 汇率还会降低。/ Huìlǜ hái huì jiàngdī.

⑦ 主要有柜台转账、电话银行转账和网络转账三种方式。/ Zhǔyào yǒu guìtái zhuǎnzhàng、diànhuà yínháng zhuǎnzhàng hé wǎngluò zhuǎnzhàng sān zhǒng fāngshì.

Conversations 会话

①

A: Where is the Currency Exchange desk? I should like to cash this traveller's check.

B: It's over there.

A: 兑换外汇的柜台在哪儿？我想把旅行支票兑成现金。/ Duìhuàn wàihuì de guìtái zài nǎr? Wǒ xiǎng bǎ lǚxíng zhīpiào duìchéng xiànjīn.

B: 在那边。/ Zài nàbian.

②

A: What is the difference between "*yuan*" and "*kuai*"?

B: Their meanings are the same, but we often use "*kuai*" in oral language.

A: 人民币的"元"和"块"有什么不一样？/ Rénmínbì de "yuán" hé "kuài" yǒu shénme bù yíyàng?

B: 意思一样，不过口语里常用"块"。/ Yìsi yíyàng, búguò kǒuyǔ li cháng yòng "kuài".

③

A: What documents are needed when I exchange money in the bank?

A: 在银行换钱要什么证件？/ Zài yínháng huàn qián yào shénme zhèngjiàn?

11 BANK 银行

B: You should show your passport.

B: 需要出示护照。/ Xūyào chūshì hùzhào.

❹

A: Which bank is in charge of currency issue in China?
B: People's Bank of China.

A: 中国发行货币的是哪家银行？/ Zhōngguó fāxíng huòbì de shì nǎ jiā yínháng?
B: 中国人民银行。/ Zhōngguó Rénmín Yínháng.

❺

A: What is present rate of exchange?

B: One US dollar is six point thirty-five *kuai*. The exchange rate is lower today.

A: Got you. I want to change 1,000 dollars. Can you give me some small change?

B: Absolutely! Your passport.

A: Here you are.

A: 现在的汇率是多少？/ Xiànzài de huìlǜ shì duōshao?
B: 一美元换六块三毛五人民币。今天汇率降了一点儿。/ Yì Měiyuán huàn liù kuài sānmáowǔ Rénmínbì. Jīntiān huìlǜ jiàng le yìdiǎnr.
A: 好的。我想换一千美元。您能给我点儿零钱吗？/ Hǎo de. Wǒ xiǎng huàn yìqiān Měiyuán. Nín néng gěi wǒ diǎnr língqián ma?
B: 当然可以！你的护照呢？/ Dāngrán kěyǐ! Nǐ de hùzhào ne?
A: 给你。/ Gěi nǐ.

12 RESTAURANT
饭馆 Fànguǎn

Vocabulary 词语

1. waiter/waitress
2. bartender
3. table
4. pile of plates
5. pressurized beer dispenser
6. champagne glass
7. toilet-room

1. 服务员 / fúwùyuán
2. 吧台服务生 / bātái fúwùshēng
3. 餐桌 / cānzhuō
4. 一摞盘子 / yíluò pánzi
5. 啤酒桶 / píjiǔtǒng
6. 香槟酒杯 / xiāngbīn jiǔbēi
7. 洗手间 / xǐshǒujiān

Sentences 句子

1. Please show me the bill of fares.
2. Please show me the menu.
3. The wine list, please.
4. Please lay another plate at this table.
5. Please bring me an extra cover.
6. Please dress me a fruit salad.
7. Please let me have…
8. Please remove…
9. May I trouble you for the …
10. Be so kind as to bring me …
11. Would you be so kind as to hand me …?

1. 请把账单给我。/ Qǐng bǎ zhàngdān gěi wǒ.
2. 请把菜单给我。/ Qǐng bǎ càidān gěi wǒ.
3. 请给我酒水单。/ Qǐng gěi wǒ jiǔshuǐdān.
4. 请再加一个盘子。/ Qǐng zài jiā yí ge pánzi.
5. 请再给我加一张桌布。/ Qǐng zài gěi wǒ jiā yì zhāng zhuōbù.
6. 请给我来一份水果沙拉。/ Qǐng gěi wǒ lái yí fèn shuǐguǒ shālà.
7. 请给我来……/ Qǐng gěi wǒ lái……
8. 请把……拿走吧。/ Qǐng bǎ…… názǒu ba.
9. 麻烦您把……递给我。/ Máfan nín bǎ…… dì gěi wǒ.
10. 请给我拿一点儿……/ Qǐng gěi wǒ ná yìdiǎnr……
11. 把……递给我，好吗？/ Bǎ…… dì gěi wǒ, hǎo ma?

12 RESTAURANT 饭馆

⑫ Oblige me with some more, if you please.
⑬ May I have a little to taste?
⑭ May I help you to ...?
⑮ May I pass you ...?
⑯ Will you take a little of ...?
⑰ Wouldn't you like to ...?
⑱ Help yourself to some ...
⑲ Have some more, please.
⑳ I should like to have some dumplings, please.
㉑ I think I'll manage a ...
㉒ Something light, please.
㉓ A dish of chipped potatoes stir-fry, please.
㉔ What is the price of the table d'hôte?
㉕ What cold dishes have you?
㉖ What vegetable courses have you today?
㉗ What can you suggest for dinner?
㉘ What would you advise me to take for the sweet?
㉙ What's listed in the sweets?
㉚ Is there no fish in the menu?
㉛ Let's have some fish for a change.
㉜ What vegetables do you take?
㉝ What wine would you like?

⑫ 麻烦你再给我来一点儿。/ Máfan nǐ zài gěi wǒ lái yìdiǎnr.
⑬ 我可以要一点儿尝尝吗？/ Wǒ kěyǐ yào yìdiǎnr chángchang ma?
⑭ 我帮你……吧。/ Wǒ bāng nǐ……ba.
⑮ 我递给你……吧。/ Wǒ dì gěi nǐ…… ba.
⑯ 你要不要来点儿……？/ Nǐ yào bu yào lái diǎnr……?
⑰ 你不要……吗？/ Nǐ búyào……ma?
⑱ 随便吃点……吧。/ Suíbiàn chī diǎnr……ba.
⑲ 请再来一些。/ Qǐng zài lái yìxiē.
⑳ 我想吃点儿饺子。/ Wǒ xiǎng chī diǎnr jiǎozi.
㉑ 我想我能吃一个……/ Wǒ xiǎng wǒ néng chī yí ge……
㉒ 来点儿清淡的。/ Lái diǎnr qīngdàn de.
㉓ 请来盘炒土豆丝。/ Qǐng lái pán chǎo tǔdòusī.
㉔ 一桌酒席多少钱？/ Yì zhuō jiǔxí duōshao qián?
㉕ 你们这儿有什么凉菜？/ Nǐmen zhèr yǒu shénme liángcài?
㉖ 今天你们有哪些素菜？/ Jīntiān nǐmen yǒu nǎxiē sùcài?
㉗ 晚餐你们有什么推荐的？/ Wǎncān nǐmen yǒu shénme tuījiàn de?
㉘ 你给我推荐一下甜点吧。/ Nǐ gěi wǒ tuījiàn yíxià tiándiǎn ba.
㉙ 菜单上都有什么甜点？/ Càidān shang dōu yǒu shénme tiándiǎn?
㉚ 菜单上没有鱼吗？/ Càidān shang méiyǒu yú ma?
㉛ 咱们换个口味，吃鱼吧。/ Zánmen huànge kǒuwèi, chī yú ba.
㉜ 你吃什么蔬菜？/ Nǐ chī shénme shūcài?
㉝ 你想喝什么酒？/ Nǐ xiǎng hē shénme jiǔ?

㉞ Do you take beer or wine?
㉟ What do you say to a bit of this?
㊱ Here you are. (Here it is.)
㊲ I'll bring you some in a moment.
㊳ You'd better take a cutlet, there's nothing else coming.
㊴ Bring the bill, please.
㊵ How much is the bill?
㊶ Do we pay the waitress or the cashier?

㉞ 你喝啤酒还是葡萄酒？/ Nǐ hē píjiǔ háishi pútaojiǔ?
㉟ 你觉得来点儿这个，怎么样？/ Nǐ juéde lái diǎnr zhè ge, zěnmeyàng?
㊱ 给您。/ Gěi nín.
㊲ 我马上拿来，请稍等。/ Wǒ mǎshàng ná lái, qǐng shāoděng.
㊳ 你最好吃点儿肉排，菜都上完了。/ Nǐ zuìhǎo chī diǎnr ròupái, cài dōu shàng wán le.
㊴ 结账。/ Jié zhàng.
㊵ 账单上多少钱？/ Zhàngdān shang duōshao qián?
㊶ 我们把钱给服务员还是给收银员？/ Wǒmen bǎ qián gěi fúwùyuán háishi gěi shōuyínyuán?

Conversations 会话

❶

A: Are there any vacant seats by the window?

B: Sorry, they are reserved.

A: Well, please let us sit somewhere quiet.

❶

A: 还有靠窗的空座位吗？/ Hái yǒu kào chuāng de kòng zuòwèi ma?

B: 对不起，都被预定了。/ Duìbuqǐ, dōu bèi yùdìng le.

A: 那请给我们找一个安静一点儿的地方吧。/ Nà qǐng gěi wǒmen zhǎo yí ge ānjìng yìdiǎnr de dìfāng ba.

❷

A: Would you like a set or order by the menu?

B: By the card, please.
A: Some salad?
B: Some fruit, please.
A: Do you want anything else?
B: That'll do. Thank you.

❷

A: 你是要套餐还是单点？/ Nǐ shì yào tàocān háishì dān diǎn?

B: 单点。/ Dān diǎn.
A: 来点儿沙拉吗？/ Lái diǎnr shālā ma?
B: 好，要水果的。/ Hǎo, yào shuǐguǒ de.
A: 还要别的吗？/ Hái yào biéde ma?
B: 不要了，谢谢。/ Búyào le, xièxie.

❸

A: What does the bill come to?
B: Here, please.
C: I'll settle the bill now and you pay the next time.
B: No, I won't allow you to pay the bill.
C: Let's go Dutch.

❹

A: If you don't mind, I'll pay the bill.
B: That is too dear.

❸

A: 谁来结账？/ Shuí lái jié zhàng?
B: 我来。/ Wǒ lái.
C: 这次我付钱，下次你再付。/ Zhè cì wǒ fù qián, xià cì nǐ zài fù.
B: 不行，我不能让你结账。/ Bùxíng, wǒ bùnéng ràng nǐ jié zhàng.
C: 那咱们 AA 制吧。/ Nà zánmen AA zhì ba.

❹

A: 我来结账，你别介意啊。/ Wǒ lái jié zhàng, nǐ bié jièyì a.
B: 让您破费了。/ Ràng nín pòfèi le.

13 TEA HOUSE, CAFE, BAR
—— 茶楼，咖啡厅，酒吧   Chálóu, kāfēitīng, jiǔbā

Vocabulary 词语

1. jasmine tea
2. oolong
3. green tea
4. black tea
5. whiskey
6. pulque
7. vodka
8. cocktail
9. red wine
10. white spirits
11. black coffee

1. 茉莉花茶 / mòlì huāchá
2. 乌龙茶 / wūlóngchá
3. 绿茶 / lǜchá
4. 红茶 / hóngchá
5. 威士忌 / wēishìjì
6. 龙舌兰 / lóngshélán
7. 伏特加 / fútèjiā
8. 鸡尾酒 / jīwěijiǔ
9. 红葡萄酒 / hóngpútaojiǔ
10. 白酒 / báijiǔ
11. 黑咖啡 / hēikāfēi

Sentences 句子

1. Will you have a cup of tea?
2. Strong or weak for you?
3. Pour me out a cup of tea.
4. I'd prefer a cup of hot tea.
5. Middling, please.
6. I'd like a cup of NESCAFE.
7. I like strong coffee with much cream and sugar.
8. I'm a moderate drinker.
9. I abstain from taking wine.

1. 喝杯茶怎么样？/ Hē bēi chá zěnmeyàng?
2. 你要浓点儿还是淡点儿？/ Nǐ yào nóng diǎnr háishi dàn diǎnr?
3. 请帮我倒一杯茶。/ Qǐng bāng wǒ dào yì bēi chá.
4. 我要杯热茶。/ Wǒ yào bēi rè chá.
5. 我要中杯。/ Wǒ yào zhōngbēi.
6. 给我来一杯雀巢咖啡。/ Gěi wǒ lái yì bēi Quècháo kāfēi.
7. 我喜欢放很多奶和糖的浓咖啡。/ Wǒ xǐhuan fàng hěn duō nǎi hé táng de nóng kāfēi.
8. 我的酒量一般。/ Wǒ de jiǔliàng yìbān.
9. 我戒酒了。/ Wǒ jièjiǔ le.

13 TEA HOUSE, CAFE, BAR 茶楼，咖啡厅，酒吧

⑩ I never touch wine.
⑪ He is fond of drinking.
⑫ He drained his glass to the dregs.
⑬ I find the music in the bar very obtrusive.
⑭ Cheers!
⑮ Your health! To you!

⑩ 我从不沾酒。/ Wǒ cóng bù zhān jiǔ.
⑪ 他喜欢喝酒。/ Tā xǐhuan hē jiǔ.
⑫ 他一口把酒喝光了。/ Tā yì kǒu bǎ jiǔ hē guāng le.
⑬ 我觉得酒吧里音乐太吵了。/ Wǒ juéde jiǔba li yīnyuè tài chǎo le.
⑭ 干杯！/ Gānbēi!
⑮ 为你的健康，干杯！/ Wèi nǐ de jiànkāng, gānbēi!

Conversations 会话

❶
A: Come over to me and we shall have a talk over a cup of tea.
B: That sounds great.

A: 来我这儿喝杯茶吧，咱们可以边喝边聊。/ Lái wǒ zhèr hē bēi chá ba, zánmen kěyǐ biān hē biān liáo.
B: 好啊。/ Hǎo a.

❷
A: What will you take with your coffee? Sugar or milk?
B: Both, please.
A: How much sugar?
B: Two lumps, please.

A: 你的咖啡里加点儿什么？糖还是奶？/ Nǐ de kāfēi li jiā diǎnr shénme? Táng háishi nǎi?
B: 都要。/ Dōu yào.
A: 多少糖？/ Duōshao táng?
B: 两块。/ Liǎng kuài.

❸
A: A cigar?
B: No, I don't smoke.
A: I'm still a heavy smoker.

A: 来支雪茄？/ Lái zhī xuějiā?
B: 不，我不抽烟。/ Bù, wǒ bù chōuyān.
A: 我的烟瘾还是很大。/ Wǒ de yānyǐn háishì hěn dà.

❹
A: Wouldn't it be nice to sit and talk over a cheerful glass of wine?
B: Good idea.
A: The wine here seems a bit flat.
B: But I like it very much.

A: 坐下来喝点儿酒，边喝边聊，多好啊！/ Zuò xiàlai hē diǎnr jiǔ, biān hē biān liáo, duō hǎo a!
B: 好主意。/ Hǎo zhǔyi.
A: 这酒度数不高。/ Zhè jiǔ dùshù bù gāo.
B: 但是我很喜欢。/ Dànshì wǒ hěn xǐhuan.

14 SHOPPING MALL
——购物中心 Gòuwù Zhōngxīn

Vocabulary 词语

1. escalator
2. lift
3. mirror
4. counter
5. salesgirl, salesman
6. show case
7. materials
8. fitting-room
9. poster
10. underwear
11. clothing department
12. photography department
13. sports department
14. men's clothing department
15. women's clothing department
16. shoe department
17. food department
18. drapery (textiles) department
19. toy department
20. stationery department
21. price
22. price tag
23. price list
24. cheap
25. expensive
26. discount
27. voucher, coupon

1. 扶梯 / fútī
2. 电梯 / diàntī
3. 镜子 / jìngzi
4. 柜台 / guìtái
5. 店员 / diànyuán
6. 展柜 / zhǎnguì
7. 布料 / bùliào
8. 试衣间 / shìyījiān
9. 宣传海报 / xuānchuán hǎibào
10. 内衣 / nèiyī
11. 服装区 / fúzhuāngqū
12. 摄影器材区 / shèyǐng qìcáiqū
13. 运动区 / yùndòngqū
14. 男装区 / nánzhuāngqū
15. 女装区 / nǚzhuāngqū
16. 鞋区 / xiéqū
17. 食品区 / shípǐnqū
18. 纺织品区 / fǎngzhīpǐnqū
19. 玩具区 / wánjùqū
20. 文具区 / wénjùqū
21. 价钱 / jiàqián
22. 价签 / jiàqiān
23. 价目表 / jiàmùbiǎo
24. 便宜 / piányi
25. 贵 / guì
26. 打折 / dǎ zhé
27. 优惠券 / yōuhuìquàn

14 SHOPPING MALL 购物中心

Sentences 句子

① Please show me something in a different style.
② Have you a salesman who speaks English?
③ This is too narrow.
④ This is too wide.
⑤ It doesn't suit me.
⑥ Where shall I pay?
⑦ Can you have it shortened?
⑧ Can you have it changed?
⑨ When will it be ready?
⑩ Please wrap all these together.
⑪ What is the price of this skirt?
⑫ How much does this T-shirt cost?
⑬ Name your price.
⑭ The shop prices are lower than the market prices.
⑮ Prices have jumped.
⑯ The price is indicated on the tag.
⑰ You have asked too high a price.
⑱ Tell me your lowest price.
⑲ It's a moderate price, madam.
⑳ This is the bottom price.

① 请给我拿些别的款式来看看。/ Qǐng gěi wǒ ná xiē biéde kuǎnshì lái kànkan.
② 你们有说英语的店员吗？/ Nǐmen yǒu shuō Yīngyǔ de diànyuán ma?
③ 这个太瘦了。/ Zhè ge tài shòu le.
④ 这个太肥了。/ Zhè ge tài féi le.
⑤ 这个不适合我。/ Zhè ge bú shìhé wǒ.
⑥ 我在哪儿交钱？/ Wǒ zài nǎr jiāo qián?
⑦ 你能把这个改短吗？/ Nǐ néng bǎ zhè ge gǎiduǎn ma?
⑧ 你能把这儿改一改吗？/ Nǐ néng bǎ zhèr gǎiyigǎi ma?
⑨ 这个什么时候能弄好？/ Zhè ge shénme shíhou néng nònghǎo?
⑩ 请把这些都包起来。/ Qǐng bǎ zhèxiē dōu bāo qilai.
⑪ 这条裙子的价钱是多少？/ Zhè tiáo qúnzi de jiàqián shì duōshao?
⑫ 这件T恤衫花了多少钱？/ Zhè jiàn T xù shān huāle duōshao qián?
⑬ 你说个价吧。/ Nǐ shuō ge jià ba.
⑭ 这家店的价格比市场的价格低一点儿。/ Zhè jiā diàn de jiàgé bǐ shìchǎng de jiàgé dī yìdiǎnr.
⑮ 价格已经上涨了。/ Jiàgé yǐjīng shàngzhǎng le.
⑯ 价钱在价签上。/ Jiàqián zài jiàqiān shang.
⑰ 你的要价太高了。/ Nǐ de yàojià tài gāo le.
⑱ 说个最低价吧。/ Shuō ge zuìdījià ba.
⑲ 太太，这个价钱已经很公道了。/ Tàitai, zhè ge jiàqián yǐjīng hěn gōngdao le.
⑳ 这是最低价了。/ Zhè shì zuìdījià le.

㉑ We never ask exorbitant prices.

㉒ I am undercharging you as it is.

㉓ It's well worth the money.
㉔ It is free of charge.
㉕ I have paid twice as much.

㉑ 我们从来不要高价。/ Wǒmen cónglái bú yào gāojià.

㉒ 我给你的价钱已经很低了。/ Wǒ gěi nǐ de jiàqián yǐjīng hěn dī le.

㉓ 它值这个价。/ Tā zhí zhè ge jià.
㉔ 这是免费的。/ Zhè shì miǎnfèi de.
㉕ 我花了两倍的价钱。/ Wǒ huā le liǎng bèi de jiàqián.

Conversations 会话

①

A: How do I get to the cosmetic department?

B: Get up in the lift to the first floor.
A: Thank you.

A: 去化妆品柜台怎么走？/ Qù huàzhuāngpǐn guìtái zěnme zǒu?

B: 坐电梯到一层。/ Zuò diàntī dào yī céng.
A: 谢谢您。/ Xièxie nín.

②

A: How much is it?
B: 120 yuan.
A: May I try it on?
B: Certainly. What's your size?

A: I take size 36.

A: 多少钱？/ Duōshao qián?
B: 120 块。/ Yìbǎi èrshí kuài.
A: 我能试一下吗？/ Wǒ néng shì yíxià ma?
B: 当然可以。您穿多大号的？/ Dāngrán kěyǐ. Nín chuān duōdà hào de?

A: 我穿36号的。/ Wǒ chuān sānshíliù hào de.

③

A: It's too expensive! Do you give any discount?

B: Yes. It's at 15% discount with the VIP card.

A: It's still not cheap.

A: 太贵了！有折扣吗？/ Tài guì le. Yǒu zhékòu ma?

B: 有。有VIP卡的话可以打85折。/ Yǒu. Yǒu VIP kǎ dehuà kěyǐ dǎ bā wǔ zhé.

A: 还是不便宜。/ Háishi bù piányi.

④

A: The sweater shrank after I washed it. I want to return it.

A: 这件毛衫洗了以后就缩水了。我想退掉。/ Zhè jiàn máoshān xǐ le yǐhòu jiù suōshuǐ le. Wǒ xiǎng tuìdiào.

14 SHOPPING MALL 购物中心

B: Do you have your receipt now?
A: Yes. Here you are.
B: O.K. I will give your money back soon.

B: 你带小票了吗？/ Nǐ dài xiǎopiào le ma?
A: 带了。给你。/ Dài le. Gěi nǐ.
B: 好的。我马上退给您钱。/ Hǎo de. Wǒ mǎshàng tuì gěi nín qián.

❺

A: How much is this china vase?

B: 500 yuan.
A: Have you anything a little cheaper?

B: If you find these dear, I can show you cheaper ones, but they are not so good.

❺

A: 这个瓷花瓶多少钱？/ Zhè ge cíhuāpíng duōshao qián?
B: 五百块。/ Wǔbǎi kuài.
A: 有没有便宜一点儿的？/ Yǒu méiyou piányi yìdiǎnr de?
B: 要是你觉得太贵了，有便宜点儿的，但是质量就没这么好了。/ Yàoshì nǐ juéde tài guì le, yǒu piányi yìdiǎnr de, dànshì zhìliàng jiù méi zhème hǎo le.

❻

A: I think it's still over the average price.

B: Sorry, madam, we have fixed prices here. I can not make it cheaper anymore.

❻

A: 我觉得这个价格还是比市场价高。/ Wǒ juéde zhè ge jiàgé háishi bǐ shìchǎngjià gāo.
B: 对不起，这位女士，我们这里是明码标价的，真不能再少了。/ Duìbuqǐ, zhè wèi nǚshì, wǒmen zhèli shì míngmǎ biāojià de. zhēn bù néng zài shǎo le.

15 POST OFFICE —— 邮局 Yóujú

Vocabulary 词语

1. post office / 邮局 / yóujú
2. Central Post Office (C. P. O.) / 邮政总局 / yóuzhèng zǒngjú
3. postal-order / 汇票，汇单 / huìpiào, huìdān
4. stamp / 邮票 / yóupiào
5. P.O. box / 邮政信箱 / yóuzhèng xìnxiāng
6. parcel counter / 包裹柜台 / bāoguǒ guìtái
7. telephone callbox / 电话亭 / diànhuàtíng
8. air-mail / 航空邮件 / hángkōng yóujiàn
9. postman / 邮递员 / yóudìyuán
10. sender / 寄信人，寄件人 / jìxìn rén, jìjiàn rén
11. addressee / 收信人，收件人 / shōuxìn rén, shōujiàn rén
12. postal mark / 邮戳 / yóuchuō
13. postage / 邮费 / yóufèi
14. return address / 退件地址 / tuìjiàn dìzhǐ
15. local letter / 本地信件 / běndì xìnjiàn
16. international letter / 国际信件 / guójì xìnjiàn
17. ordinary letter / 平信 / píngxìn
18. registered letter / 挂号信 / guàhàoxìn
19. addressee unknown / 收件人不明 / shōujiànrén bù míng
20. to return to sender / 退回发件人 / tuìhuí fājiànrén
21. moved away / 投至别处 / tóu zhì biéchù
22. no address given / 无该地址 / wú gāi dìzhǐ
23. parcel post window / 包裹邮寄窗口 / bāoguǒ yóujì chuāngkǒu
24. money orders window / 邮政汇票窗口 / yóuzhèng huìpiào chuāngkǒu
25. to fill in a form / 填写表格 / tiánxiě biǎogé
26. to sign for / 签收 / qiānshōu
27. to get a receipt / 拿收据 / ná shōujù

15 POST OFFICE 邮局

㉘ to weigh a parcel
㉙ to declare the value of a parcel
㉚ to deliver a letter
㉛ to receive a letter

㉘ 称包裹 / chēng bāoguǒ
㉙ 申报包裹价值 / shēnbào bāoguǒ jiàzhí
㉚ 投递邮件 / tóudì yóujiàn
㉛ 收到信件 / shōudào xìnjiàn

Sentences 句子

❶ It's an anonymous letter.
❷ What is the registered postage rate?
❸ I want it sent by "special delivery".
❹ Air-mail letters and postcards can be sent to many overseas countries. Enquire at local post office for full details and charges.
❺ At what time must one post a letter to make sure it will reach Shanghai Friday?
❻ How much does an air-mail letter to England cost?
❼ It's an official letter.
❽ Give me a one-*yuan* stamp, please.
❾ Give me a postcard, please.
❿ What is the weight limit for parcel-post deliveries?
⓫ Have you packing service here?
⓬ Can I get a receipt for the charges on this parcel?
⓭ I want to send a money-order by mail.

❶ 这是封匿名信。/ Zhè shì fēng nìmíngxìn.
❷ 挂号信的邮费是多少？/ Guàhàoxìn de yóufèi shì duōshao?
❸ 我想寄快递。/ Wǒ xiǎng jì kuàidì.
❹ 航空信和明信片可以寄到很多海外国家。具体细节及资费请向当地邮局咨询。/ Hángkōngxìn hé míngxìnpiàn kěyǐ jìdào hěn duō hǎiwài guójiā. Jùtǐ xìjié jí zīfèi qǐng xiàng dāngdì yóujú zīxún.
❺ 要保证信件周五到达上海，必须什么时候寄出去？/ Yào bǎozhèng xìnjiàn zhōuwǔ dàodá Shànghǎi, bìxū shénme shíhou jì chuqu?
❻ 往英国寄航空信多少钱？/ Wǎng Yīngguó jì hángkōngxìn duōshao qián?
❼ 这是封公函。/ Zhè shì fēng gōnghán.
❽ 请给我一张1块钱的邮票。/ Qǐng gěi wǒ yì zhāng yí kuài qián de yóupiào.
❾ 请给我拿一张明信片。/ Qǐng gěi wǒ ná yì zhāng míngxìnpiàn.
❿ 包裹的限重是多少？/ Bāoguǒ de xiànzhòng shì duōshao?
⓫ 你们有没有包装服务？/ Nǐmen yǒu méiyǒu bāozhuāng fúwù?
⓬ 能不能给我一张包裹费用的收据？/ Néng bùnéng gěi wǒ yì zhāng bāoguǒ fèiyòng de shōujù?
⓭ 我想寄一张汇票。/ Wǒ xiǎng jì yì zhāng huìpiào.

⑭ Don't forget to fill in the reverse side of the form.
⑮ When will it be delivered?

⑭ 别忘了把表格反面也填好。/ Bié wàng le bǎ biǎogé fǎnmiàn yě tiánhǎo.
⑮ 什么时候能寄到? / Shénme shíhou néng jìdào?

Conversations 会话

❶
A: Where can I post a letter?
B: The third window to the right.

❶
A: 把信投放在哪里? / Bǎ xìn tóufàng zài nǎli?
B: 右边第三个窗口。/ Yòubiān dìsān ge chuāngkǒu.

❷
A: At which window do they deal with parcels?
B: Window 4, please.

❷
A: 哪个窗口办理包裹邮寄业务? / Nǎ ge chuāngkǒu bànlǐ bāoguǒ yóujì yèwù?
B: 请到四号窗口。/ Qǐng dào sì hào chuāngkǒu.

❸
A: How do you want to send this printed matter? By sea or air?
B: I want to send this by sea.

❸
A: 您想怎么寄这个印刷品? 海运还是空运? / Nǐ xiǎng zěnme jì zhè ge yìnshuāpǐn? Hǎiyùn háishì kōngyùn?
B: 我想用海运的方式寄。/ Wǒ xiǎng yòng hǎiyùn de fāngshì jì.

❹
A: Do you need to have this letter registered?
B: Yes.

❹
A: 这封信要寄挂号吗? / Zhè fēng xìn yào jì guàhào ma?
B: 要。/ Yào.

16 HOSPITAL
—— 医院 Yīyuàn

Vocabulary 词语

1. doctor
2. surgeon
3. nurse
4. dentist
5. anesthetist
6. patient
7. card index of the patients
8. to register
9. internal medicine
10. surgery
11. paediatics
12. obstetrics and gynecology
13. ophthalmology
14. neurology
15. otolaryngology
16. thermometer
17. sphygmomanometer
18. stethoscope
19. symptom
20. to faint
21. to cough
22. to vomit
23. fracture
24. headache
25. tonsillitis
26. appendicitis
27. asthma
28. bronchitis

1. 医生 / yīshēng
2. 外科医生 / wàikē yīshēng
3. 护士 / hùshi
4. 牙医 / yáyī
5. 麻醉师 / mázuìshī
6. 病人 / bìngrén
7. 病历卡 / bìnglìkǎ
8. 挂号 / guà hào
9. 内科 / nèikē
10. 外科 / wàikē
11. 儿科 / érkē
12. 妇科 / fùkē
13. 眼科 / yǎnkē
14. 神经内科 / shénjīng nèikē
15. 耳鼻喉科 / ěrbíhóukē
16. 体温计 / tǐwēnjì
17. 血压计 / xuèyājì
18. 听诊器 / tīngzhěnqì
19. 症状 / zhèngzhuàng
20. 晕倒 / yūndǎo
21. 咳嗽 / késòu
22. 呕吐 / ǒutù
23. 骨折 / gǔzhé
24. 头疼 / tóuténg
25. 扁桃体炎 / biǎntáotǐyán
26. 阑尾炎 / lánwěiyán
27. 哮喘 / xiàochuǎn
28. 支气管炎 / zhīqìguǎnyán

㉙ inflammation	㉙ 炎症 / yánzhèng
㉚ pneumonia	㉚ 肺炎 / fèiyán
㉛ influenza	㉛ 流行性感冒 / liúxíngxìng gǎnmào
㉜ fever	㉜ 发烧 / fāshāo
㉝ constipation	㉝ 便秘 / biànmì
㉞ bleeding	㉞ 流血 / liú xiě
㉟ diarrhea	㉟ 腹泻 / fùxiè
㊱ cancer	㊱ 癌症 / áizhèng
㊲ rheumatism	㊲ 风湿病 / fēngshībìng
㊳ heart disease	㊳ 心脏病 / xīnzàngbìng
㊴ consumption	㊴ 肺病 / fèibìng
㊵ AIDS	㊵ 艾滋病 / àizībìng
㊶ incurable disease	㊶ 不治之症 / bú zhì zhī zhèng
㊷ epidemic disease	㊷ 流行病 / liúxíngbìng
㊸ infection disease	㊸ 传染病 / chuánrǎnbìng
㊹ ambulance	㊹ 救护车 / jiùhùchē
㊺ rescuer	㊺ 救生员 / jiùshēngyuán
㊻ stretcher	㊻ 担架 / dānjià
㊼ first-aid kit	㊼ 急救包 / jíjiùbāo
㊽ oxygen mask	㊽ 氧气面罩 / yǎngqì miànzhào
㊾ sterile dressing	㊾ 消毒纱布 / xiāodú shābù
㊿ tourniquet	㊿ 止血绷带 / zhǐxiě bēngdài
51 to stop bleeding	51 止血 / zhǐ xiě
52 to bind up	52 包扎伤口 / bāozhā shāngkǒu
53 to rescue a drowning person	53 抢救溺水者 / qiǎngjiù nìshuǐzhě
54 dislocation	54 脱臼 / tuō jiù
55 fractured leg	55 腿部骨折 / tuǐbù gǔzhé
56 emergency splint for fractures	56 骨折用夹板 / gǔzhéyòng jiābǎn
57 internal injury	57 内伤 / nèishāng
58 shock	58 休克 / xiūkè
59 failure of respiration	59 呼吸停止 / hūxī tíngzhǐ
60 artificial respiration	60 人工呼吸 / réngōng hūxī
61 thorax method	61 胸外心脏按压 / xiōngwài xīnzàng ànyā

HOSPITAL 医院

Sentences 句子

❶ Keep patient in comfortable position and head level with body, until the nature of the injury is known.

❷ He is an emergency case.

❸ My wife has been in a maternity hospital.

❹ The staff of the hospital, especially the nurses, is very kind.

❺ Where is the chest hospital?

❻ I have a raging toothache; I must have my teeth treated.

❼ When were you treated last?

❽ Must I really have my tooth drawn?

❾ There is a cavity that needs filling.

❿ Rinse your mouth with this mouth-wash.

⓫ I have a blinding headache.

⓬ I feel there is something wrong with my eye.

⓭ After the operation you will recover your eyesight.

⓮ I have an earache.

⓯ You must go to the clinic at once.

⓰ I'm going to see a doctor.

❶ 应该使病人保持一个相对舒适的姿势，头部与身体水平，直到确定其伤势。/ Yīnggāi shǐ bìngrén bǎochí yí ge xiāngduì shūshì de zīshì, tóubù yǔ shēntǐ shuǐpíng, zhídào quèdìng qí shāngshì.

❷ 他是急诊病人。/ Tā shì jízhěn bìngrén.

❸ 我妻子已经入院待产了。/ Wǒ qīzi yǐjīng rù yuàn dàichǎn le.

❹ 这家医院的全体职工都非常好，特别是那些护士。/ Zhè jiā yīyuàn de quántǐ zhígōng dōu fēicháng hǎo, tèbié shì nàxiē hùshi.

❺ 哪儿有专门的胸科医院？/ Nǎr yǒu zhuānmén de xiōngkē yīyuàn?

❻ 我的牙疼得要命，我得治治牙。/ Wǒ de yá téng de yàomìng, wǒ děi zhìzhi yá.

❼ 你最近一次接受治疗是什么时候？/ Nǐ zuì jìn yí cì jiēshòu zhìliáo shì shénme shíhou?

❽ 我真的必须拔牙吗？/ Wǒ zhēn de bìxū bá yá ma?

❾ 你的牙有个洞，必须补上。/ Nǐ de yá yǒu ge dòng, bìxū bǔshang.

❿ 用这种漱口水漱漱口。/ Yòng zhèzhǒng shùkǒushuǐ shùshu kǒu.

⓫ 我头疼得厉害。/ Wǒ tóu téng de lìhai.

⓬ 我感觉眼睛不舒服。/ Wǒ gǎnjué yǎnjing bù shūfu.

⓭ 做了手术你的视力就会恢复。/ Zuò le shǒushù nǐ de shìlì jiù huì huīfù.

⓮ 我的耳朵痛。/ Wǒ de ěrduo tòng.

⓯ 你必须马上去诊所。/ Nǐ bìxū mǎshàng qù zhěnsuǒ.

⓰ 我要去看病。/ Wǒ yào qù kàn bìng.

⑰ Let me check your lungs.
⑱ There is a little fever.
⑲ Do you sleep well?
⑳ Where did you get that hoarse throat?

㉑ Is it hard to swallow?
㉒ Have you any sensation of nausea? (/Do you feel nauseous?)
㉓ There is nothing much wrong with you; you'll be all right soon.
㉔ You have caught a cold and that's why you cough.
㉕ You will have to be X-rayed.
㉖ I shall have your blood tested.
㉗ You'd better stay in bed.
㉘ Be careful, or there may be complications.
㉙ I feel miserable; it seems I am ill.
㉚ It's an inherited sickness, I believe.
㉛ My throat is sore.
㉜ My nose is clogged up.
㉝ My temperature is 37.8℃.
㉞ Put the thermometer under your arm-pit.
㉟ Take this medicine twice a day after meals.
㊱ That must be taken on an empty stomach.

⑰ 检查一下肺。/ Jiǎnchá yíxià fèi.
⑱ 有点儿发烧。/ Yǒudiǎnr fāshāo.
⑲ 你睡得好不好？/ Nǐ shuì de hǎo bu hǎo?
⑳ 你嗓子怎么哑了？/ Nǐ sǎngzi zěnme yǎ le?
㉑ 吞咽困难吗？/ Tūnyàn kùnnan ma?
㉒ 你觉得恶心想吐吗？/ Nǐ juéde ěxin xiǎng tù ma?
㉓ 你没什么大病，很快就能好。/ Nǐ méi shénme dà bìng, hěn kuài jiù néng hǎo.
㉔ 你感冒了，所以咳嗽。/ Nǐ gǎnmào le, suǒyǐ késou.
㉕ 你应该拍个片儿。/ Nǐ yīnggāi pāi ge piānr.
㉖ 我给你验一下血。/ Wǒ gěi nǐ yàn yíxià xiě.
㉗ 你最好卧床休息。/ Nǐ zuìhǎo wò chuáng xiūxi.
㉘ 你要注意，否则会有并发症。/ Nǐ yào zhùyì, fǒuzé huì yǒu bìngfāzhèng.
㉙ 我觉得很难受，好像病了。/ Wǒ juéde hěn nánshòu, hǎoxiàng bìng le.
㉚ 我确信这是遗传病。/ Wǒ quèxìn zhè shì yíchuánbìng.
㉛ 我嗓子疼。/ Wǒ sǎngzi téng.
㉜ 我鼻子不通。/ Wǒ bízi bù tōng.
㉝ 我的体温是三十七度八。/ Wǒ de tǐwēn shì sānshíqī dù bā.
㉞ 把体温计放在腋下。/ Bǎ tǐwēnjì fàng zài yèxià.
㉟ 这种药一天两次，饭后服用。/ Zhè zhǒng yào yì tiān liǎng cì, fànhòu fúyòng.
㊱ 这种药必须空腹服用。/ Zhè zhǒng yào bìxū kōngfù fúyòng.

HOSPITAL 医院

Conversations 会话

❶

A: May I see Doctor Wang?
B: Yes, he is in Room 20.

❷

A: Dora, it is necessary to remember two telephone numbers in case of emergent illness in china.
B: Sure! Which two?
A: 120 and 999.

❸

A: What's wrong with you?
B: I have had a faint.
A: How long has it been since you began to feel bad?
B: About two days.
A: Have you any appetite?
B: No, I don't want to eat anything.
A: Does this often happen with you?
B: No.
A: I shall write you a prescription.

❶

A: 我可以找一下王大夫吗？/ Wǒ kěyǐ zhǎo yíxià Wáng dàifu ma?
B: 可以，他在20号。/ Kěyǐ, tā zài èrshí hào.

❷

A: 多拉，在中国很有必要记住两个电话号码，以防突发疾病。/ Duōlā, zài Zhōngguó hěn yǒu bìyào jìzhù liǎng ge diànhuà hàomǎ, yǐfáng tūfā jíbìng.
B: 好的！哪两个？/ Hǎo de! Nǎ liǎng ge?
A: 120和999。/ Yāo-èr-líng hé jiǔ-jiǔ-jiǔ.

❸

A: 你怎么了？/ Nǐ zěnme le?
B: 我有点儿头晕。/ Wǒ yǒudiǎnr tóu yūn.
A: 你什么时候开始不舒服的？/ Nǐ shénme shíhou kāishǐ bù shūfu de?
B: 差不多两天了。/ Chàbuduō liǎng tiān le.
A: 你有没有胃口？/ Nǐ yǒu méiyǒu wèikǒu?
B: 没有，我什么都不想吃。/ Méiyǒu, wǒ shénme dōu bù xiǎng chī.
A: 这种情况频繁吗？/ Zhè zhǒng qíngkuàng pínfán ma?
B: 不。/ Bù.
A: 我给你开个药方。/ Wǒ gěi nǐ kāi ge yàofāng.

17 CINEMA
电影院 Diànyǐngyuàn

Vocabulary 词语

1. screen
2. ticket
3. tip-up seat
4. balcony
5. entrance
6. emergency light
7. cinema-goer
8. usher
9. ticket-collector
10. film/picture, movie
11. documentary film
12. feature film
13. thriller
14. horror-film
15. newsreel
16. popular science film
17. comedy (film)
18. cartoon
19. science fiction film
20. advertisement film
21. three-dimensional film
22. short film
23. digital film
24. photographic film
25. subtitle (/caption)
26. the title of a film

1. 屏幕 / píngmù
2. 电影票 / diànyǐngpiào
3. 翻椅座位 / fānyǐ zuòwèi
4. 包厢 / bāoxiāng
5. 入口 / rùkǒu
6. 应急照明灯 / yìngjí zhàomíngdēng
7. 电影迷 / diànyǐngmí
8. 引座员 / yǐnzuòyuán
9. 检票员 / jiǎnpiàoyuán
10. 电影 / diànyǐng
11. 纪录片 / jìlùpiàn
12. 故事片 / gùshipiàn
13. 惊悚片 / jīngsǒngpiàn
14. 恐怖片 / kǒngbùpiàn
15. 新闻片 / xīnwénpiàn
16. 科普片 / kēpǔpiàn
17. 喜剧片 / xǐjùpiàn
18. 卡通片，动画片 / kǎtōngpiàn, dònghuàpiàn
19. 科幻片 / kēhuànpiàn
20. 广告片 / guǎnggàopiàn
21. 三维立体 / 3D 电影 / sānwéi lìtǐ / 3D diànyǐng
22. 电影短片 / diànyǐng duǎnpiàn
23. 数字电影 / shùzì diànyǐng
24. 胶片电影 / jiāopiàn diànyǐng
25. 字幕 / zìmù
26. 影片名 / yǐngpiànmíng

17 CINEMA 电影院

㉗ director
㉘ leading male/female
㉙ producer
㉚ box office

㉗ 导演 / dǎoyǎn
㉘ 男 / 女主角 / nán/nǚ zhǔjué
㉙ 制片人 / zhìpiànrén
㉚ 票房 / piàofáng

Sentences 句子

❶ Hurry up, the cinema's letting out.

❷ In the US alone, this film is in Top Ten box office earners of all time.

❸ There is a queue outside the ticket barrier.

❶ 快点儿，电影院要清场了。/ Kuàidiǎnr, diànyǐngyuàn yào qīng chǎng le.

❷ 仅在美国，这部电影的票房收入就一直名列前十位。/ Jǐn zài Měiguó, zhè bù diànyǐng de piàofáng shōurù jiù yìzhí míng liè qián shí wèi.

❸ 检票口外面排起了长队。/ Jiǎnpiàokǒu wàimian páiqi le cháng duì.

Conversations 会话

❶
A: Can I enter now?
B: Sorry, nobody is admitted to the hall during the show.
A: Can I return the ticket?
B: Sorry, sir. I am afraid not.

❶
A: 我现在能进去吗？/ Wǒ xiànzài néng jìnqu ma?
B: 对不起，放映期间谁都不能进大厅。/ Duìbuqǐ, fàngyìng qījiān shuí dōu bù néng jìn dàtīng.
A: 我能退票吗？/ Wǒ néng tuì piào ma?
B: 对不起，先生。恐怕不能。/ Duìbuqǐ, xiānsheng. Kǒngpà bù néng.

❷
A: Do you know the Best Picture of Academy Award this year?
B: Of course, I know.
A: Where is this film showing?

❷
A: 你知道今年的奥斯卡最佳影片吗？/ Nǐ zhīdào jīnnián de Àosīkǎ zuì jiā yǐngpiàn ma?
B: 当然知道。/ Dāngrán zhīdào.
A: 这个电影在哪里放？/ Zhè ge diànyǐng zài nǎli fàng?

B: In all the cinemas of Beijing.

B: 北京所有的电影院都放。/ Běijīng suǒyǒu de diànyǐngyuàn dōu fàng.

❸

A: Did you see that movie with your DVD player or in the cinema?

B: In the cinema.

A: Do you like the atmosphere there?

B: Yes, I am much easier to be dragged into the movie world in the cinema.

A: 你用DVD机看的这部电影还是去电影院看的？/ Nǐ yòng DVDjī kàn de zhè bù diànyǐng háishì qù diànyǐngyuàn kàn de?

B: 在电影院看的。/ Zài diànyǐngyuàn kàn de.

A: 你喜欢那儿的气氛吗？/ Nǐ xǐhuan nàr de qìfēn ma?

B: 是啊，在电影院，我很容易就被带到电影情节中了。/ Shì a, zài diànyǐngyuàn, wǒ hěn róngyì jiù bèi dàidào diànyǐng qíngjié zhōng le.

❹

A: It's heard that the studio invested forty million in this film.

B: Yes. But it turned out to be a real bomb—it didn't make enough to get back the investment.

A: 听说这个电影投资了四千万美元。/ Tīngshuō zhè ge diànyǐng tóuzī le sìqiānwàn Měiyuán.

B: 是的，可惜上座率太低，连本钱都没收回来。/ Shì de, kěxī shàngzuòlǜ tài dī, lián běnqián dōu méi shōu huílai.

18 THEATRE
—— 剧院　Jùyuàn

Vocabulary 词语

1. dress circle
2. pit
3. box
4. curtain
5. scenery
6. stage
7. tragedy
8. comedy
9. drama
10. opera
11. Beijing opera
12. performance
13. premiere
14. rehearsal
15. dress rchearsal
16. make-up man
17. cast

1. 前排座位 / qiánpái zuòwèi
2. 后排座位 / hòupái zuòwèi
3. 包厢 / bāoxiāng
4. 幕布 / mùbù
5. 场景 / chǎngjǐng
6. 舞台 / wǔtái
7. 悲剧 / bēijù
8. 喜剧 / xǐjù
9. 话剧 / huàjù
10. 歌剧 / gējù
11. 京剧 / jīngjù
12. 表演 / biǎoyǎn
13. 首次公演 / shǒucì gōngyǎn
14. 排练 / páiliàn
15. 彩排 / cǎipái
16. 化妆师 / huàzhuāngshī
17. 演员表 / yǎnyuánbiǎo

Sentences 句子

1. What is the seating capacity of the house?
2. What is the lowest admission fee?
3. You can't imagine how difficult it is to get a ticket.

1. 这家剧院一共有多少座位？/ Zhè jiā jùyuàn yígòng yǒu duōshao zuòwèi?
2. 最低的票价是多少？/ Zuì dī de piàojià shì duōshao?
3. 你都想不到买一张票有多难。/ Nǐ dōu xiǎngbudào mǎi yì zhāng piào yǒu duō nán.

④ For any popular play it's advisable to book seats in advance.

⑤ You were indeed fortunate to get such good seats.

⑥ Do you have an extra ticket?

⑦ We might pick up a ticket at the entrance.

⑧ There are many ticket sharks that sell tickets at the entrance.

⑨ Let's phone the box-office and try to reserve tickets.

⑩ Can we exchange our seats?

⑪ Let's mount to our seats in the balcony.

⑫ I'm eager for the performance to begin.

⑬ Oh, let's hurry! There goes the bell.

⑭ Whenever he performed, the audience would fill the house up to the very doors.

⑮ I've never seen anything half so splendid.

⑯ I was deeply impressed by the play.

⑰ It's too lovely for words!

⑱ I can hardly put into words what I think of it.

⑲ The play was received by the public well.

④ 想看比较热门的戏剧的话，最好提前订票。/ Xiǎng kàn bǐjiào rèmén de xìjù dehuà, zuìhǎo tíqián dìng piào.

⑤ 你竟然能买到这么好的座位，运气真好。/ Nǐ jìngrán néng mǎidào zhème hǎo de zuòwèi, yùnqi zhēn hǎo.

⑥ 你有多余的票吗？/ Nǐ yǒu duōyú de piào ma?

⑦ 我们也许可以在入口处买到票。/ Wǒmen yěxǔ kěyǐ zài rùkǒuchù mǎidào piào.

⑧ 入口处有很多票贩子在卖票。/ Rùkǒuchù yǒu hěn duō piàofànzi zài mài piào.

⑨ 我们给售票处打电话，看能否预订到票。/ Wǒmen gěi shòupiàochù dǎ diànhuà, kàn néngfǒu yùdìng dào piào.

⑩ 咱们能换一下座位吗？/ Zánmen néng huàn yíxià zuòwèi ma?

⑪ 咱们到楼上的包厢去坐吧。/ Zánmen dào lóushàng de bāoxiāng qù zuò ba.

⑫ 我盼着表演早点儿开始。/ Wǒ pànzhe biǎoyǎn zǎodiǎnr kāishǐ.

⑬ 快点儿，铃已经响了。/ Kuàidiǎnr, líng yǐjīng xiǎng le.

⑭ 只要有他的表演，剧院都会座无虚席。/ Zhǐyào yǒu tā de biǎoyǎn, jùyuàn dōu huì zuòwúxūxí.

⑮ 我从没看过如此精彩的表演。/ Wǒ cóng méi kànguo rúcǐ jīngcǎi de biǎoyǎn.

⑯ 我被这个戏剧深深地打动了。/ Wǒ bèi zhè ge xìjù shēnshēn de dǎdòng le.

⑰ 好得无法形容了。/ Hǎo de wúfǎ xíngróng le.

⑱ 我几乎无法用语言表达我的感受。/ Wǒ jīhū wúfǎ yòng yǔyán biǎodá wǒ de gǎnshòu.

⑲ 这出戏受到了公众的好评。/ Zhè chū xì shòudào le gōngzhòng de hǎopíng.

㉠ There was no end to the applause when it was over.

㉑ They were strewn with flowers.

㉒ There was an outburst of applause when the singer finished his song.

㉓ Her success was beyond all expectation.

㉠ 演出结束的时候,掌声经久不息。/ Yǎnchū jiéshù de shíhou, zhǎngshēng jīngjiǔbùxī.

㉑ 他们收到了很多献花。/ Tāmen shōudào le hěn duō xiànhuā.

㉒ 当歌手演唱结束的时候,响起了雷鸣般的掌声。/ Dāng gēshǒu yǎnchàng jiéshù de shíhou, xiǎngqǐ le léimíng bān de zhǎngshēng.

㉓ 她的成功出人意料。/ Tā de chénggōng chūrén yìliào.

Conversations 会话

❶

A: What's on at the theatre today?

B: I have no idea. Let's go over to the billboard and see what's on.

A: O.K.

A: 今天剧院演什么?/ Jīntiān jùyuàn yǎn shénme?

B: 我也不清楚,咱们去宣传栏看看吧。/ Wǒ yě bù qīngchǔ, zánmen qù xuānchuánlán kànkan ba.

A: 好。/ Hǎo.

❷

A: Where are our seats?

B: Take it easy. The attendant will show us our seats.

A: 咱们的座位在哪儿?/ Zánmen de zuòwèi zài nǎr?

B: 别着急,引导员会带咱们到座位上的。/ Bié zháojí, yǐndǎoyuán huì dài zánmen dào zuòwèi shang de.

❸

A: Is this seat engaged?

B: Here is a vacant seat, take it.

A: 这个座位有人吗?/ Zhè ge zuòwèi yǒu rén ma?

B: 这个座位是空的,坐吧。/ Zhè ge zuòwèi shì kōng de, zuò ba.

19 CONCERT
——音乐会 Yīnyuèhuì

Vocabulary 词语

1. conductor — 指挥 / zhǐhuī
2. soloist — 独唱家 / dúchàngjiā
3. basso — 低音歌手 / dīyīn gēshǒu
4. principal first violin(/violinist) — 首席小提琴手 / shǒuxí xiǎotíqínshǒu
5. tenor/soprano — 男 / 女高音 / nán / nǚ gāoyīn
6. percussionist — 打击乐器乐手 / dǎjī yuèqì yuèshǒu
7. oboist — 双簧管吹奏者 / shuānghuángguǎn chuīzòuzhě
8. flutist — 横笛吹奏者 / héngdí chuīzòuzhě
9. trombonist — 长号手 / chánghàoshǒu
10. double bass player — 低音提琴演奏者 / dīyīn tíqín yǎnzòuzhě
11. piano player — 钢琴演奏者 / gāngqín yǎnzòuzhě
12. violin player — 小提琴演奏者 / xiǎotíqín yǎnzòuzhě
13. viola player — 中提琴演奏者 / zhōngtíqín yǎnzòuzhě
14. cello player — 大提琴演奏者 / dàtíqín yǎnzòuzhě
15. trumpet player — 小号演奏者 / xiǎohào yǎnzòuzhě
16. tuba player — 大号演奏者 / dàhào yǎnzòuzhě
17. audience — 观众 / guānzhòng
18. symphony music — 交响乐 / jiāoxiǎngyuè
19. folk song — 民歌 / míngē
20. popular song — 流行歌曲 / liúxíng gēqǔ
21. dance music — 舞曲 / wǔqǔ

Sentences 句子

1. We were at the concert yesterday, and it was a great success. — 我们昨天去听音乐会了，音乐会非常成功。/ Wǒmen zuótiān qù tīng yīnyuèhuì le, yīnyuèhuì fēicháng chénggōng.

19 CONCERT 音乐会

❷ The concert-room is full.

❸ He's really a first rate conductor.

❹ He has a great talent for the piano; I never have the piano sounded so beautiful.

❺ I like his interpretation of the song.

❻ Most of his melodies are derived from folk songs.

❼ His melodies are expressive and deeply felt.

❽ The tune is rather pretty.

❾ I've got that new tune on my brain.

❿ The song was on every man's tongue/lips.

⓫ He's a great singer.

⓬ He has an unusual voice.

⓭ She has a voice of great compass.

⓮ His music reflects the characteristics of his country.

⓯ He was a dramatic composer.

⓰ His popularity is growing with bounds and leaps.

❷ 音乐厅都坐满了。/ Yīnyuètīng dōu zuòmǎn le.

❸ 他确实是一流的指挥家。/ Tā quèshí shì yīliú de zhǐhuījiā.

❹ 他弹钢琴很有天分，我从来弹不出这么优美的琴声。/ Tā tán gāngqín hěn yǒu tiānfèn, wǒ cónglái tán bu chū zhème yōuměi de qínshēng.

❺ 我喜欢他对歌曲的这种演绎。/ Wǒ xǐhuan tā duì gēqǔ de zhè zhǒng yǎnyì.

❻ 他的乐曲大都源于民歌。/ Tā de yuèqǔ dàdōu yuányú míngē.

❼ 他的乐曲很有表现力而且很能打动人。/ Tā de yuèqǔ hěn yǒu biǎoxiànlì érqiě hěn néng dǎdòng rén.

❽ 这个曲调非常优美。/ Zhè ge qǔdiào fēicháng yōuměi.

❾ 我脑子里已经记住了那个新曲调。/ Wǒ nǎozi li yǐjīng jìzhù le nà ge xīn qǔdiào.

❿ 这首歌大家都很熟。/ Zhè shǒu gē dàjiā dōu hěn shú.

⓫ 他是个很棒的歌手。/ Tā shì ge hěn bàng de gēshǒu.

⓬ 他有着独特的嗓音。/ Tā yǒuzhe dútè de sǎngyīn.

⓭ 她的音域很广。/ Tā de yīnyù hěn guǎng.

⓮ 他的音乐反映了他们国家的音乐风格。/ Tā de yīnyuè fǎnyìng le tāmen guójiā de yīnyuè fēnggé.

⓯ 他是个出色的作曲家。/ Tā shì ge chūsè de zuòqǔjiā.

⓰ 他的知名度迅速提高。/ Tā de zhīmíngdù xùnsù tígāo.

Conversations 会话

①

A: Do you play any instrument?

B: I play the violin but not very well.

A: 你会演奏什么乐器? / Nǐ huì yǎnzòu shénme yuèqì?

B: 我会拉小提琴，可我拉得不好。/ Wǒ huì lā xiǎotíqín, kě wǒ lā de bù hǎo.

②

A: Would you like to come and listen to the concert this Sunday?

B: I should like to, and it's an exceptionally attractive program of my favorite composers.

A: 你想听周日的音乐会吗? / Nǐ xiǎng tīng zhōurì de yīnyuèhuì ma?

B: 我很想去，音乐会上的曲目都是我喜欢的作曲家写的，对我很有吸引力。/ Wǒ hěn xiǎng qù, yīnyuèhuì shang de qǔmù dōu shì wǒ xǐhuan de zuòqǔjiā xiě de, duì wǒ hěn yǒu xīyǐnlì.

A: Have you booked the ticket?

B: No, I will go and buy it tomorrow.

A: 你订票了吗? / Nǐ dìng piào le ma?

B: 没有，我打算明天去买。/ Méiyou, wǒ dǎsuàn míngtiān qù mǎi.

③

A: What kind of music do you enjoy in your leisure time?

B: I am a true symphony lover.

A: Do you like Symphony No.9 of Beethoven?

B: Actually, I like all the symphonies composed by him.

A: 空闲的时候你喜欢听什么音乐? / Kòngxián de shíhou nǐ xǐhuan tīng shénme yīnyuè?

B: 我是个铁杆的交响乐爱好者。/ Wǒ shì ge tiěgǎn de jiāoxiǎngyuè àihǎozhě.

A: 你喜欢贝多芬的第九交响乐吗? / Nǐ xǐhuan Bèiduōfēn de Dìjiǔ Jiāoxiǎngyuè ma?

B: 我喜欢他谱的所有交响乐。/ Wǒ xǐhuan tā pǔ de suǒyǒu jiāoxiǎngyuè.

20 BEAUTY SALON
——美容美发店 Měiróng Měifà Diàn

Vocabulary 词语

1. hairdresser
2. beautician
3. manicurist
4. mirror
5. curler
6. comb
7. hairthinning shears
8. hair drier
9. to braid (/plate) one's hair
10. to straight one's hair
11. to comb one's hair
12. a mop of hair
13. hairpin
14. cosmetics
15. facial sponge
16. facial mask
17. facial cleanser
18. nail file
19. nail clippers
20. nail enamel
21. eyebrow pencil
22. to perm the eyelashes
23. false eyelashes

1. 美发师 / měifàshī
2. 美容师 / měiróngshī
3. 美甲师 / měijiǎshī
4. 镜子 / jìngzi
5. 发卷 / fàjuǎn
6. 梳子 / shūzī
7. 削发剪 / xuēfàjiǎn
8. 吹风机 / chuīfēngjī
9. 盘头发 / pán tóufa
10. 拉直头发 / lāzhí tóufa
11. 梳头发 / shū tóufa
12. 乱蓬蓬的头发 / luànpéngpéng de tóufa
13. 发卡 / fàqiǎ
14. 化妆品 / huàzhuāngpǐn
15. 洁面海绵 / jiémiàn hǎimián
16. 面膜 / miànmó
17. 洗面奶 / xǐmiànnǎi
18. 指甲锉 / zhījiacuò
19. 指甲刀 / zhījiadāo
20. 指甲油 / zhījiayóu
21. 眉笔 / méibǐ
22. 烫睫毛 / tàng jiémáo
23. 假睫毛 / jiǎ jiémáo

Sentences 句子

1. The water is a little too hot.
2. Don't shave, but simply scrape my cheeks.
3. I want a haircut and a shave.
4. My hair has (got) uncurled.
5. Quite wonderful how she does her hair.
6. I like my hair done up at the back of the head.
7. I'd like to change my hair style.
8. I should like a shampoo and set, please.
9. How long will it take to have my hair set?
10. Please give me a perm, a cold wave.
11. I should like to have my hair dyed.
12. I want my hair dressed, but shampoo it first.
13. Do my hair with curls towards the neck, please.
14. Pencil my eyebrows, please.
15. Darken my eyebrows a little.
16. Trim my eyelashes.
17. The polish has almost come off. Remove it, please.

1. 这水太烫了。/ Zhè shuǐ tài tàng le.
2. 不用剃胡子，只刮一下两颊。/ Búyòng tì húzi, zhǐ guā yíxià liǎng jiá.
3. 我想理理发，刮刮胡子。/ Wǒ xiǎng lǐli fa, guāgua húzi.
4. 我的头发拉直了。/ Wǒ de tóufa lā zhí le.
5. 她的头发做得真好！/ Tā de tóufa zuò de zhēn hǎo!
6. 我喜欢把头发扎起来放在后面。/ Wǒ xǐhuan bǎ tóufa zā qilai fàng zài hòumian.
7. 我想换个发型。/ Wǒ xiǎng huàn ge fàxíng.
8. 我想洗头，做头发。/ Wǒ xiǎng xǐ tóu, zuò tóufa.
9. 我做一下头发，要多长时间？/ Wǒ zuò yíxià tóufa, yào duō cháng shíjiān?
10. 请给我烫一下头发，要冷烫。/ Qǐng gěi wǒ tàng yíxià tóufa, yào lěngtàng.
11. 我想把头发染一下。/ Wǒ xiǎng bǎ tóufa rǎn yíxià.
12. 我想打理一下头发，不过要先洗一洗。/ Wǒ xiǎng dǎlǐ yíxià tóufa, búguò yào xiān xǐ yi xǐ.
13. 请给我做一下头发，发卷要向里的。/ Qǐng gěi wǒ zuò yíxià tóufa, fàjuǎn yào xiàng lǐ de.
14. 请给我画一下眉毛。/ Qǐng gěi wǒ huà yíxià méimao.
15. 把我的眉毛画黑一些。/ Bǎ wǒ de méimao huàhēi yìxiē.
16. 给我修一下睫毛。/ Gěi wǒ xiū yíxià jiémáo.
17. 指甲油差不多都掉了，把它弄下来吧。/ Zhījiayóu chàbuduō dōu diào le, bǎ tā nòng xialai ba.

20 BEAUTY SALON 美容美发店

⑱ File my nails, please.

⑲ I want to polish on my finger nails, light /dark nail varnish for me, please.

⑳ It hurts me the way you gnaw at the cuticles of my nails.

⑱ 请给我修一下指甲。/ Qǐng gěi wǒ xiū yíxià zhījia.

⑲ 我想涂点儿指甲油,请给我浅色/深色的指甲油。/ Wǒ xiǎng túdiǎnr zhījiayóu, qǐng gěi wǒ qiǎnsè/shēnsè de zhījiayóu.

⑳ 你给我的指甲去死皮的时候,弄疼我了。/ Nǐ gěi wǒ de zhījia qù sǐpí de shíhou, nòngténg wǒ le.

Conversations 会话

❶

A: Do you want to have it cut short?
B: No, just trim it round the back and sides.

A: 想剪短吗? / Xiǎng jiǎnduǎn ma?
B: 不,就把后面和旁边修一下。/ Bù, jiù bǎ hòumian hé pángbiān xiū yíxià.

❷

A: How would you like to have it dressed?
B: I want a permanent wave. How long will it take?
A: About two hours.

A: 你想做成什么样的? / Nǐ xiǎng zuòchéng shénmeyàng de?
B: 我想烫一下头发。需要多长时间? / Wǒ xiǎng tàng yíxià tóufa. Xūyào duō cháng shíjiān?
A: 差不多两个小时。/ Chàbuduō liǎng ge xiǎoshí.

❸

A: I'd like to change my hair style. Rona, do you have any suggestions?
B: Well, you should try having your hair done with a lovelock.

A: 我想换个发型。罗娜,你有什么建议吗? / Wǒ xiǎng huàn ge fàxíng. Luónà, nǐ yǒu shénme jiànyì ma?
B: 好,你可以试试做一个有刘海儿的发型。/ Hǎo, nǐ kěyǐ shìshi zuò yí ge yǒu liúhǎir de fàxíng.

❹

A: Is your face clean shaven enough?

A: 你觉得脸刮干净了吗? / Nǐ juéde liǎn guā gānjing le ma?

B: Yes, it looks good.

⑤

A: What shade of lip-stick do you use?

B: Show me the colour that you have.

⑥

A: Please, shape my eyebrows.

B: OK. (after a few minutes) Are you satisfied?

A: It is too wide here. A little narrower, please.

⑦

A: What is the price for facial treatment?

B: Three hundred yuan for pay-per-time and two thousand for a course of 10.

B: 嗯，很不错。/ Ňg, hěn búcuò.

⑤

A: 你用什么颜色的唇膏？/ Nǐ yòng shénme yánsè de chúngāo?

B: 给我看看你们有哪些颜色。/ Gěi wǒ kànkan nǐmen yǒu nǎxiē yánsè.

⑥

A: 请给我修一下眉。/ Qǐng gěi wǒ xiū yíxià méi.

B: 好的。（几分钟后）您看可以吗？/ Hǎo de. (Jǐ fēnzhōng hòu) Nín kàn kěyǐ ma?

A: 这里太宽了。请给我修得细一些。/ Zhèli tài kuān le. Qǐng gěi wǒ xiū de xì yìxiē.

⑦

A: 做面部护理多少钱？/ Zuò miànbù hùlǐ duōshao qián?

B: 单次收费三百，十次的疗程卡两千块。/ Dāncì shōufèi sānbǎi, shícì de liáochéngkǎ liǎngqiān kuài.

21 MUSEUM
博物馆 Bówùguǎn

Vocabulary 词语

1. National Museum
2. Museum of History
3. Museum of Archeology
4. Museum of Fine Arts
5. Museum of Natural History
6. visitor
7. utensil from the stone age
8. article found at the sites of ancient towns
9. article from the tombs of different tribes
10. excavation
11. ancient coin
12. bone needles
13. head-dress
14. coat of mail
15. thing made of the finesse steel
16. bronze armoured plate
17. stone image of ancient gods
18. fragment of ancient Greek vessel
19. agricultural implement in Tang Dynasty
20. painted enamel article
21. manuscript
22. copper coins of Tang Dynasty
23. ancient costumes
24. collection of portraits painted by world known artists

1. 国家博物馆 / Guójiā Bówùguǎn
2. 历史博物馆 / Lìshǐ Bówùguǎn
3. 文物博物馆 / Wénwù Bówùguǎn
4. 艺术博物馆 / Yìshù Bówùguǎn
5. 自然博物馆 / Zìrán Bówùguǎn
6. 参观者 / cānguānzhě
7. 石器时代的器具 / shíqì shídài de qìjù
8. 古代城市遗址出土的物品 / gǔdài chéngshì yízhǐ chūtǔ de wùpǐn
9. 不同部落墓穴中的物品 / bùtóng bùluò mùxué zhōng de wùpǐn
10. 出土文物 / chūtǔ wénwù
11. 古代钱币 / gǔdài qiánbì
12. 骨针 / gǔzhēn
13. 头巾 / tóujīn
14. 甲胄 / jiǎzhòu
15. 精钢制品 / jīnggāng zhìpǐn
16. 青铜盾牌 / qīngtóng dùnpái
17. 古代神像石刻 / gǔdài shénxiàng shíkè
18. 古希腊器皿的碎片 / gǔ Xīlà qìmǐn de suìpiàn
19. 唐代农具 / Tángdài nóngjù
20. 彩绘搪瓷 / cǎihuì tángcí
21. 手稿 / shǒugǎo
22. 唐代的铜币 / Tángdài de tóngbì
23. 古代服饰 / gǔdài fúshì
24. 世界名家创作的肖像画系列 / shìjiè míngjiā chuàngzuò de xiàoxiànghuà xìliè

㉕ ivory objects
㉖ national embroidery
㉗ glassware
㉘ pottery
㉙ ax from stone-age settlements
㉚ catalogue of things on show

㉕ 象牙制品 / xiàngyá zhìpǐn
㉖ 民族刺绣 / mínzú cìxiù
㉗ 玻璃制品 / bōli zhìpǐn
㉘ 陶器 / táoqì
㉙ 石器时代的斧子 / shíqì shídài de fǔzi
㉚ 展品目录 / zhǎnpǐn mùlù

Sentences 句子

❶ The treasures here are valued of millions and millions of dollars.

❷ We were at the exhibition of antiques.

❸ When you look at the antiques gathered there, you will forget that you live in the twenty-first century.

❹ Those remarkable works of art give a vivid idea of the high level of ancient art.

❺ The muzzle was eaten by the rust of centuries.

❻ The whole museum was crowded with historical interest.

❼ There were robes covered with gold embroidery and starred with gems.

❽ We could see splendid collections of exhibits such as: articles of glass, bone, stone and iron.

❾ On what days is it closed?

❶ 这里展品的价值高达数亿美元。/ Zhèli zhǎnpǐn de jiàzhí gāodá shùyì Měiyuán.

❷ 我们在看文物展览。/ Wǒmen zài kàn wénwù zhǎnlǎn.

❸ 当你看到那里展出的文物时，你会忘记自己生活在21世纪。/ Dāng nǐ kàndào nàli zhǎnchū de wénwù shí, nǐ huì wàngjì zìjǐ shēnghuó zài èrshíyī shìjì.

❹ 那些价值连城的艺术作品生动地展现出了极高的古代艺术水平。/ Nàxiē jiàzhí liánchéng de yìshù zuòpǐn shēngdòng de zhǎnxiàn chū le jí gāo de gǔdài yìshù shuǐpíng.

❺ 由于几百年来的腐蚀，枪口已经生锈了。/ Yóuyú jǐ bǎi nián lái de fǔshí, qiāngkǒu yǐjīng shēngxiù le.

❻ 整个博物馆挤满了对历史感兴趣的人。/ Zhěngge bówùguǎn jǐmǎn le duì lìshǐ gǎn xìngqù de rén.

❼ 那里还有金线绣花、宝石点缀的长袍。/ Nàli hái yǒu jīnxiàn xiù huā、bǎoshí diǎnzhuì de chángpáo.

❽ 我们可以看到大量珍贵的展品，例如：玻璃制品、骨器、石器和铁器。/ Wǒmen kěyǐ kàndào dàliàng zhēnguì de zhǎnpǐn, lìrú: bōli zhìpǐn、gǔqì、shíqì hé tiěqì.

❾ 哪些日子不开放？/ Nǎxiē rìzi bù kāifàng?

21 MUSEUM 博物馆

⑩ Can one get reproductions of the painting and engravings?

⑪ Are there guides to take you round?

⑫ The museum deals with the history of China.

⑬ This guide to the museum is sparing of information.

⑩ 可以买到这些绘画和雕刻的复制品吗? / Kěyǐ mǎidào zhèxiē huìhuà hé diāokè de fùzhìpǐn ma?

⑪ 这儿有解说员指引吗? / Zhèr yǒu jiěshuōyuán zhǐyǐn ma?

⑫ 这个博物馆是介绍中国历史的。/ Zhè ge bówùguǎn shì jièshào Zhōngguó lìshǐ de.

⑬ 这份博物馆指南内容不丰富。/ Zhè fèn bówùguǎn zhǐnán nèiróng bù fēngfù.

Conversations 会话

❶

A: How long does it take to go round the principal rooms?

B: About twenty minutes.

A: 把主要的展厅都走遍,大概需要多长时间? / Bǎ zhǔyào de zhǎntīng dōu zǒubiàn, dàgài xūyào duōcháng shíjiān?

B: 20 分钟左右。/ Èrshí fēnzhōng zuǒyòu.

❷

A: Are you allowed to take photographs here?

B: Sorry, it's forbidden.

A: 这里允许拍照吗? / Zhèli yǔnxǔ pāi zhào ma?

B: 对不起,这里禁止拍照。/ Duìbuqǐ, zhèli jìnzhǐ pāi zhào.

❸

A: Do I have to pay for admission or is it free?

B: You should pay for it.

A: How much is it?

B: Fifty *yuan*.

A: 需要买门票还是免费的? / Xūyào mǎi ménpiào háishi miǎnfèi de?

B: 是收费的。/ Shì shōu fèi de.

A: 门票要多少钱? / Ménpiào yào duōshao qián?

B: 50 元。/ Wǔshí yuán.

22 PARK —— 公园 Gōngyuán

Vocabulary 词语

1. photographer
2. promenader
3. tree
4. flower
5. lawn
6. shade
7. rockery
8. fountain
9. goldfish pond
10. bench
11. trail
12. ramp access
13. lake

1. 摄影师 / shèyǐngshī
2. 散步的人 / sànbù de rén
3. 树 / shù
4. 花儿 / huār
5. 草坪 / cǎopíng
6. 树荫 / shùyīn
7. 假山 / jiǎshān
8. 喷泉 / pēnquán
9. 金鱼池 / jīnyúchí
10. 长椅 / chángyǐ
11. 小路 / xiǎolù
12. 无障碍通道 / wúzhàng'ài tōngdào
13. 湖 / hú

Sentences 句子

1. The sun shone almost the whole day yesterday.
2. We shall probably see a number of sailing boats on the river.
3. When we arrive at the Summer Palace, we shall certainly have a good time there.
4. We came to Temple of Heaven Park at 9:30.
5. We made a trip to Hangzhou. The West Lake is very beautiful.

1. 昨天差不多一整天都阳光明媚。/ Zuótiān chàbuduō yì zhěngtiān dōu yángguāng míngmèi.
2. 我们会在河上看到很多帆船。/ Wǒmen huì zài hé shang kàndào hěn duō fānchuán.
3. 我们去颐和园，一定会玩儿得非常高兴。/ Wǒmen qù Yíhé Yuán, yídìng huì wánr de fēicháng gāoxìng.
4. 我们九点半到的天坛公园。/ Wǒmen jiǔ diǎn bàn dào de Tiāntán Gōngyuán.
5. 我们去杭州旅行了，西湖漂亮极了。/ Wǒmen qù Hángzhōu lǚxíng le, Xīhú piàoliang jíle.

22 PARK 公园

⑥ Boats are let out in the park for thirty *yuan* per hour.

⑥ 公园里出租小船，每小时三十元。/ Gōngyuán li chūzū xiǎochuán, měi xiǎoshí sānshí yuán.

Conversations 会话

❶

A: You ought to go and play in the park in this fine weather.

B: Yeah, but I don't know where the park is.

A: It is not very far from here.

B: Really? How can I get there?

A: Turn left and keep straight on.

B: Thank you.

❷

A: The weather was fine yesterday, so it added to the enjoyment, didn't it?

B: Yes, very much, and the park is quite fine.

A: Sure. The Summer Palace is the most beautiful park of Beijing.

❶

A: 这么好的天气，你应该去公园玩儿玩儿。/ Zhème hǎo de tiānqì, nǐ yīnggāi qù gōngyuán wánrwanr.

B: 是呀，不过我不知道公园在哪儿。/ Shì ya, búguò wǒ bù zhīdào gōngyuán zài nǎr.

A: 公园离这儿不太远。/ Gōngyuán lí zhèr bú tài yuǎn.

B: 是吗？我怎么走呢？/ Shì ma? Wǒ zěnme zǒu ne?

A: 左转，然后直走就到了。/ Zuǒzhuǎn, ránhòu zhí zǒu jiù dào le.

B: 谢谢。/ Xièxie.

❷

A: 昨天天气很好，玩儿得非常高兴吧？/ Zuótiān tiānqì hěn hǎo, wánr de fēicháng gāoxìng ba?

B: 对，颐和园非常漂亮。/ Duì, Yíhé Yuán fēicháng piàoliang.

A: 当然了，这是北京最美的公园。/ Dāngrán le, zhè shì Běijīng zuì měi de gōngyuán.

23 BEACH —— 沙滩 Shātān

Vocabulary 词语

1. seagull
2. boat
3. cruise
4. life-buoy
5. wimsuit
6. sun hat
7. to dive
8. sunscreen
9. sun bath
10. beach umbrella
11. beach chair
12. sunburn
13. to surf

1. 海鸥 / hǎi'ōu
2. 小船 / xiǎochuán
3. 游轮 / yóulún
4. 救生圈 / jiùshēngquān
5. 游泳衣 / yóuyǒngyī
6. 遮阳帽 / zhēyángmào
7. 潜水 / qiánshuǐ
8. 防晒霜 / fángshàishuāng
9. 日光浴 / rìguāngyù
10. 遮阳伞 / zhēyángsǎn
11. 沙滩椅 / shātānyǐ
12. 晒伤 / shàshāng
13. 冲浪 / chōnglàng

Sentences 句子

1. The beach was crowded with sunbathers.
2. Is it allowed to swim here?
3. There is a bar on the beach, offering a variety of drinks and seafood barbecue.
4. I enjoyed everything here: my separate room, service and the beautiful sea.

1. 沙滩上挤满了晒日光浴的人。/ Shātān shang jǐmǎn le shài rìguāngyù de rén.
2. 这里可以游泳吗？/ Zhèlǐ kěyǐ yóuyǒng ma?
3. 沙滩上有吧台，提供各种饮品和海鲜烧烤。/ Shātān shang yǒu bātái, tígōng gèzhǒng yǐnpǐn hé hǎixiān shāokǎo.
4. 我喜欢这里的一切：我的单人房间、各种服务和美丽的大海。/ Wǒ xǐhuan zhèlǐ de yíqiè: wǒ de dānrén fángjiān、gèzhǒng fúwù hé měilì de dàhǎi.

23 BEACH 沙滩

⑤ This hotel has a private beach, which is two minutes' walk from the lobby. Beach chairs and umbrellas are available for in house guests free of charge.

⑤ 酒店的专属沙滩离大堂步行只要两分钟，住店客人可免费使用沙滩椅和遮阳伞。/ Jiǔdiàn de zhuānshǔ shātān lí dàtáng bùxíng zhǐ yào liǎng fēnzhōng, zhù diàn kèrén kě miǎnfèi shǐyòng shātānyǐ hé zhēyángsǎn.

Conversations 会话

①

A: I have found nothing on the beach.

B: You should come at the high tide.

A: 我在海滩上什么也没捡着。/ Wǒ zài hǎitān shang shénme yě méi jiǎnzháo.

B: 你应该在涨潮的时候来。/ Nǐ yīnggāi zài zhǎng cháo de shíhou lái.

②

A: I didn't know the sand is so soft and white here!

B: Yes, it's really a wise decision to come here. The beach is as good as those in Bali.

A: 我没想到这儿的沙子这么软、这么白！/ Wǒ méi xiǎngdào zhèr de shāzi zhème ruǎn、zhème bái!

B: 是啊！来这儿真是个明智的决定。这里的海滩不比巴厘岛的差。/ Shì a! Lái zhèr zhēn shì ge míngzhì de juédìng. Zhèli de hǎitān bù bǐ Bālí Dǎo de chà.

③

A: If you don't mind, let us go to the beach.

B: No problem. But I have just arrived and I don't know the way to sea.

A: Are you in Dalian for the first time?

B: Yeah.

A: We are quite near to the beach. It's just 10 minutes' walk.

A: 如果你愿意，我们去海滩吧。/ Rúguǒ nǐ yuànyì, wǒmen qù hǎitān ba.

B: 好的，可是我刚来，不认识去海边的路。/ Hǎo de, kěshì wǒ gāng lái, bú rènshi qù hǎibiān de lù.

A: 你是第一次来大连吧？/ Nǐ shì dìyī cì lái Dàlián ba?

B: 对。/Duì.

A: 沙滩离这儿很近。走路十分钟就到了。/ Shātān lí zhèr hěn jìn. Zǒu lù shí fēnzhōng jiù dào le.

24 UNIVERSITY
大学 Dàxué

Vocabulary 词语

1. professor
2. assistant
3. lecturer
4. instructor
5. student
6. amphitheatre
7. professor's desk
8. members of examination board
9. oral examination
10. written examination

1. 教授 / jiàoshòu
2. 助教 / zhùjiào
3. 讲师 / jiǎngshī
4. 辅导员 / fǔdǎoyuán
5. 学生 / xuésheng
6. 阶梯教室 / jiētī jiàoshì
7. 讲台 / jiǎngtái
8. 考试委员会的成员 / kǎoshì wěiyuánhuì de chéngyuán
9. 口试 / kǒushì
10. 笔试 / bǐshì

Sentences 句子

1. She majored in maths and physics at university.
2. Which institute do you study at?
3. She is at university and is studying to become a teacher.
4. He is a law major.
5. He is studying for a degree.
6. I am fresh at school.

1. 她在大学期间主修数学和物理专业。/ Tā zài dàxué qījiān zhǔxiū shùxué hé wùlǐ zhuānyè.
2. 你在哪个学院学习? / Nǐ zài nǎ ge xuéyuàn xuéxí?
3. 她在大学学习,准备以后当老师。/ Tā zài dàxué xuéxí, zhǔnbèi yǐhòu dāng lǎoshī.
4. 他是学法律的学生。/ Tā shì xué fǎlǜ de xuésheng.
5. 他在攻读学位。/ Tā zài gōngdú xuéwèi.
6. 我是新生。/ Wǒ shì xīnshēng.

UNIVERSITY 大学

⑦ More than a thousand freshmen arrive at the institute every year.

⑧ I got my higher education at 19.

⑨ We are all looking forward to going to college.

⑩ I am eager to resume my studies as soon as possible.

⑪ The institute is in session from 8:30 am to 2:30 pm.

⑫ We have a six-hour working day.

⑬ Three hours are assigned for homework.

⑭ Our groups happen to be made up mostly of out-of-town students.

⑮ I am seeking admission to the institute this year.

⑯ My application was refused this year.

⑰ Where can I get acquainted with the regulations of the entrance exams?

⑱ He stands a poor chance of being accepted.

⑲ There is going to be a stiff competition this year.

⑳ Only the pick of the schools are able to pass the exams.

㉑ This year the enrollment in our institute will be over 800.

⑦ 每年都有1000多个新生来到这个学院。/ Měinián dōu yǒu yìqiān duō ge xīnshēng láidào zhè ge xuéyuàn.

⑧ 我十九岁开始接受高等教育。/ Wǒ shíjiǔ suì kāishǐ jiēshòu gāoděng jiàoyù.

⑨ 我们都渴望上大学。/ Wǒmen dōu kěwàng shàng dàxué.

⑩ 我想尽快复学。/ Wǒ xiǎng jǐnkuài fùxué.

⑪ 学院从上午8点半到下午2点半上课。/ Xuéyuàn cóng shàngwǔ bā diǎn bàn dào xiàwǔ liǎng diǎn bàn shàngkè.

⑫ 我们每天学习六个小时。/ Wǒmen měitiān xuéxí liù ge xiǎoshí.

⑬ 做作业花了三个小时。/ Zuò zuòyè huā le sān ge xiǎoshí.

⑭ 我们组的学生恰好大部分是外地的。/ Wǒmen zǔ de xuésheng qiàhǎo dàbùfen shì wàidì de.

⑮ 我想今年到这个学院学习。/ Wǒ xiǎng jīnnián dào zhè ge xuéyuàn xuéxí.

⑯ 我今年的入学申请被拒绝了。/ Wǒ jīnnián de rùxué shēnqǐng bèi jùjué le.

⑰ 我在哪儿能知道这次入学考试的规定？/ Wǒ zài nǎr néng zhīdào zhè cì rùxué kǎoshì de guīdìng?

⑱ 他不太可能被录取。/ Tā bú tài kěnéng bèi lùqǔ.

⑲ 今年的竞争将非常激烈。/ Jīnnián de jìngzhēng jiāng fēicháng jīliè.

⑳ 只有学校的尖子才能通过这次考试。/ Zhǐyǒu xuéxiào de jiānzi cái néng tōngguò zhè cì kǎoshì.

㉑ 今年我们学院登记入学的人数将超过800。/ Jīnnián wǒmen xuéyuàn dēngjì rùxué de rénshù jiāng chāoguò bābǎi.

㉒ Our institute has a student body of 2,500 boys and girls.

㉓ The lists of the students admitted are over there on the notice-board.

㉔ Are you entered in the register?

㉕ He is a first-year student of the History Faculty.

㉖ I am attending preparatory courses.

㉗ He is a postgraduate.

㉘ I've taken up a postgraduate course.

㉙ What subject are we going to have in the coming year?

㉚ History is a very favorite subject.

㉛ She's never missed lectures on that subject.

㉜ This subject is easy for him.

㉝ How does the grammar class go?

㉞ The audience listened to the professor with great interest.

㉟ He gave a lecture on Chinese history.

㊱ I attended a course of lectures under Professor Wang.

㉒ 我们学院男女生的总数是2,500人。/ Wǒmen xuéyuàn nán-nǚshēng de zǒngshù shì liǎngqiān wǔbǎi rén.

㉓ 被录取的学生名单在那边的公告牌上。/ Bèi lùqǔ de xuésheng míngdān zài nàbiān de gōnggàopái shang.

㉔ 你的名字在登记册上吗？/ Nǐ de míngzi zài dēngjìcè shang ma?

㉕ 他是历史系一年级的学生。/ Tā shì lìshǐxì yì niánjí de xuésheng.

㉖ 我在学习预科班课程。/ Wǒ zài xuéxí yùkē bān kèchéng.

㉗ 他是研究生。/ Tā shì yánjiūshēng.

㉘ 我在学习研究生课程。/ Wǒ zài xuéxí yánjiūshēng kèchéng.

㉙ 我们来年要学习什么科目？/ Wǒmen láinián yào xuéxí shénme kēmù?

㉚ 历史是很受欢迎的科目。/ Lìshǐ shì hěn shòu huānyíng de kēmù.

㉛ 她从没缺过那门课。/ Tā cóng méi quē guo nà mén kè.

㉜ 这门课对他来说很容易。/ Zhè mén kè duì tā láishuō hěn róngyi.

㉝ 你们的语法课是怎么上的？/ Nǐmen de yǔfǎ kè shì zěnme shàng de?

㉞ 学生们都兴致勃勃地听教授上课。/ Xuéshengmen dōu xìngzhìbóbó de tīng jiàoshòu shàngkè.

㉟ 他开了一个中国历史方面的讲座。/ Tā kāi le yí ge Zhōngguó lìshǐ fāngmiàn de jiǎngzuò.

㊱ 我听了王教授的系列讲座。/ Wǒ tīng le Wáng jiàoshòu de xìliè jiǎngzuò.

24 UNIVERSITY 大学

Conversations 会话

❶

A: Which university did you graduate from?

B: I graduated from Peking University.

A: Really? That's a very famous university. What's your major?

B: I majored in economics.

❷

A: I am seeking admission to the institute this year.

B: There is going to be a stiff competition this year. Gook luck!

❸

A: Where can I get acquainted with the regulations of the entrance exams?

B: Over there on the notice-board.

❹

A: I am interested in history.

B: Professor Wang will give a lecture on Modern Chinese history this Friday.

---

❶

A: 你是哪所大学毕业的？/ Nǐ shì nǎ suǒ dàxué bìyè de?

B: 我是北京大学毕业的。/ Wǒ shì Běijīng Dàxué bìyè de.

A: 是吗？北京大学非常有名。你是学什么专业的？/ Shì ma? Běijīng Dàxué fēicháng yǒumíng. Nǐ shì xué shénme zhuānyè de?

B: 我是学经济的。/ Wǒ shì xué jīngjì de.

❷

A: 我想今年到这个学院学习。/ Wǒ xiǎng jīnnián dào zhè ge xuéyuàn xuéxí.

B: 今年的竞争将非常激烈。祝你好运！/ Jīnnián de jìngzhēng jiāng fēicháng jīliè. Zhù nǐ hǎoyùn!

❸

A: 我在哪儿能知道这次入学考试的规定？/ Wǒ zài nǎr néng zhīdào zhè cì rùxué kǎoshì de guīdìng?

B: 在那边的公告牌上。/ Zài nàbiān de gōnggàopái shang.

❹

A: 我对历史很感兴趣。/ Wǒ duì lìshǐ hěn gǎn xìngqù.

B: 王教授这个星期五要做一个中国现代史方面的讲座。/ Wáng jiàoshòu zhè ge xīngqīwǔ yào zuò yí ge Zhōngguó xiàndàishǐ fāngmiàn de jiǎngzuò.

25 CLASSROOM —— 教室 Jiàoshì

Vocabulary 词语

1. classroom
2. multimedia classroom
3. bell for class
4. blackboard
5. chalk
6. board brush
7. whiteboard
8. whiteboard pen
9. dais
10. computer
11. projector
12. recorder
13. video tape recorder
14. earphone
15. text
16. dialogue
17. depiction
18. exercise
19. topic
20. scene
21. communicative exercise
22. subject
23. structure
24. scenario
25. comment
26. dissertation

1. 教室 / jiàoshì
2. 多媒体教室 / duōméitǐ jiàoshì
3. 上课铃 / shàngkèlíng
4. 黑板 / hēibǎn
5. 粉笔 / fěnbǐ
6. 板擦 / bǎncā
7. 白板 / báibǎn
8. 白板笔 / báibǎnbǐ
9. 讲台 / jiǎngtái
10. 电脑 / diànnǎo
11. 投影仪 / tóuyǐngyí
12. 录音机 / lùyīnjī
13. 录像机 / lùxiàngjī
14. 耳机 / ěrjī
15. 课文 / kèwén
16. 会话 / huìhuà
17. 叙述 / xùshù
18. 练习 / liànxí
19. 话题 / huàtí
20. 情景 / qíngjǐng
21. 交际练习 / jiāojì liànxí
22. 主题 / zhǔtí
23. 结构 / jiégòu
24. 情节 / qíngjié
25. 论述 / lùnshù
26. 毕业论文 / bìyè lùnwén

25 CLASSROOM 教室

Sentences 句子

1. Please look at the blackboard.
2. Please read the new words.
3. Please read the text.
4. Please write the chinese characters.
5. Please listen to the tape.
6. Please listen again.
7. Please read again.
8. Please say it again.
9. Please write again.
10. Have a dictation now.
11. Listen to me first then write.
12. Please hand in your notebook.
13. If you have any questions, you may ask me.
14. Put up your hands if you don't understand.
15. Homework for today.
16. Please read the note of grammar.
17. We'll have an exam tomorrow, please get prepared.
18. Now class is over.
19. Class begins now.
20. We begin to study lesson 1 today.
21. Open your book and turn to page 10.
22. Listen to my pronunciation.
23. Listen to me.
24. Read/write after me.
25. Please preview and review the lesson.
26. Concentrate on listening.
27. Pay attention to pronunciation.
28. Pay attention to tones.
29. Pay attention to intonation.
30. Pay attention to the stroke order.

1. 请看黑板。/ Qǐng kàn hēibǎn.
2. 请读生词。/ Qǐng dú shēngcí.
3. 请读课文。/ Qǐng dú kèwén.
4. 请写汉字。/ Qǐng xiě Hànzì.
5. 请听录音。/ Qǐng tīng lùyīn.
6. 请再听一遍。/ Qǐng zài tīng yí biàn.
7. 请再读一遍。/ Qǐng zài dú yí biàn.
8. 请再说一遍。/ Qǐng zài shuō yí biàn.
9. 请再写一遍。/ Qǐng zài xiě yí biàn.
10. 现在听写。/ Xiànzài tīngxiě.
11. 先听我读,然后再写。/ Xiān tīng wǒ dú, ránhòu zài xiě.
12. 请交本子。/ Qǐng jiāo běnzi.
13. 谁有问题,可以问我。/ Shuí yǒu wèntí, kěyǐ wèn wǒ.
14. 谁不懂,请举手。/ Shuí bù dǒng, qǐng jǔ shǒu.
15. 现在留作业。/ Xiànzài liú zuòyè.
16. 请看语法注释。/ Qǐng kàn yǔfǎ zhùshì.
17. 明天测验,大家做好准备。/ Míngtiān cèyàn, dàjiā zuòhǎo zhǔnbèi.
18. 现在下课。/ Xiànzài xiàkè.
19. 现在上课。/ Xiànzài shàngkè.
20. 今天学习第一课。/ Jīntiān xuéxí dìyī kè.
21. 打开书,翻到第10页。/ Dǎkāi shū, fāndào dìshí yè.
22. 听我发音。/ Tīng wǒ fāyīn.
23. 听我说。/ Tīng wǒ shuō.
24. 跟我说/写。/ Gēn wǒ shuō/xiě.
25. 请同学们预习和复习。/ Qǐng tóngxuémen yùxí hé fùxí.
26. 注意听。/ Zhùyì tīng.
27. 注意发音。/ Zhùyì fāyīn.
28. 注意声调。/ Zhùyì shēngdiào.
29. 注意语调。/ Zhùyì yǔdiào.
30. 注意笔顺。/ Zhùyì bǐshùn.

Conversations 会话

❶

A: Mr. Yang, how to say "make rapid progress" in Chinese?

B: "Jìnbù hěn kuài".

A: And what is the part of speech of "学习"?

B: It is a verb.

❷

A: What is the homework for today?

B: Make sentences with "怪不得"and "不过".

❸

A: How long is the break?

B: Ten minutes.

❹

A: When are we going to sit for our examinations?

B: Next Monday.

A: How many lessons does the test paper cover?

B: From Lesson One to Lesson Fifteen.

A: Is it an oral test or a written one?

B: It's an oral test.

❶

A: 杨老师, "make rapid progress" 用汉语怎么说? / Yáng lǎoshī, "make rapid progress" yòng Hànyǔ zěnme shuō?

B: "进步很快". / "Jìnbù hěn kuài".

A: "学习"的词性是什么? / "Xuéxí" de cíxìng shì shénme?

B: "学习"是动词. / "Xuéxí" shì dòngcí.

❷

A: 今天的作业是什么? / Jīntiān de zuòyè shì shénme?

B: 用"怪不得"和"不过"造句. / Yòng "guàibude" hé "búguò" zào jù.

❸

A: 课间休息多长时间? / Kèjiān xiūxi duō cháng shíjiān?

B: 十分钟. / Shí fēnzhōng.

❹

A: 我们什么时候考试? / Wǒmen shénme shíhou kǎoshì?

B: 下周一. / Xià zhōuyī.

A: 我们从第几课考到第几课? / Wǒmen cóng dì jǐ kè kǎodào dì jǐ kè?

B: 从第1课考到第15课. / Cóng dìyī kè kǎodào dì shíwǔ kè.

A: 是口试还是笔试? / Shì kǒushì háishì bǐshì?

B: 是口试. / Shì kǒushì.

26 LIBRARY
图书馆 Túshūguǎn

Vocabulary 词语

1. book end
2. book shelf
3. catalogue
4. librarian
5. reader
6. book
7. newspaper
8. dictionary
9. magazine
10. periodical
11. Lending Department
12. Reading Room
13. to borrow a book
14. to return a book
15. to renew a book
16. to return a book by the due date
17. current issue
18. back issue
19. bound volume

1. 书挡 / shūdǎng
2. 书架 / shūjià
3. 目录 / mùlù
4. 图书管理员 / túshū guǎnlǐyuán
5. 读者 / dúzhě
6. 书籍 / shūjí
7. 报纸 / bàozhǐ
8. 词典 / cídiǎn
9. 杂志 / zázhì
10. 期刊 / qīkān
11. 借书处 / jièshūchù
12. 阅览室 / yuèlǎnshì
13. 借书 / jiè shū
14. 还书 / huán shū
15. 续借 / xùjiè
16. 按时还书 / ànshí huán shū
17. 现刊 / xiànkān
18. 过刊 / guòkàn
19. 合订本 / hédìngběn

Sentences 句子

1. I am a subscriber to our local library.
2. About every fortnight I go there to exchange books.

1. 我是我们当地图书馆的会员。/ Wǒ shì wǒmen dāngdì túshūguǎn de huìyuán.
2. 大约每两个星期我去那儿换一次书。/ Dàyuē měi liǎng ge xīngqī wǒ qù nàr huàn yí cì shū.

❸ I first of all look through the catalogue, sometimes I look through the Subject Catalogue.
❹ Best of all I like travel books and biographies.
❺ I go to the repository to see if the book is there.
❻ Here is the book you want.
❼ I am sorry, the book is taken. What other books would you like?
❽ The library is open from 9:00 a.m. to 6:00 p.m.
❾ He was fined for keeping the book beyond the date due.

❸ 我先看一遍目录,有时还看一遍内容提要。/ Wǒ xiān kàn yí biàn mùlù, yǒushí hái kàn yí biàn nèiróng tíyào.
❹ 我最喜欢的是旅游和传记类的书。/ Wǒ zuì xǐhuan de shì lǚyóu hé zhuànjì lèi de shū.
❺ 我去书库看看有没有这本书。/ Wǒ qù shūkù kànkan yǒu méiyǒu zhè běn shū.
❻ 这是你要的书。/ Zhè shì nǐ yào de shū.
❼ 对不起,这本书已经被借走了。你还想看别的书吗?/ Duìbuqǐ, zhè běn shū yǐjīng bèi jièzǒu le. Nǐ hái xiǎng kàn bié de shū ma?
❽ 图书馆的开放时间是上午9点到下午6点。/ Túshūguǎn de kāifàng shíjiān shì shàngwǔ jiǔ diǎn dào xiàwǔ liù diǎn.
❾ 他因为借书逾期未还被罚款了。/ Tā yīnwèi jiè shū yú qī wèi huán bèi fá kuǎn le.

Conversations 会话

❶

A: Have you been to the National Library?

B: Yes, I have the library card and I go there every weekend.

A: What would you say about it with regard to the other libraries in the country?

B: There are certainly a great number of books in its book stock, but sometimes it's not convenient in borrowing books.

❷

A: What can I do for you?

❶

A: 你去过国家图书馆吗? / Nǐ qùguo guójiā túshūguǎn ma?

B: 去过,我有那里的借书证,每个周末我都去。/ Qùguo, wǒ yǒu nàli de jièshūzhèng, měi ge zhōumò wǒ dōu qù.

A: 跟别的图书馆比,你觉得那里怎么样? / Gēn bié de túshūguǎn bǐ, nǐ juéde nàli zěnmeyàng?

B: 藏书的确很多,不过借阅有时不太方便。/ Cángshū díquè hěn duō, búguò jièyuè yǒushí bú tài fāngbiàn.

❷

A: 需要帮忙吗? / Xūyào bāngmáng ma?

LIBRARY 图书馆

B: May I have a photo copy of this material?

A: Sorry, according to the rule in library, it's not permitted.

B: 我可以把这份材料复印一下吗？/ Wǒ kěyǐ bǎ zhè fèn cáiliào fùyìn yíxià ma?

A: 对不起，根据规定，图书馆不允许复印。/ Duìbuqǐ, gēnjù guīdìng, túshūguǎn bù yǔnxǔ fùyìn.

❸

A: I wonder if you have this book.

B: Please wait for a moment, let me have a look.

A: We do have it, but it cannot be taken out.

B: No problem, I will read it here.

A: 你们有这本书吗？/ Nǐmen yǒu zhè běn shū ma?

B: 请稍等一下，我看看。/ Qǐng shāo děng yíxià, wǒ kànkan.

A: 有，但是不允许带出去。/ Yǒu, dànshì bù yǔnxǔ dài chuqu.

B: 没问题，我就在这里看。/ Méi wèntí, wǒ jiù zài zhèli kàn.

27 HOUSE
——住宅 Zhùzhái

Vocabulary 词语

1. apartment — 公寓 / gōngyù
2. building — 楼房 / lóufáng
3. private residence — 私人住所 / sīrén zhùsuǒ
4. mansion — 大厦 / dàshà
5. villa — 别墅 / biéshù
6. country house — 农家院 / nóngjiāyuàn
7. bungalow — 平房 / píngfáng
8. roof — 屋顶 / wūdǐng
9. chimney — 烟囱 / yāncong
10. window — 窗户 / chuānghu
11. ventilator — 排风扇 / páifēngshàn
12. wall — 墙 / qiáng
13. attic — 阁楼 / gélóu
14. balcony — 阳台 / yángtái
15. parapet — 栏杆 / lángān
16. staircase — 楼梯 / lóutī
17. hall — 大厅 / dàtīng
18. letter box — 信箱 / xìnxiāng
19. doorbell — 门铃 / ménlíng
20. corridor — 走廊 / zǒuláng
21. lavatory, toilet — 厕所 / cèsuǒ
22. floor, storey — 层 / céng
23. ground floor — 一层 / yī céng
24. top floor — 顶层 / dǐngcéng
25. flowerbed — 花坛 / huātán
26. orchard — 果园 / guǒyuán
27. lawn — 草地 / cǎodì
28. court — 庭院 / tíyuàn

27 HOUSE 住宅

㉙ hedge
㉚ pond
㉛ yard
㉜ garage

㉙ 篱笆 / líba
㉚ 池塘 / chítáng
㉛ 院子 / yuànzi
㉜ 车库 / chēkù

Sentences 句子

❶ We have a flat of two bedrooms.

❷ I live in a two storied house.

❸ The house is not very large, but pretty and comfortable.

❹ The house is rather nice and roomy.

❺ There is a shop in the ground story of the house.

❻ The house measures 15 meters long and 10 meters wide.

❼ Our house is on the sunny side of the apartment.

❽ Our house faces the sea.

❾ The house is exposed to the south.

❿ The odd houses are on the other side of the street.

⓫ The houses with even numbers are on this side of the street.

⓬ He lives next-door.

⓭ The room is so small that I often find myself in my own way.

❶ 我们有一套两居室。/ Wǒmen yǒu yí tào liǎngjūshì.

❷ 我住在一套两层的楼房里。/ Wǒ zhù zài yí tào liǎng céng de lóufáng li.

❸ 这套房子不算大,但是又漂亮又舒服。/ Zhè tào fángzi bú suàn dà, dànshì yòu piàoliang yòu shūfu.

❹ 这套房子相当宽敞、漂亮。/ Zhè tào fángzi xiāngdāng kuānchǎng、piàoliang.

❺ 这套房子的底层有家商店。/ Zhè tào fángzi de dǐcéng yǒu jiā shāngdiàn.

❻ 这套房子长15米,宽10米。/ Zhè tào fángzi cháng shíwǔ mǐ, kuān shí mǐ.

❼ 我们家在这栋公寓的阳面。/ Wǒmen jiā zài zhè dòng gōngyù de yángmiàn.

❽ 我们的房子是海景房。/ Wǒmen de fángzi shì hǎijǐngfáng.

❾ 这套房子朝南。/ Zhè tào fángzi cháo nán.

❿ 单号门牌的房子在街的对面。/ Dānhào ménpái de fángzi zài jiē de duìmiàn.

⓫ 双号门牌的房子在街的这一边。/ Shuānghào ménpái de fángzi zài jiē de zhè yì biān.

⓬ 他住在我们隔壁。/ Tā zhù zài wǒmen gébì.

⓭ 房子太小了,我一个人都转不开。/ Fángzi tài xiǎo le, wǒ yí ge rén dōu zhuàn bu kāi.

⑭ We have moved into a new apartment.

⑮ We have moved out of the house.

⑯ The room has three windows, and they all look out into the garden.

⑭ 我们已经搬到新公寓里了。/ Wǒmen yǐjīng bāndào xīn gōngyù li le.

⑮ 我们已经搬出这套房子了。/ Wǒmen yǐjīng bānchū zhè tào fángzi le.

⑯ 这个房间有三个窗户,都朝着花园。/ Zhè ge fángjiān yǒu sān ge chuānghu, dōu cháozhe huāyuán.

Conversations 会话

A: Have you any room let? I am looking for a furnished bedroom with two single beds for my friend.

B: Yes, and it's very near to the Olympic Park.

A: Great! Will you show me the rooms?

B: Absolutely, the house is kept rather clean. How long will you stay?

A: My friend intends to stay for about a month. He should like to take the room by the week. What's the price by the week?

B: If you take it by the week, I shall charge you much more. When will he move in?

A: I suppose he can come in at once.

B: I'll have the room ready for tomorrow.

A: 你有房子出租吗?我想给我的朋友找一间有两张单人床的带家具的卧室。/ Nǐ yǒu fángzi chūzū ma? Wǒ xiǎng gěi wǒ de péngyou zhǎo yì jiān yǒu liǎng zhāng dānrénchuáng de dài jiājù de wòshì.

B: 有,而且离奥林匹克公园很近。/ Yǒu, érqiě lí Àolínpǐkè Gōngyuán hěn jìn.

A: 太好了!能让我看看房子吗?/ Tài hǎo le! Néng ràng wǒ kànkan fángzi ma?

B: 当然,这套房子保持得很干净。你打算住多久?/ Dāngrán, zhè tào fángzi bǎochí de hěn gānjing. Nǐ dǎsuan zhù duō jiǔ?

A: 我的朋友差不多要待一个月。我想按周租这个房间。每周的房租是多少?/ Wǒ de péngyou chàbuduō yào dāi yí ge yuè. Wǒ xiǎng àn zhōu zū zhè ge fángjiān. Měi zhōu de fángzū shì duōshao?

B: 如果你想按周租,要价会高得多。他打算什么时候搬进来?/ Rúguǒ nǐ xiǎng àn zhōu zū, yàojià huì gāo de duō. Tā dǎsuan shénme shíhou bān jinlai?

A: 他希望能马上入住。/ Tā xīwàng néng mǎshàng rùzhù.

B: 我明天就准备好房间。/ Wǒ míngtiān jiù zhǔnbèi hǎo fángjiān.

28 HALL
——大厅 Dàtīng

Vocabulary 词语

1. stair
2. step
3. doorframe
4. floor
5. coat-rack
6. wallpaper
7. French window
8. radiator
9. spotlight
10. fluorescent strip light
11. house number
12. entrance door
13. door sill
14. back-door
15. to knock at the door
16. to press the bell
17. wall painted blue

1. 楼梯 / lóutī
2. 台阶 / táijiē
3. 门框 / ménkuàng
4. 地板 / dìbǎn
5. 衣帽架 / yīmàojià
6. 壁纸 / bìzhǐ
7. 落地窗 / luòdìchuāng
8. 暖气片 / nuǎnqìpiàn
9. 射灯 / shèdēng
10. 日光灯管 / rìguāng dēngguǎn
11. 门牌号 / ménpáihào
12. 大门 / dàmén
13. 门槛 / ménkǎn
14. 后门 / hòumén
15. 敲门 / qiāo mén
16. 按门铃 / àn ménlíng
17. 刷成蓝色的墙 / shuāchéng lánsè de qiáng

Sentences 句子

1. When the weather is very hot, I let down the Venetian blinds.
2. There is a lot of unused space here.

1. 天气热的时候,我就把百叶窗放下来。/ Tiānqì rè de shíhou, wǒ jiù bǎ bǎiyèchuāng fàng xialai.
2. 这里有很多没有利用起来的空间。/ Zhèli yǒu hěn duō méiyǒu lìyòng qilai de kōngjiān.

❸ The room is overheated and badly ventilated.

❹ Something is wrong with our hot-water radiator: it doesn't heat the room at all.

❺ Will you hang your hat on the hat-peg?

❻ We shall have to have this switch repaired.

❼ The hall is ornamented beautifully with Chinese paintings.

❸ 这个房间暖气太热了，通风也不好。/ Zhè ge fángjiān nuǎnqì tài rè le, tōngfēng yě bù hǎo.

❹ 我们的暖气出了毛病，一点儿也不热了。/ Wǒmen de nuǎnqì chūle máobìng, yìdiǎnr yě bú rè le.

❺ 把帽子挂在衣帽架上好吗？/ Bǎ màozi guà zài yīmàojià shang hǎo ma?

❻ 我们得找人修修这个开关。/ Wǒmen děi zhǎo rén xiūxiu zhè ge kāiguān.

❼ 大厅用中国画装饰得很漂亮。/ Dàtīng yòng zhōngguóhuà zhuāngshì de hěn piàoliang.

Conversations 会话

❶

A: What kind of heating system do you have in your house?
B: We have a central heating system.
A: No wonder it's warm here.

❶

A: 您家的房子怎么供热？/ Nín jiā de fángzi zěnme gōngrè?
B: 我们有中央空调。/ Wǒmen yǒu zhōngyāng kōngtiáo.
A: 怪不得您家这么暖和。/ Guàibude nín jiā zhème nuǎnhuo.

❷

A: Where does this door lead to, Rona?
B: It leads out on to the street and that leads in to the yard.
A: How spacious your house is, especially your living room!

❷

A: 罗娜，这个门通向哪儿？/ Luónà, zhè ge mén tōng xiàng nǎr?
B: 这个门通向街道，那个门通向院子。/ Zhè ge mén tóng xiàng jiēdào, nà ge mén tōng xiàng yuànzi.
A: 你家太宽敞了，特别是客厅。/ Nǐ jiā tài kuānchǎng le, tèbié shì kètīng.

❸

A: what can I do for you?
B: Where is the coat-rack?
A: It's over there.

❸

A: 需要帮忙吗？/ Xūyào bāngmáng ma?
B: 衣帽架在哪儿？/ Yīmàojià zài nǎr?
A: 在那边。/ Zài nàbiān.

29 BEDROOM
卧室　Wòshì

Vocabulary 词语

1. dressing table
2. stool
3. single bed
4. double bed
5. camp bed
6. bunk bed
7. bed head
8. bedside lamp
9. bedside table
10. pillow
11. throw pillow
12. mattress
13. bedspread
14. quilt cover
15. bed sheet
16. pillowcase
17. spring mattress
18. blanket
19. quilt, comforter
20. carpet
21. infant's crib
22. cradle
23. stand for toys
24. wardrobe
25. clothes-hanger
26. chest of drawers
27. master bedroom
28. guest bedroom

1. 梳妆台 / shūzhuāngtái
2. 凳子 / dèngzi
3. 单人床 / dānrénchuáng
4. 双人床 / shuāngrénchuáng
5. 行军床 / xíngjūnchuáng
6. 上下铺 / shàngxiàpù
7. 床头 / chuángtóu
8. 床头灯 / chuángtóudēng
9. 床头桌 / chuángtóuzhuō
10. 枕头 / zhěntou
11. 抱枕 / bàozhěn
12. 床垫 / chuángdiàn
13. 床罩 / chuángzhào
14. 被罩 / bèizhào
15. 床单 / chuángdān
16. 枕套 / zhěntào
17. 弹簧床垫 / tánhuáng chuángdiàn
18. 毯子 / tǎnzi
19. 被子 / bèizi
20. 地毯 / dìtǎn
21. 婴儿床 / yīng'érchuáng
22. 摇篮 / yáolán
23. 玩具架 / wánjùjià
24. 衣柜 / yīguì
25. 衣架 / yījià
26. 抽屉柜 / chōutìguì
27. 主卧 / zhǔwò
28. 客卧 / kèwò

㉙ ensuite room

㉚ curtain

㉙ 带卫生间的卧室 / dài wèishēngjiān de wòshì

㉚ 窗帘 / chuānglián

Sentences 句子

❶ Spread the bed sheet, please.
❷ Turn a pillow-case inside out, please.
❸ Come upstairs to see our bedroom.
❹ This bedspread is creased.
❺ Before going to bed I set the alarm.
❻ Their bedroom faces south, so it is flooded with sunshine in every sunny day.
❼ The color of the curtain matches the bedspread well.
❽ We have a spare bedroom for guests.

❶ 请铺一下床单。/ Qǐng pū yíxià chuángdān.
❷ 请把枕套翻过来。/ Qǐng bǎ zhěntào fān guolai.
❸ 上楼来看看我们的卧室吧。/ Shàng lóu lái kànkan wǒmen de wòshì ba.
❹ 这条床单有点儿皱了。/ Zhè tiáo chuángdān yǒudiǎnr zhòu le.
❺ 睡觉以前我定好闹钟。/ Shuìjiào yǐqián wǒ dìnghǎo nàozhōng.
❻ 他们的卧室朝南，所以晴天的时候阳光很充足。/ Tāmen de wòshì cháo nán, suǒyǐ qíngtiān de shíhou yángguāng hěn chōngzú.
❼ 窗帘和床单的颜色很协调。/ Chuānglián hé chuángdān de yánsè hěn xiétiáo.
❽ 我们有间空着的卧室给客人。/ Wǒmen yǒu jiān kòngzhe de wòshì gěi kèren.

Conversations 会话

❶
A: Rona, do you like to sleep on a hard bed?

B: No, I like a soft, springy mattress.

❶
A: 罗娜，你喜欢睡硬床吗？/ Luónà, nǐ xǐhuan shuì yìngchuáng ma?

B: 不，我喜欢软软的有弹力的床垫。/ Bù, wǒ xǐhuan ruǎnruǎn de yǒu tánlì de chuángdiàn.

❷
A: Where do you hang your clothes when you undress at night?

❷
A: 你晚上把脱下来的衣服挂在哪里？/ Nǐ wǎnshang bǎ tuō xialai de yīfu guà zài nǎlǐ?

29 BEDROOM 卧室

B: In the wardrobe. And I fold up my underclothes and place them on the chair next to my bed.

B: 衣柜里。我把内衣叠好放在床边的椅子上。/ Yīguì li. Wǒ bǎ nèiyī diéhǎo fàng zài chuángbiān de yǐzi shang.

❸

A: Martin, do you like to read in bed?

B: Yes, I always have a bedside book on my bedside table.

A: 马丁，你喜欢在床上躺着看书吗？/ Mǎdīng, nǐ xǐhuan zài chuáng shang tǎngzhe kàn shū ma?

B: 对，我总是在床边的桌子上放一本枕边书。/ Duì, wǒ zǒngshì zài chuángbiān de zhuōzi shang fàng yì běn zhěnbiānshū.

❹

A: I don't sleep well in my bedroom recently.

B: Try to keep it dark, well ventilated and quiet.

A: 我最近在卧室总是睡不好。/ Wǒ zuìjìn zài wòshì zǒngshì shuì bu hǎo.

B: 你试试把卧室的光线调暗，让卧室通风良好，保持安静。/ Nǐ shìshi bǎ wòshì de guāngxiàn tiáo'àn, ràng wòshì tōng fēng liánghǎo, bǎochí ānjìng.

❺

A: Could you wake me up at 6 o'clock tomorrow morning?

B: I will, but you'd better set the alarm also because I'm afraid I oversleep.

A: 您能明早六点叫我起床吗？/ Nín néng míng zǎo liù diǎn jiào wǒ qǐchuáng ma?

B: 可以，不过你最好也上个闹钟，因为我怕自己睡过了。/ Kěyǐ, búguò nǐ zuìhǎo yě shàng ge nàozhōng, yīnwèi wǒ pà zìjǐ shuìguò le.

30 KITCHEN
——厨房 Chúfáng

Vocabulary 词语

1. refrigerator
2. gas stove
3. stove
4. micro-wave oven
5. oven
6. coffee mill
7. mixer
8. dishwasher
9. toaster
10. liquidizer
11. pot
12. plate
13. pan
14. pressure cooker
15. hotplate
16. saucepan
17. frying-pan
18. electric saucepan
19. sink
20. dust bin, refuse-bin
21. range hood
22. cupboard
23. plate rack
24. dish-cloth

1. 冰箱 / bīngxiāng
2. 煤气灶 / méiqìzào
3. 炉子 / lúzi
4. 微波炉 / wēibōlú
5. 烤箱 / kǎoxiāng
6. 咖啡机 / kāfēijī
7. 搅拌器 / jiǎobànqì
8. 洗碗机 / xǐwǎnjī
9. 面包机 / miànbāojī
10. 榨汁机 / zhàzhījī
11. 壶 / hú
12. 盘子 / pánzi
13. 平底锅 / píngdǐguō
14. 高压锅 / gāoyāguō
15. 烤盘 / kǎopán
16. 炖锅，汤锅 / dùnguō, tāngguō
17. 煎锅 / jiānguō
18. 电锅 / diànguō
19. 水槽 / shuǐcáo
20. 垃圾桶 / lājītǒng
21. 抽油烟机 / chōuyóuyānjī
22. 碗柜 / wǎnguì
23. 餐具架 / cānjùjià
24. 洗碗布 / xǐwǎnbù

KITCHEN 厨房

Sentences 句子

1. Dry dishes on a dish-cloth.
2. The tap is leaking. It wants a new washer.
3. They've got a battery of stainless cooking utensils in their kitchen.
4. He makes a pigsty of the kitchen whenever he does the cooking.

1. 用抹布把盘子擦干。/ Yòng mābù bǎ pánzi cāgān.
2. 水龙头漏了，需要一个新的垫圈。/ Shuǐlóngtóu lòu le, xūyào yí ge xīn de diànquān.
3. 他们买了一套不锈钢的厨房用具。/ Tāmen mǎile yí tào búxiùgāng de chúfáng yòngjù.
4. 他一做饭就把厨房弄得很脏。/ Tā yí zuò fàn jiù bǎ chúfáng nòng de hěn zāng.

Conversations 会话

1

A: What is this piece of furniture with all those plates called?

B: That is the kitchen dresser.

1

A: 放着好些碟子的那件家具叫什么？/ Fàngzhe hǎoxiē diézi de nà jiàn jiājù jiào shénme?

B: 那是碗柜。/ Nà shì wǎnguì.

2

A: Is gas laid on to your house?

B: Yeah. Gas stove is very convenient and gives little trouble. It comes out very cheap by using gas.

2

A: 你的房子通煤气了吗？/ Nǐ de fángzi tōng méiqì le ma?

B: 通了，煤气炉很方便，而且一点儿不麻烦。实际上，用煤气很便宜。/ Tōng le, méiqìlú hěn fāngbiàn, érqiě yìdiǎnr bù máfan. Shíjì shang, yòng méiqì hěn piányi.

3

A: I've had trouble with the gas stove today. The fire is rather low.

B: Let me have a look. It seems there is a leakage in the pipes or joints somewhere.

3

A: 今天煤气灶出问题了，火很小。/ Jīntiān méiqìzào chū wèntí le, huǒ hěn xiǎo.

B: 让我看看。好像管子或者接口的什么地方有泄漏。/ Ràng wǒ kànkan. Hǎoxiàng guǎnzi huòzhě jiēkǒu de shénme dìfang yǒu xièlòu.

31 DINING ROOM
——餐厅 Cāntīng

Vocabulary 词语

1. cupboard
2. dining table
3. folding chair
4. chandelier
5. dishware
6. crumb-tray
7. knife
8. fork
9. spoon
10. soup ladle
11. strainer
12. bowl
13. plate
14. chopstick
15. wineglass
16. bottle opener
17. toothpick
18. table cloth
19. tissue

1. 碗柜 / wǎnguì
2. 餐桌 / cānzhuō
3. 折叠椅 / zhédiéyǐ
4. 吊灯 / diàodēng
5. 餐具 / cānjù
6. 小碟子 / xiǎodiézi
7. 刀 / dāo
8. 叉 / chā
9. 勺 / sháo
10. 汤勺 / tāngsháo
11. 漏勺 / lòusháo
12. 碗 / wǎn
13. 盘子 / pánzi
14. 筷子 / kuàizi
15. 玻璃酒杯 / bōli jiǔbēi
16. 起子 / qǐzi
17. 牙签 / yáqiān
18. 桌布 / zhuōbù
19. 餐巾纸 / cānjīnzhǐ

Sentences 句子

1. We don't have a separate dining-room; the living room area is all one.
1. 我们没有单独的餐厅，餐厅是和客厅在一起的。/ Wǒmen méiyǒu dāndú de cāntīng, cāntīng shì hé kètīng zài yìqǐ de.

31 DINING ROOM 餐厅

❷ In the dining-room the table is clean laid with linen and napery and shiny glasses and decorated china.

❷ 餐厅里的饭桌已经布置好了，铺着干净的亚麻桌布和餐巾，玻璃器皿和瓷器熠熠生辉。
/ Cāntīng li de fànzhuō yǐjīng bùzhì hǎo le, pūzhe gānjìng de yàmá zhuōbù hé cānjīn, bōli qìmǐn hé cíqì yìyì shēnghuī.

Conversations 会话

❶

A: My dinning room is rather crowded with furniture.

B: Maybe the built-in kind of furniture gives more space.

A: It makes the dinning room seem bigger, doesn't?

B: Yes, the room looks brighter and more cheerful now.

❶

A: 由于家具太多，我家餐厅显得很挤。
/ Yóuyú jiājù tài duō, wǒ jiā cāntīng xiǎnde hěn jǐ.

B: 或许内置式的家具能腾出来一些空间。
/ Huòxǔ nèizhìshì de jiājù néng téng chulai yìxiē kōngjiān.

A: 这样餐厅显得大一点儿，是不是？
/ Zhèyàng cāntīng xiǎnde dà yìdiǎnr, shì bu shì?

B: 对，那样屋里看起来更亮，更舒服。
/ Duì, nàyàng wū li kàn qilai gèng liàng, gèng shūfu.

❷

A: What's the unused space for?

B: I'll put a high-chair here for my kid.

A: The corner is bare. why not put there?

B: I'll put the three-shelf stand there.

❷

A: 这个空着的地方要做什么用？/ Zhè ge kòngzhe de dìfang yào zuò shénme yòng?

B: 我要把孩子的餐椅放在这儿。/ Wǒ yào bǎ háizi de cānyǐ fàng zài zhèr.

A: 那个角落还空着。为什么不放在那儿？
/ Nà ge jiǎoluò hái kòngzhe. Wèishénme bú fàng zài nàr?

B: 我打算把三斗柜放在那儿。/ Wǒ dǎsuàn bǎ sāndǒuguì fàng zài nàr.

❸

A: Dora, your table cloth is so beautiful! Where did you get it?

B: Bailey bought it in Beijing last year.

❸

A: 多拉,你家的桌布真漂亮!你在哪儿买的? / Duōlā, nǐ jiā de zhuōbù zhēn piàoliang! Nǐ zài nǎr mǎi de?

B: 去年贝利在北京买的。/ Qùnián Bèilì zài Běijīng mǎi de.

32 STUDY
书房 Shūfáng

Vocabulary 词语

1. bookshelf
2. telephone
3. desk
4. chair
5. laptop
6. mouse mat
7. drawer
8. waste-paper basket
9. desk lamp
10. computer
11. monitor
12. keyboard
13. mouse
14. printer
15. scanner
16. pen container
17. dictionary
18. glasses case
19. folding chair

1. 书架 / shūjià
2. 电话 / diànhuà
3. 书桌 / shūzhuō
4. 椅子 / yǐzi
5. 笔记本电脑 / bǐjìběn diànnǎo
6. 鼠标垫 / shǔbiāodiàn
7. 抽屉 / chōutì
8. 废纸篓 / fèizhǐlǒu
9. 台灯 / táidēng
10. 电脑 / diànnǎo
11. 显示器 / xiǎnshìqì
12. 键盘 / jiànpán
13. 鼠标 / shǔbiāo
14. 打印机 / dǎyìnjī
15. 扫描仪 / sǎomiáoyí
16. 笔筒 / bǐtǒng
17. 词典 / cídiǎn
18. 眼镜盒 / yǎnjìnghé
19. 折叠椅 / zhédiéyǐ

Sentences 句子

1. She secludes herself in her study to work.
2. You are very lucky to have a spacious study like this; there's not room to swing a cat in mine.

1. 她把自己关在书房里埋头工作。/ Tā bǎ zìjǐ guān zài shūfáng li máitóu gōngzuò.
2. 你很幸运有这么一个宽敞的书房，我的书房非常小。/ Nǐ hěn xìngyùn yǒu zhème yí ge kuānchǎng de shūfáng, wǒ de shūfáng fēicháng xiǎo.

Conversations 会话

❶

A: Wow! You have a nice collection of books!

B: Thank you. Collecting books on Chinese culture has become a part of my life.

A: 哇！你的藏书真不错！/ Wà! Nǐ de cángshū zhēn búcuò!

B: 谢谢你！收集中国文化方面的书已经成为我生活的一部分了。/ Xièxie nǐ! Shōují Zhōngguó wénhuà fāngmiàn de shū yǐjīng chéngwéi wǒ shēnghuó de yí bùfen le.

❷

A: Professor, can I borrow the book "*Journey to the west*"? You seem to have a nice version.

B: Sure, I am so glad that you have interest in Chinese literature.

A: 教授，我可以借您的《西游记》看看吗？您这个版本看起来不错。/ Jiàoshòu, wǒ kěyǐ jiè nín de《Xīyóujì》kànkan ma? Nín zhè ge bǎnběn kàn qǐlai búcuò.

B: 当然可以，你对中国文学感兴趣，我很高兴。/ Dāngrán kěyǐ, nǐ duì Zhōngguó wénxué gǎn xìngqu, wǒ hěn gāoxìng.

❸

A: I can not recognize the characters on this calligraphy painting.

B: Because they are written in free style.

A: 我不认识这幅字画上的字。/ Wǒ bú rènshi zhè fú zìhuà shang de zì.

B: 因为这是用草书写的。/ Yīnwèi zhè shì yòng cǎoshū xiě de.

❹

A: Your printer looks special.

B: It is really helpful. It can not only print files and photos, but also make copies and scan.

A: 你的打印机看起来很特别。/ Nǐ de dǎyìnjī kàn qǐlai hěn tèbié.

B: 它真的很好用，不但可以打印文件和照片，还可以复印和扫描呢。/ Tā zhēn de hěn hǎoyòng, búdàn kěyǐ dǎyìn wénjiàn hé zhàopiàn, hái kěyǐ fùyìn hé sǎomiáo ne.

33 BATHROOM
浴室 Yùshì

Vocabulary 词语

1. wash basin
2. mirror
3. shower
4. tap
5. geyser
6. bathtub
7. bath-mat
8. bath-towel
9. facecloth
10. tooth paste
11. tooth brush
12. toilet
13. toilet paper
14. shampoo
15. body wash
16. soap
17. soap dish
18. hand wash
19. hand towel
20. safety-razor
21. bath robe
22. baby bath-tub

1. 洗脸池 / xǐliǎnchí
2. 镜子 / jìngzi
3. 花洒 / huāsǎ
4. 水龙头 / shuǐlóngtóu
5. 热水器 / rèshuǐqì
6. 浴缸 / yùgāng
7. 浴室防滑垫 / yùshì fánghuádiàn
8. 浴巾 / yùjīn
9. 毛巾 / máojīn
10. 牙膏 / yágāo
11. 牙刷 / yáshuā
12. 马桶 / mǎtǒng
13. 卫生纸 / wèishēngzhǐ
14. 洗发水 / xǐfàshuǐ
15. 沐浴液 / mùyùyè
16. 肥皂 / féizào
17. 肥皂盒 / féizàohé
18. 洗手液 / xǐshǒuyè
19. 擦手毛巾 / cā shǒu máojīn
20. 安全剃刀 / ānquán tìdāo
21. 浴袍 / yùpáo
22. 婴儿浴盆 / yīng'ér yùpén

Sentences 句子

1. See that the overflow is choked.
1. 看，出水口堵上了。/ Kàn, chūshuǐkǒu dǔshang le.

❷ We have one tap for hot water and another for cold.

❸ Have you lit the geyser?

❹ Do you prefer to take a bath or a shower?

❺ Change bath towels, bath-mat and hand towels, please.

❻ Do you have a bathroom heater in your bathroom?

❷ 我们有一个热水龙头，一个冷水龙头。/ Wǒmen yǒu yí ge rèshuǐ lóngtóu, yí ge lěngshuǐ lóngtóu.

❸ 热水器打着了吗？/ Rèshuǐqì dǎzháo le ma?

❹ 你喜欢泡澡还是淋浴?/ Nǐ xǐhuan pàozǎo háishì línyù?

❺ 请换一下浴巾、防滑垫和擦手毛巾。/ Qǐng huàn yíxià yùjīn、fánghuádiàn hé cā shǒu máojīn.

❻ 你家浴室装浴霸了吗？/ Nǐ jiā yùshì zhuāng yùbà le ma?

Conversations 会话

❶

A: Nice geyser! What's the brand?

B: A very famous Chinese brand—Midea.

A: Is it powered by electricity or gas?

B: Electricity, but it's rather safe.

A: It seems very convenient.
B: Yes, and it is electricity-saving.

❷

A: This bathtub looks very luxurious!

B: It is a massage tub. I do enjoy taking a bath and feel totally relaxed after one day's tough work.

❶

A: 这热水器不错，什么牌子？/ Zhé rèshuǐqì búcuò, shénme páizi?

B: 中国著名品牌——美的。/ Zhōngguó zhùmíng pǐnpái — Měidì.

A: 是用电的还是煤气的？/ Shì yòng diàn de háishì méiqì de?

B: 用电的，不过很安全。/ Yòng diàn de, búguò hěn ānquán.

A: 看起来很方便。/ Kàn qilai hěn fāngbiàn.
B: 对，而且不费电。/ Duì, érqiě bú fèi diàn.

❷

A: 这个浴缸看起来真豪华！/ Zhè ge yùgāng kàn qilai zhēn háohuá!

B: 这是个按摩浴缸。我很喜欢忙完一天以后泡一个澡，泡完以后觉得完全解乏了。/ Zhè shì ge ànmó yùgāng. Wǒ hěn xǐhuan mángwán yì tiān yǐhòu pào yí ge zǎo, pàowán yǐhòu juéde wánquán jiěfá le.

34 GARDEN
——花园 Huāyuán

Vocabulary 词语

1. sunshade
2. garden chair
3. embowered walk
4. bower
5. bench
6. watering can
7. fountain
8. hedge
9. swing
10. nesting-box
11. gardener

1. 遮阳伞 / zhēyángsǎn
2. 花园座椅 / huāyuán zuòyǐ
3. 林荫道 / línyīndào
4. 凉亭 / liángtíng
5. 长椅 / chángyǐ
6. 喷壶 / pēnhú
7. 喷泉 / pēnquán
8. 篱笆 / líba
9. 秋千 / qiūqiān
10. 鸟巢 / niǎocháo
11. 园丁 / yuándīng

Sentences 句子

1. At the end of the garden is a rockery in which we grow ferns and similar plants.
2. The flowers smell so sweet.
3. The flowers are new-blown.
4. What beautiful petals!
5. The garden is in bloom.

1. 在花园尽头有一座假山，我们在那儿种了些蕨类植物和其他类似的植物。/ Zài huāyuán jìntóu yǒu yí zuò jiǎshān, wǒmen zài nàr zhòng le xiē juélèi zhíwù hé qítā lèisì de zhíwù.
2. 这些花儿闻起来很香。/ Zhèxiē huār wén qilai hěn xiāng.
3. 这些花儿是新开的。/ Zhèxiē huār shì xīn kāi de.
4. 多么漂亮的花瓣！ / Duōme piàoliang de huābàn!
5. 花园里开满了花儿。/ Huāyuán li kāimǎn le huār.

⑥ Flowers are touched with frost.

⑦ This flower is barren.

⑧ Have you any perennials in your garden?

⑥ 花儿被霜打落了。/ Huār bèi shuāng dǎluò le.

⑦ 这种花儿不结果。/ Zhè zhǒng huār bù jiēguǒ.

⑧ 你的花园里有四季常青的植物吗?/ Nǐ de huāyuán li yǒu sìjì chángqīng de zhíwù ma?

Conversations 会话

①

A: What a beautiful garden you have, Dora!

B: Yes, and even it is small, it is really nice.

A: How large is it?

B: Oh! It is not very big, about 1 mu.

A: I see most of it is lawn.

B: Yes, and a lot of trouble goes into making a lawn.

A: What do you do with the weeds?

B: I throw them on to the manure heap and let them rot into rich black soil.

②

A: The flowers have withered.

B: Yeah. That's why I prefer artificial flowers to natural ones because they never wither.

①

A: 多拉，你的花园真漂亮！/ Duōlā, nǐ de huāyuán zhēn piàoliang!

B: 是啊，虽然很小，可真的很好。/ Shì a, suīrán hěn xiǎo, kě zhēnde hěn hǎo.

A: 有多大？/ Yǒu duō dà?

B: 哦，不算大，大概一亩。/ Ò, bú suàn dà, dàgài yì mǔ.

A: 我看大部分是草坪。/ Wǒ kàn dà bùfen shì cǎopíng.

B: 是的，维护草坪非常麻烦。/ Shì de, wéihù cǎopíng fēicháng máfan.

A: 你怎么处理杂草？/ Nǐ zěnme chǔlǐ zácǎo?

B: 我把它们扔进肥料堆里，让它们腐烂，成为肥沃的黑土。/ Wǒ bǎ tāmen rēngjìn féiliàoduī li, ràng tāmen fǔlàn, chéngwéi féiwò de hēi tǔ.

②

A: 花儿都凋谢了。/ Huār dōu diāoxiè le.

B: 是啊，这就是为什么比起自然花儿，我更喜欢人造花儿，因为它们永远不会凋谢。/ Shì a, zhè jiù shì wèishénme bǐ qǐ zìrán huār, wǒ gèng xǐhuan rénzào huār, yīnwèi tāmen yǒngyuǎn bú huì diāoxiè.

(二)

WHAT

什么
Shénme

...

1 OCCUPATION
——职业 Zhíyè

Vocabulary 词语

1. worker
2. doctor
3. manager
4. nurse
5. engineer
6. teacher
7. lawyer
8. peasant, farmer
9. translator/interpretor
10. tour guide
11. business man
12. civil servant
13. miner
14. machinist
15. blacksmith
16. welder
17. carpenter
18. painter
19. tailor, dress-maker
20. shoe-maker
21. programmer
22. cook
23. fisher
24. barber
25. driver
26. staff
27. to apply for a job
28. to advertise for

1. 工人 / gōngrén
2. 医生 / yīshēng
3. 经理 / jīnglǐ
4. 护士 / hùshi
5. 工程师 / gōngchéngshī
6. 教师 / jiàoshī
7. 律师 / lǜshī
8. 农民 / nóngmín
9. 翻译 / fānyì
10. 导游 / dǎoyóu
11. 商人 / shāngrén
12. 公务员 / gōngwùyuán
13. 矿工 / kuànggōng
14. 机械师 / jīxièshī
15. 铁匠 / tiějiàng
16. 焊接工 / hànjiēgōng
17. 木匠 / mùjiàng
18. 油漆工 / yóuqīgōng
19. 裁缝 / cáifeng
20. 鞋匠 / xiéjiàng
21. 程序员 / chéngxùyuán
22. 厨师 / chúshī
23. 渔民 / yúmín
24. 理发师 / lǐfàshī
25. 司机 / sījī
26. 职员 / zhíyuán
27. 求职 / qiúzhí
28. 招聘 / zhāopìn

1 OCCUPATION 职业

㉙ to have a job interview
㉚ dismiss
㉛ unemployment
㉜ full-time job
㉝ promotion
㉞ retire
㉟ wage
㊱ be on duty
㊲ sick leave
㊳ resume

㉙ 应聘 / yìngpìn
㉚ 解雇 / jiěgù
㉛ 失业 / shīyè
㉜ 全职 / quánzhí
㉝ 升职 / shēngzhí
㉞ 退休 / tuìxiū
㉟ 工资 / gōngzī
㊱ 值班 / zhíbān
㊲ 病假 / bìngjià
㊳ 简历 / jiǎnlì

Sentences 句子

❶ Who is in charge of your department?
❷ Have you a big staff?
❸ He has been promoted.
❹ I'm on duty now.
❺ I have a full time job.
❻ I work by the day.
❼ I have been to a job fare to send my resume.
❽ I'm on my sick-leave now.
❾ She was dismissed owing to the reduction of staff.
❿ It's time for break.
⓫ He retired last year.
⓬ I'm out of work now.
⓭ I'm hunting for a job.
⓮ Is there a vacancy here?
⓯ He is an experienced worker.
⓰ He is not equal to this task.

❶ 谁负责你们部门？/ Shuí fùzé nǐmen bùmén?
❷ 你们那儿员工多吗？/ Nǐmen nàr yuángōng duō ma?
❸ 他升职了。/ Tā shēngzhí le.
❹ 今天我值班。/ Jīntiān wǒ zhíbān.
❺ 我有一份全职工作。/ Wǒ yǒu yí fèn quánzhí gōngzuò.
❻ 我按日工作。/ Wǒ àn rì gōngzuò.
❼ 我去招聘会递简历了。/ Wǒ qù zhāopìnhuì dì jiǎnlì le.
❽ 我现在在休病假。/ Wǒ xiànzài zài xiū bìngjià.
❾ 由于减员，她被解雇了。/ Yóuyú jiǎnyuán, tā bèi jiěgù le.
❿ 到休息时间了。/ Dào xiūxi shíjiān le.
⓫ 去年他退休了。/ Qùnián tā tuìxiū le.
⓬ 我现在失业了。/ Wǒ xiànzài shīyè le.
⓭ 我在找工作。/ Wǒ zài zhǎo gōngzuò.
⓮ 这里招工吗？/ Zhèlǐ zhāo gōng ma?
⓯ 他是个有经验的工人。/ Tā shì ge yǒu jīngyàn de gōngrén.
⓰ 他不能胜任这个工作。/ Tā bù néng shèngrèn zhè ge gōngzuò.

⑰ Your wages run from the 1st of February.

⑱ Our wages were scaled down.

⑰ 你的工资从2月1号开始发。/ Nǐ de gōngzī cóng èryuè yī hào kāishǐ fā.

⑱ 我们的工资降了。/ Wǒmen de gōngzī jiàng le.

Conversations 会话

❶

A: What is your profession?

B: I am an engineer.

A: What are your hours of attendance?

B: From 9 till 17.

A: Is it a well-paid job?

B: Yes, I am very satisfied with it.

❶

A: 你是做什么工作的?/ Nǐ shì zuò shénme gōngzuò de?

B: 我是一个工程师。/ Wǒ shì yí ge gōngchéngshī.

A: 你什么时候上班? / Nǐ shénme shíhou shàngbān?

B: 从上午9点到下午5点。/ Cóng shàngwǔ jiǔ diǎn dào xiàwǔ wǔ diǎn.

A: 这是个薪水很高的工作吗? / Zhè shì ge xīnshuǐ hěn gāo de gōngzuò ma?

B: 对,我很满意这个工作。/ Duì, wǒ hěn mǎnyì zhè ge gōngzuò.

❷

A: Is he equal to this task?

B: Yes, I think so. He is an experienced worker.

❷

A: 他能胜任这个工作吗? / Tā néng shèngrèn zhè ge gōngzuò ma?

B: 我觉得他能。他是个有经验的工人。/ Wǒ juéde tā néng. Tā shì ge yǒu jīngyàn de gōngrén.

❸

A: I have pressing business. I need talk to you.

B: Be quick; there are heaps of work awaiting me.

❸

A: 我有要紧的事。我得跟你说说。/ Wǒ yǒu yàojǐn de shì. Wǒ děi gēn nǐ shuōshuo.

B: 快一点儿,还有一大堆工作等着我呢。/ Kuài yìdiǎnr, hái yǒu yí dà duī gōngzuò děngzhe wǒ ne.

2 RELATION
亲属 Qīnshǔ

Vocabulary 词语

① family
② spouse
③ husband
④ wife
⑤ father
⑥ mother
⑦ daughter
⑧ son
⑨ twin
⑩ grandfather
⑪ grandmother
⑫ great-grandfather
⑬ great-grandmother
⑭ sister
⑮ brother
⑯ grandson
⑰ granddaughter
⑱ stepfather
⑲ stepmother
⑳ stepbrother

㉑ stepsister

㉒ adopted son
㉓ adopted daughter
㉔ relative

① 家庭 / jiātíng
② 配偶 / pèi'ǒu
③ 丈夫 / zhàngfu
④ 妻子 / qīzi
⑤ 爸爸、父亲 / bàba、fùqīn
⑥ 妈妈、母亲 / māma、mǔqīn
⑦ 女儿 / nǚ'ér
⑧ 儿子 / érzi
⑨ 双胞胎 / shuāngbāotāi
⑩ 爷爷、姥爷 / yéye、lǎoye
⑪ 奶奶、姥姥 / nǎinai、lǎolao
⑫ 曾祖父 / zēng zǔfù
⑬ 曾祖母 / zēng zǔmǔ
⑭ 姐姐、妹妹 / jiějie、mèimei
⑮ 哥哥、弟弟 / gēge、dìdi
⑯ 孙子、外孙 / sūnzi、wàisūn
⑰ 孙女、外孙女 / sūnnǚ、wàisūnnǚ
⑱ 继父 / jìfù
⑲ 继母 / jìmǔ
⑳ 同父异母的兄弟、同母异父的兄弟 / tóngfùyìmǔ de xiōngdì、tóngmǔyìfù de xiōngdì
㉑ 同父异母的姐妹、同母异父的姐妹 / tóngfùyìmǔ de jiěmèi、tóngmǔyìfù de jiěmèi
㉒ 养子 / yǎngzǐ
㉓ 养女 / yǎngnǚ
㉔ 亲戚 / qīnqi

㉕ uncle		㉕ 伯父、叔叔、舅舅、姑夫、姨夫 / bófù、shūshu、jiùjiu、gūfu、yífu
㉖ aunt		㉖ 伯母、婶子、舅母、姑姑、姨 / bómǔ、shěnzi、jiùmǔ、gūgu、yí
㉗ cousin		㉗ 堂兄弟姐妹、表兄弟姐妹 / táng xiōngdì jiěmèi、biǎo xiōngdì jiěmèi
㉘ father-in-law		㉘ 公公、岳父 / gōnggong、yuèfù
㉙ mother-in-law		㉙ 婆婆、岳母 / pópo、yuèmǔ
㉚ brother-in-law		㉚ 姐夫、妹夫、内兄、内弟、大伯、小叔 / jiěfu、mèifu、nèixiōng、nèidì、dàbó、xiǎoshū
㉛ sister-in-law		㉛ 嫂子、弟媳、大姨子、小姨子、大姑子、小姑子 / sǎozi、dìxí、dàyízi、xiǎoyízi、dàgūzi、xiǎogūzi
㉜ son-in-law		㉜ 女婿 / nǚxu
㉝ daughter-in-law		㉝ 儿媳 / érxí
㉞ nephew		㉞ 侄子 / zhízi
㉟ niece		㉟ 侄女 / zhínǚ
㊱ blood relation		㊱ 血亲 / xuèqīn
㊲ family tree		㊲ 家谱 / jiāpǔ
㊳ ancestor		㊳ 祖先 / zǔxiān
㊴ descendant		㊴ 后代 / hòudài
㊵ single		㊵ 单身 / dānshēn
㊶ to be engaged		㊶ 订婚 / dìng hūn
㊷ to marry		㊷ 结婚 / jié hūn
㊸ to remarry		㊸ 复婚 / fùhūn
㊹ to divorce		㊹ 离婚 / lí hūn

Sentences 句子

❶ My maternal grandmother has many descendants.

❷ My grandparents lived to a great age. I was their favorite grandson.

❶ 我的姥姥有很多子孙。/ Wǒ de lǎolao yǒu hěn duō zǐsūn.

❷ 我的祖父母都活到了很大年纪,我是他们最喜欢的孙子。/ Wǒ de zǔfùmǔ dōu huódào le hěn dà niánjì, wǒ shì tāmen zuì xǐhuan de sūnzi.

RELATION 亲属

❸ I'm 3 years older than my sister.

❹ I have several relatives in Shanghai.

❺ My brother is of age.

❻ I'm pleased to hear that your daughter is engaged to a distant cousin of mine.

❸ 我比我妹妹大三岁。/ Wǒ bǐ wǒ mèimei dà sān suì.

❹ 在上海我有几个亲戚。/ Zài Shànghǎi wǒ yǒu jǐ ge qīnqi.

❺ 我弟弟已经成年了。/ Wǒ dìdi yǐjīng chéngnián le.

❻ 听说你的女儿和我的一个远房表哥订婚了，我真高兴。/ Tīngshuō nǐ de nǚ'ér hé wǒ de yí ge yuǎnfáng biǎogē dìng hūn le, wǒ zhēn gāoxìng.

Conversations 会话

❶

A: Are your grandparents still alive?

B: Yes, I'm glad to say both my grandparents are living.

❶

A: 您的祖父母健在吗？/ Nín de zǔfùmǔ jiànzài ma?

B: 对，我的祖父母都健在，我非常高兴。/ Duì, wǒ de zǔfùmǔ dōu jiànzài, wǒ fēicháng gāoxìng.

❷

A: Have you any sisters and brothers?

B: No. I am the only son in my family.

❷

A: 你有兄弟姐妹吗？/ Nǐ yǒu xiōngdì jiěmèi ma?

B: 没有。我是家里的独生子。/ Méiyǒu. Wǒ shì jiā li de dúshēngzǐ.

❸

A: How old is your niece?

B: Do you mean my nephew? I haven't got a niece.

❸

A: 你的侄女多大了？/ Nǐ zhínǚ duō dà le?

B: 你是指我的侄子吧？我没有侄女。/ Nǐ shì zhǐ wǒ de zhízi ba? Wǒ méiyǒu zhínǚ.

3 HOUSEHOLD UTENSIL
—— 家居用品 Jiājū Yòngpǐn

Vocabulary 词语

1. ladder
2. waste bin
3. broom
4. brush
5. mop
6. bucket
7. corkscrew
8. bottle opener
9. scissors
10. tweezers
11. hammer
12. pliers
13. wrench
14. saw
15. screwdriver
16. bathtub
17. shower curtain
18. towel
19. bath-towel
20. tooth-brush
21. toothpaste
22. tooth powder
23. dental floss
24. comb
25. toilet paper
26. hanger
27. clothes-hook
28. thread
29. button

1. 梯子 / tīzi
2. 垃圾桶 / lājītǒng
3. 扫帚 / sàozhou
4. 刷子 / shuāzi
5. 拖把 / tuōbǎ
6. 水桶 / shuǐtǒng
7. 红酒开瓶器 / hóngjiǔ kāipíngqì
8. 开瓶器 / kāipíngqì
9. 剪刀 / jiǎndāo
10. 镊子 / nièzi
11. 锤子 / chuízi
12. 钳子 / qiánzi
13. 扳手 / bānshou
14. 锯 / jù
15. 螺丝刀 / luósīdāo
16. 浴缸 / yùgāng
17. 浴帘 / yùlián
18. 毛巾 / máojīn
19. 浴巾 / yùjīn
20. 牙刷 / yáshuā
21. 牙膏 / yágāo
22. 牙粉 / yáfěn
23. 牙线 / yáxiàn
24. 梳子 / shūzi
25. 手纸 / shǒuzhǐ
26. 衣架 / yījià
27. 衣钩 / yīgōu
28. 线 / xiàn
29. 钮扣 / niǔkòu

HOUSEHOLD UTENSIL 家居用品

- ㉚ zipper — ㉚ 拉链 / lāliàn
- ㉛ press fastener — ㉛ 按扣 / ànkòu
- ㉜ thimble — ㉜ 顶针 / dǐngzhēn
- ㉝ knitting needle — ㉝ 毛衣针 / máoyīzhēn
- ㉞ knitting wool — ㉞ 毛线 / máoxiàn
- ㉟ crochet needle — ㉟ 钩针 / gōuzhēn
- ㊱ needle — ㊱ 针 / zhēn
- ㊲ pin — ㊲ 别针 / biézhēn
- ㊳ curtain — ㊳ 窗帘 / chuānglián
- ㊴ curtain ring — ㊴ 窗帘环 / chuāngliánhuán
- ㊵ curtain rod — ㊵ 窗帘杆 / chuāngliángān
- ㊶ table cloth — ㊶ 桌布 / zhuōbù
- ㊷ table runner — ㊷ 桌旗 / zhuōqí
- ㊸ napkin — ㊸ 餐巾 / cānjīn
- ㊹ apron — ㊹ 围裙 / wéiqun
- ㊺ ventilator — ㊺ 排风扇 / páifēngshàn
- ㊻ vacuum cleaner — ㊻ 吸尘器 / xīchénqì
- ㊼ sewing machine — ㊼ 缝纫机 / féngrènjī
- ㊽ electric iron — ㊽ 电熨斗 / diànyùndǒu
- ㊾ ironing board — ㊾ 熨衣板 / yùnyībǎn
- ㊿ hair-drier — ㊿ 吹风机 / chuīfēngjī
- ㉛ electric fan — ㉛ 电风扇 / diànfēngshàn
- ㉜ razor — ㉜ 剃须刀 / tìxūdāo
- ㉝ razor-blade — ㉝ 剃须刀刀片 / tìxūdāo dāopiàn
- ㉞ electric heater — ㉞ 电暖气 / diànnuǎnqì
- ㉟ plug — ㉟ 插头 / chātóu
- ㊱ outlet — ㊱ 插座 / chāzuò

Sentences 句子

❶ I broke the handle yesterday.

❶ 昨天我把把手弄坏了。 / Zuótiān wǒ bǎ bǎshǒu nònghuài le.

❷ The work of ironing is greatly facilitated by an ironing-board.

❷ 在熨衣板上熨衣服非常方便。 / Zài yùnyībǎn shang yùn yīfu fēicháng fāngbiàn.

❸ I will put all the winter clothes in the container.

❸ 我会把所有的冬衣都放进整理箱的。 / Wǒ huì bǎ suǒyǒu de dōngyī dōu fàngjìn zhěnglǐxiāng de.

Conversations 会话

①
A: The dustbin is full.
B: I'll take it downstairs soon.

①
A: 垃圾桶满了。/ Lājītǒng mǎn le.
B: 我马上带下楼去。/ Wǒ mǎshàng dàixià lóu qu.

②
A: Where is the broom?
B: It's at the corner of the kitchen.

②
A: 扫帚在哪儿？/ Sàozhou zài nǎr?
B: 在厨房的角上。/ Zài chúfáng de jiǎo shang.

③
A: Come on, the drain pipe is chocked.
B: Don't worry. I'll call the plumber.

③
A: 快来，下水道堵了。/ Kuài lái, xiàshuǐdào dǔ le.
B: 别着急。我给水管工打个电话。/ Bié zháojí. Wǒ gěi shuǐguǎngōng dǎ ge diànhuà.

4 FOOD
食物 Shíwù

Vocabulary 词语

1. meat
2. pork
3. mutton
4. beef
5. fish
6. chicken
7. turkey
8. ham
9. bacon
10. sausage
11. ground meat
12. lean meat
13. fat
14. rib
15. beefsteak
16. ox-tail
17. ox-tongue
18. chicken wing
19. chicken drumstick
20. chicken breast
21. gizzard
22. lobster
23. shrimp
24. oyster
25. crab
26. sardine
27. tuna
28. omelette

1. 肉 / ròu
2. 猪肉 / zhūròu
3. 羊肉 / yángròu
4. 牛肉 / niúròu
5. 鱼 / yú
6. 鸡肉 / jīròu
7. 火鸡 / huǒjī
8. 火腿 / huǒtuǐ
9. 培根 / péigēn
10. 香肠 / xiāngcháng
11. 肉馅儿 / ròuxiànr
12. 瘦肉 / shòuròu
13. 肥肉 / féiròu
14. 排骨 / páigǔ
15. 牛排 / niúpái
16. 牛尾 / niúwěi
17. 牛舌 / niúshé
18. 鸡翅 / jīchì
19. 琵琶腿 / pípātuǐ
20. 鸡胸肉 / jīxiōngròu
21. 鸡胗 / jīzhēn
22. 龙虾 / lóngxiā
23. 虾 / xiā
24. 牡蛎 / mǔlì
25. 螃蟹 / pángxiè
26. 沙丁鱼 / shādīngyú
27. 金枪鱼 / jīnqiāngyú
28. 煎蛋 / jiāndàn

English-Chinese Communication Quick Finder

㉙ boiled egg　　　　　　㉙ 煮蛋 / zhǔdàn
㉚ scrambled egg　　　　㉚ 炒蛋 / chǎodàn
㉛ broth　　　　　　　　㉛ 肉汤 / ròutāng
㉜ soup　　　　　　　　㉜ 浓汤 / nóngtāng
㉝ baked snail　　　　　㉝ 焗蜗牛 / jú wōniú
㉞ roast duck　　　　　　㉞ 烤鸭 / kǎoyā
㉟ fried chicken　　　　　㉟ 炸鸡 / zhájī
㊱ noddle　　　　　　　㊱ 面条儿 / miàntiáor
㊲ instant noddle　　　　㊲ 方便面 / fāngbiànmiàn
㊳ rice　　　　　　　　㊳ 米饭 / mǐfàn
㊴ dumpling　　　　　　㊴ 饺子 / jiǎozi
㊵ steamed bread　　　㊵ 馒头 / mántou
㊶ clay oven rolls　　　　㊶ 烧饼 / shāobǐng
㊷ fried bread stick　　　㊷ 油条 / yóutiáo
㊸ soybean milk　　　　㊸ 豆浆 / dòujiāng
㊹ pasta　　　　　　　　㊹ 意大利面 / Yìdàlìmiàn
㊺ macaroni　　　　　　㊺ 通心粉 / tōngxīnfěn
㊻ pizza　　　　　　　　㊻ 比萨饼 / bǐsàbǐng
㊼ hamburger　　　　　㊼ 汉堡包 / hànbǎobāo
㊽ cheese　　　　　　　㊽ 奶酪 / nǎilào
㊾ jam　　　　　　　　㊾ 果酱 / guǒjiàng
㊿ butter　　　　　　　㊿ 黄油 / huángyóu
51 salad dressing　　　　51 沙拉酱 / shālājiàng

Sentences 句子

❶ The cake was so delicious that I ate three pieces.
❷ All of these are my favorite foods.
❸ These are all healthy foods.
❹ There is a big variety of food here.
❺ It's delicious. It really lives up to its reputation.

❶ 这蛋糕太好吃了，我吃了三块儿。/ Zhè dàngāo tài hǎochī le, wǒ chīle sān kuàir.
❷ 这些都是我爱吃的东西。/ Zhèxiē dōu shì wǒ àichī de dōngxi.
❸ 这些都是健康食品。/ Zhèxiē dōu shì jiànkāng shípǐn.
❹ 这里的食品种类丰富。/ Zhèli de shípǐn zhǒnglèi fēngfù.
❺ 味道真不错，果然名不虚传。/ Wèidào zhēn búcuò, guǒrán míngbùxūchuán.

❻ This turkey is not very tender, I'm afraid.

❼ We can soon get something ready for you: a fried egg and the potato salad.

❻ 我觉得这个火鸡不是很嫩。/ Wǒ juéde zhè ge huǒjī bú shì hěn nèn.

❼ 我们可以马上给您上煎鸡蛋和土豆沙拉。/ Wǒmen kěyǐ mǎshàng gěi nín shàng jiān jīdàn hé tǔdòu shālā.

Conversations 会话

❶

A: Would you like some beef?

B: I'm a vegetarian; I can't eat any meat.

A: 我们来点儿牛肉好不好？/ Wǒmen lái diǎnr niúròu hǎo bu hǎo?

B: 我吃素，不吃肉。/ Wǒ chī sù, bù chī ròu.

❷

A: Sorry that I cannot eat any shrimp.

B: Why? Are you allergic to shrimp?

A: Yes. It makes me vomit.

A: 对不起，我不能吃虾。/ Duìbuqǐ, wǒ bù néng chī xiā.

B: 怎么了？你对虾过敏吗？/Zěnme le? Nǐ duì xiā guòmǐn ma?

A: 对。我吃虾会呕吐。/ Duì. Wǒ chī xiā huì ǒutù.

❸

A: What would you like to have? Chinese food or western food?

B: A Beijing roast duck for us, please.

A: 你想吃中餐还是西餐？/ Nǐ xiǎng chī zhōngcān háishi xīcān?

B: 来一只北京烤鸭吧。/ Lái yì zhī Běijīng kǎoyā ba.

5 FRUIT, NUT
——水果，坚果 Shuǐguǒ, Jiānguǒ

Vocabulary 词语

1. apple
2. peach
3. plum
4. persimmon
5. cherry
6. durian
7. star fruit
8. apricot
9. orange
10. tangerine
11. cumquat
12. pomegranate
13. kiwi fruit
14. banana
15. pineapple
16. mango
17. lemon
18. papaya
19. lychee
20. oliver
21. longan
22. loquat
23. coconut
24. grape
25. pear
26. mulberry
27. waxberry
28. strawberry

1. 苹果 / píngguǒ
2. 桃 / táo
3. 李子 / lǐzi
4. 柿子 / shìzi
5. 樱桃 / yīngtáo
6. 榴莲 / liúlián
7. 杨桃 / yángtáo
8. 杏 / xìng
9. 橙子 / chéngzi
10. 橘子 / júzi
11. 金橘 / jīnjú
12. 石榴 / shíliu
13. 猕猴桃 / míhóutáo
14. 香蕉 / xiāngjiāo
15. 菠萝 / bōluó
16. 芒果 / mángguǒ
17. 柠檬 / níngméng
18. 木瓜 / mùguā
19. 荔枝 / lìzhī
20. 橄榄 / gǎnlǎn
21. 龙眼，桂圆 / lóngyǎn, guìyuán
22. 枇杷 / pípa
23. 椰子 / yēzi
24. 葡萄 / pútao
25. 梨 / lí
26. 桑葚 / sāngshèn
27. 杨梅 / yángméi
28. 草莓 / cǎoméi

FRUIT, NUT 水果和坚果

㉙ blueberry
㉚ blackberry
㉛ watermelon
㉜ cantaloup
㉝ hazelnut
㉞ chestnut
㉟ groundnut
㊱ sunflower seeds
㊲ walnut
㊳ macadamia nut
㊴ cashew nut
㊵ almond
㊶ fig
㊷ raisin
㊸ pistachio
㊹ ginko
㊺ date

㉙ 蓝莓 / lánméi
㉚ 黑莓 / hēiméi
㉛ 西瓜 / xīguā
㉜ 哈密瓜 / hāmìguā
㉝ 榛子 / zhēnzi
㉞ 栗子 / lìzi
㉟ 花生 / huāshēng
㊱ 瓜子 / guāzǐ
㊲ 核桃 / hétao
㊳ 夏威夷果 / xiàwēiyíguǒ
㊴ 腰果 / yāoguǒ
㊵ 杏仁 / xìngrén
㊶ 无花果 / wúhuāguǒ
㊷ 葡萄干 / pútaogān
㊸ 开心果 / kāixīnguǒ
㊹ 银杏 / yínxìng
㊺ 枣 / zǎo

Sentences 句子

❶ These are seasonal fruits.

❷ Eating more fruits is good for your health.

❸ This watermelon is very sweet.

❹ These are all imported bananas.

❺ She was cracking sunflower seeds while watching TV.

❻ Malaga grapes give a wine with plenty of bouquet.

❼ We have scarcely any strawberries, the birds have eaten them.

❶ 这些都是应季水果。/ Zhèxiē dōu shì yìngjì shuǐguǒ.

❷ 多吃水果对身体有好处。/ Duō chī shuǐguǒ duì shēntǐ yǒu hǎochu.

❸ 这西瓜特别甜。/ Zhè xīguā tèbié tián.

❹ 这些都是进口的香蕉。/ Zhèxiē dōu shì jìnkǒu de xiāngjiāo.

❺ 她一边看电视一边嗑瓜子。/ Tā yìbiān kàn diànshì yìbiān kè guāzǐ.

❻ 马拉加葡萄做出的葡萄酒,酒香浓郁。/ Mǎlājiā pútao zuòchū de pútaojiǔ, jiǔ xiāng nóngyù.

❼ 我们的草莓几乎都没了,全被鸟吃光了。/ Wǒmen de cǎoméi jīhū dōu méi le, quán bèi niǎo chīguāng le.

Conversations 会话

①

A: What kind of nuts do you like?

B: Walnut. It is very nourishing.

A: 你喜欢什么干果？/ Nǐ xǐhuan shénme gānguǒ?

B: 核桃，它非常有营养。/ Hétao, tā fēicháng yǒu yíngyǎng.

②

A: In my country, people believe that one apple a day keeps the doctor away.

B: In China, people think that the peach is the best fruit to keep healthy.

A: 在我们国家，人们相信每天吃一个苹果对身体很有好处。/ Zài wǒmen guójiā, rénmen xiāngxìn měi tiān chī yí ge píngguǒ duì shēntǐ hěn yǒu hǎochù.

B: 在中国，人们觉得桃是最有益健康的水果。/ Zài Zhōngguó, rénmen juéde táo shì zuì yǒuyì jiànkāng de shuǐguǒ.

③

A: What do you want?

B: I'd like three kilograms of plums.

A: 你要什么？/ Nǐ yào shénme?

B: 我买6斤李子。/ Wǒ mǎi liù jīn lǐzi.

6 CLOTHING
——服装 Fúzhuāng

Vocabulary 词语

1. bathrobe
2. sweater
3. tank
4. tee
5. playsuit
6. leather jacket
7. bib
8. jeans
9. shorts
10. underclothes
11. pajamas, sleepwear
12. shirt
13. business suit
14. down coat
15. jacket
16. cheongsam
17. Sun Yat-sen's uniform
18. tie
19. overcoat
20. scarf
21. gloves
22. evening dress
23. shorts
24. waistcoat
25. petticoat
26. housecoat
27. hoodie
28. active wear

1. 浴袍 / yùpáo
2. 毛衣 / máoyī
3. 背心 / bèixīn
4. T恤衫 / T xù shān
5. 儿童休闲装 / értóng xiūxiánzhuāng
6. 皮夹克 / píjiákè
7. 围嘴儿 / wéizuǐr
8. 牛仔裤 / niúzǎikù
9. 短裤 / duǎnkù
10. 内衣 / nèiyī
11. 睡衣 / shuìyī
12. 衬衫 / chènshān
13. 西装 / xīzhuāng
14. 羽绒服 / yǔróngfú
15. 夹克 / jiákè
16. 旗袍 / qípáo
17. 中山装 / zhōngshānzhuāng
18. 领带 / lǐngdài
19. 大衣 / dàyī
20. 围巾 / wéijīn
21. 手套 / shǒutào
22. 晚礼服 / wǎnlǐfú
23. 短裤 / duǎnkù
24. 马甲 / mǎjiǎ
25. 衬裙 / chènqún
26. 家居服 / jiājūfú
27. 帽衫 / màoshān
28. 运动服 / yùndòngfú

㉙ swimming suit
㉚ skirt
㉛ dress
㉜ cardigan
㉝ raincoat
㉞ dust coat
㉟ coat
㊱ bra, brassiere
㊲ corset
㊳ wool
㊴ silk
㊵ cashmere
㊶ polyester
㊷ print dress
㊸ cotton dress
㊹ dress with an upright collar

㉙ 游泳衣 / yóuyǒngyī
㉚ 裙子 / qúnzi
㉛ 长裙 / chángqún
㉜ 开衫 / kāishān
㉝ 雨衣 / yǔyī
㉞ 风衣 / fēngyī
㉟ 外套 / wàitào
㊱ 胸罩 / xiōngzhào
㊲ 束腹带 / shùfùdài
㊳ 羊毛 / yángmáo
㊴ 丝绸 / sīchóu
㊵ 羊绒 / yángróng
㊶ 涤纶 / dílún
㊷ 印花衣服 / yìnhuā yīfu
㊸ 纯棉衣服 / chúnmián yīfu
㊹ 立领衣服 / lìlǐng yīfu

Sentences 句子

❶ I bought my niece a woolen coat for a junior schoolgirl as gift yesterday.

❶ 昨天我给侄女买了一件专门给低年级小女孩儿穿的羊毛外套做礼物。/ Zuótiān wǒ gěi zhínǚ mǎile yí jiàn zhuānmén gěi dīniánjí xiǎo nǚháir chuān de yángmáo wàitào zuò lǐwù.

❷ The trousers with straps suit little boy well.

❷ 这种有皮带的长裤非常适合小男孩儿穿。/ Zhè zhǒng yǒu pídài de chángkù fēicháng shìhé xiǎo nánháir chuān.

❸ The color of this tie is much too loud.

❸ 这条领带的颜色太鲜艳了。/ Zhè tiáo lǐngdài de yánsè tài xiānyàn le.

❹ This open-neck spots shirt is very useful for sports and camping.

❹ 运动和野营的时候通常穿开领的运动衫。/ Yùndòng hé yěyíng de shíhou tōngcháng chuān kāilǐng de yùndòngshān.

❺ She was in evening dress.

❺ 她穿了一套晚礼服。/ Tā chuānle yí tào wǎnlǐfú.

❻ The fit is perfect.

❻ 非常合身。/ Fēicháng héshēn.

❼ It is the latest fashion.

❼ 这是最新样式。/ Zhè shì zuì xīn yàngshì.

❽ Straight skirts show me at my best.

❾ This dress can be worn in any season.

❽ 我穿直筒裙最好看。/ Wǒ chuān zhítǒngqún zuì hǎokàn.

❾ 这件衣服任何季节都能穿。/ Zhè jiàn yīfu rènhé jìjié dōu néng chuān.

Conversations 会话

❶

A: What kind of texture suits the baby?

B: The pure cotton is better because it's more comfortable.

❶

A: 什么质地的衣服适合婴儿穿？/ Shénme zhìdì de yīfu shìhé yīng'ér chuān?

B: 纯棉的比较好，穿起来比较舒服。/ Chúnmián de bǐjiào hǎo, chuān qilai bǐjiào shūfu.

❷

A: Tomorrow is casual Friday. I don't have to dress formally.

B: Don't forget you have a meeting.

❷

A: 明天是礼拜五，可以穿休闲装，我不用穿正式的衣服了。/ Míngtiān shì lǐbàiwǔ, kěyǐ chuān xiūxiánzhuāng, wǒ búyòng chuān zhèngshì de yīfu le.

B: 别忘了你有个会。/ Bié wàngle nǐ yǒu ge huì.

7 CAP, SHOES
——鞋，帽 Xié, mào

Vocabulary 词语

1. beret
2. trilby
3. sports cap
4. chef's cap
5. top hat
6. straw hat
7. yachting cap
8. baseball cap
9. army cap
10. leather shoes
11. shoes for walking
12. dancing shoes
13. children's shoes
14. casual shoes
15. mid-heeled pumps
16. high-heeled shoes
17. sneaker
18. canvas shoes
19. wedges
20. rubber soled shoes
21. platform shoes
22. open-toe shoes
23. laced shoes
24. slippers
25. sandals
26. flip-flops
27. boots
28. rain boots, galoshes

1. 贝雷帽 / bèiléimào
2. 呢帽 / nímào
3. 运动帽 / yùndòngmào
4. 厨师帽 / chúshīmào
5. 礼帽 / lǐmào
6. 草帽 / cǎomào
7. 赛艇帽 / sàitǐngmào
8. 棒球帽 / bàngqiúmào
9. 军帽 / jūnmào
10. 皮鞋 / píxié
11. 便鞋 / biànxié
12. 舞蹈鞋 / wǔdǎoxié
13. 童鞋 / tóngxié
14. 休闲鞋 / xiūxiánxié
15. 中跟鞋 / zhōnggēnxié
16. 高跟鞋 / gāogēnxié
17. 运动鞋 / yùndòngxié
18. 帆布鞋 / fānbùxié
19. 坡跟鞋 / pōgēnxié
20. 胶底鞋 / jiāodǐxié
21. 松糕鞋 / sōnggāoxié
22. 鱼嘴鞋 / yúzuǐxié
23. 系带鞋 / jì dàixié
24. 拖鞋 / tuōxié
25. 凉鞋 / liángxié
26. 人字拖鞋 / rénzì tuōxié
27. 靴子 / xuēzi
28. 雨靴 / yǔxuē

7 CAP, SHOES 鞋，帽

㉙ shoe lace
㉚ shoe-pad

㉙ 鞋带 / xiédài
㉚ 鞋垫 / xiédiàn

Sentences 句子

❶ The top hat is mainly worn on ceremonial occasions.
❷ A topee is useful in summer.
❸ Show me a hat with a narrow brim, please.
❹ I should like a pair of black boots.
❺ I need a brown pair of shoes to match my suit.
❻ I'd like to have a pair of well-made boots.
❼ They are the most comfortable shoes we have ever sold.
❽ Have you shoes with more slender heels?
❾ Can you show me those in snake-skin?
❿ Have you shoes of this fashion in black?
⓫ Show me those with cloth uppers in blue, please.

❶ 礼帽一般在正式场合才戴。/ Lǐmào yìbān zài zhèngshì chǎnghé cái dài.
❷ 夏天太阳帽非常有用。/ Xiàtiān tàiyángmào fēicháng yǒuyòng.
❸ 请给我拿一顶帽檐儿窄一点儿的。/ Qǐng gěi wǒ ná yì dǐng màoyánr zhǎi yìdiǎnr de.
❹ 我想买一双黑色的靴子。/ Wǒ xiǎng mǎi yì shuāng hēisè de xuēzi.
❺ 我想要一双棕色的鞋，来配我这套衣服。/ Wǒ xiǎng yào yì shuāng zōngsè de xié, lái pèi wǒ zhè tào yīfu.
❻ 我想买一双做工比较好的靴子。/ Wǒ xiǎng mǎi yì shuāng zuògōng bǐjiào hǎo de xuēzi.
❼ 这鞋是我们卖过的鞋里面最舒服的了。/ Zhè xié shì wǒmen màiguo de xié lǐmiàn zuì shūfu de le.
❽ 你还有跟儿再细一点儿的鞋吗？/ Nǐ hái yǒu gēnr zài xì yìdiǎnr de xié ma?
❾ 给我看看蛇皮的鞋，好吗？/ Gěi wǒ kànkan shépí de xié, hǎo ma?
❿ 这个样式的，还有黑色的吗？/ Zhè ge yàngshì de, hái yǒu hēisè de ma?
⓫ 请把那双蓝色的布面儿鞋给我看看。/ Qǐng bǎ nà shuāng lánsè de bùmiànr xié gěi wǒ kànkan.

Conversations 会话

①

A: Have you a hat to fit me?

B: Yes. How about this one?

A: No, this hat does not fit me.

①

A: 你们有适合我戴的帽子吗？/ Nǐmen yǒu shìhé wǒ dài de màozi ma?

B: 当然。您觉得这顶怎么样？/ Dāngrán. Nín juéde zhè dǐng zěnmeyàng?

A: 不好，这顶帽子不适合我。/ Bù hǎo, zhè dǐng màozi bú shìhé wǒ.

②

A: Your shoe lace has burst.

B: Oops! Thank you! It seems that I haven't laced them tight enough.

②

A: 你鞋带开了。/ Nǐ xiédài kāi le.

B: 哦！谢谢！我没系紧鞋带。/ Ò! Xièxie! Wǒ méi jìjǐn xiédài.

③

A: What are these shoes made of?

B: Including the inner soles, they are all made of leather.

③

A: 这些鞋是什么材料的？/ Zhèxiē xié shì shénme cáiliào de?

B: 包括鞋里儿，都是皮的。/ Bāokuò xiélǐr, dōu shì pí de.

④

A: Does it pinch?

B: Yes, the shoes hurt me.

A: Where is it pressing?

B: It's pressing on my toe. It's a great pity I can't get it on.

④

A: 挤脚吗？/ Jǐ jiǎo ma?

B: 对，这双鞋太挤脚了。/ Duì, zhè shuāng xié tài jǐ jiǎo le.

A: 哪儿挤？/ Nǎr jǐ?

B: 挤脚趾头。我穿不上，太可惜了。/ Jǐ jiǎozhǐtou. Wǒ chuān bu shàng, tài kěxī le.

⑤

A: This pair of boots is too tight for me.

B: But they will stretch by wearing.

⑤

A: 我觉得这双靴子太紧了。/ Wǒ juéde zhè shuāng xuēzi tài jǐn le.

B: 可是会越穿越大的。/ Kěshì huì yuè chuān yuè dà de.

8 TEXTILE
——纺织品 Fǎngzhīpǐn

Vocabulary 词语

1. material department
2. model
3. cloth
4. canvas
5. brocade
6. flax-linen
7. silk
8. chiffon
9. cambric
10. oxford
11. denim
12. velvet
13. corduroy
14. cotton
15. plain weave
16. twill
17. jacquard
18. nylon
19. polyester
20. spandex
21. rayon
22. natural silk
23. wool
24. cashmere
25. shrink
26. crease-resistant

1. 衣料部 / yīliàobù
2. 模特儿 / mótèr
3. 布、布料 / bù, bùliào
4. 帆布 / fānbù
5. 锦缎 / jǐnduàn
6. 亚麻制品 / yàmá zhìpǐn
7. 丝绸 / sīchóu
8. 雪纺 / xuěfǎng
9. 细亚麻布 / xìyàmábù
10. 牛津布 / niújīnbù
11. 牛仔布 / niúzǎibù
12. 天鹅绒 / tiān'éróng
13. 灯芯绒 / dēngxīnróng
14. 棉、棉花 / mián, miánhua
15. 平纹 / píngwén
16. 斜纹 / xiéwén
17. 提花 / tíhuā
18. 尼龙 / nílóng
19. 涤纶 / dílún
20. 氨纶 / ānlún
21. 人造丝 / rénzàosī
22. 天然丝 / tiānránsī
23. 羊毛 / yángmáo
24. 羊绒 / yángróng
25. 缩水 / suōshuǐ
26. 防皱的 / fángzhòu de

Sentences 句子

❶ I want to look at the patterns of cloth that you have

❷ Show me that flowered material, please.

❸ I require some linen for sheets.

❹ I would like dark brown or grey.

❺ Have you anything without a stripe?

❻ Show me some double-faced material for a dress, please.

❼ Is this material reversible?

❶ 我想看看你们布料的样品。/ Wǒ xiǎng kànkan nǐmen bùliào de yàngpǐn.

❷ 请给我看看那种花布。/ Qǐng gěi wǒ kànkan nà zhǒng huābù.

❸ 我想要些做被单的亚麻布。/ Wǒ xiǎn yào xiē zuò bèidān de yàmábù.

❹ 我想要深褐色或者灰色的。/ Wǒ xiǎng yào shēnhèsè huòzhě huīsè de.

❺ 你有不带条纹的吗?/ Nǐ yǒu bú dài tiáowén de ma?

❻ 请给我看看做衣服的双面布料。/ Qǐng gěi wǒ kànkan zuò yīfu de shuāngmiàn bùliào.

❼ 这种布料是双面织的吗?/ Zhè zhǒng bùliào shì shuāngmiàn zhī de ma?

Conversations 会话

❶
A: What kind of natural silk have you got?

B: We have some with pattern.

❶
A: 你有什么样儿的天然丝绸? / Nǐ yǒu shénmeyàngr de tiānrán sīchóu?

B: 我们有一些带图案的。/ Wǒmen yǒu yìxiē dài tú'àn de.

❷
A: Is this a pure woolen material?

B: No, it is 50% wool.

❷
A: 这种是纯羊毛的布料吗? / Zhè zhǒng shì chúnyángmáo de bùliào ma?

B: 不是,这是百分之五十羊毛的。/ Bú shì, zhè shì bái fēn zhī wǔshí yángmáo de.

❸
A: How many meters do I need to buy for a cheong-sam?

B: At least 2 meters.

❸
A: 我做件旗袍得买几米? / Wǒ zuò jiàn qí páo děi mǎi jǐ mǐ?

B: 最少得两米。/ Zuìshǎo děi liǎng mǐ.

9 FURNITURE
家具 Jiājù

Vocabulary 词语

1. mahogany furniture
2. solid wood furniture
3. plate fitment
4. metal furniture
5. bed
6. single bed
7. double bed
8. bunk bed
9. crib
10. mattress
11. wardrobe
12. clothes-rack
13. mirror
14. bedside table
15. dressing-table
16. futon
17. chair
18. folding chair
19. hanging seat
20. couch
21. rotary chair
22. sofa
23. ottoman
24. stool
25. cushion
26. TV bench
27. tea table
28. dining table

1. 红木家具 / hóngmù jiājù
2. 实木家具 / shímù jiājù
3. 板式家具 / bǎnshì jiājù
4. 金属家具 / jīnshǔ jiājù
5. 床 / chuáng
6. 单人床 / dānrénchuáng
7. 双人床 / shuāngrénchuáng
8. 双层床 / shuāngcéngchuáng
9. 婴儿床 / yīng'érchuáng
10. 床垫 / chuángdiàn
11. 衣柜 / yīguì
12. 衣架 / yījià
13. 镜子 / jìngzi
14. 床头柜 / chuángtóuguì
15. 梳妆台 / shūzhuāngtái
16. 沙发床 / shāfāchuáng
17. 椅子 / yǐzi
18. 折叠椅 / zhédiéyǐ
19. 吊椅 / diàoyǐ
20. 躺椅 / tǎngyǐ
21. 转椅 / zhuànyǐ
22. 沙发 / shāfā
23. 脚榻 / jiǎotà
24. 凳子 / dèngzi
25. 坐垫，靠垫 / zuòdiàn, kàodiàn
26. 电视柜 / diànshìguì
27. 茶几 / chájī
28. 餐桌 / cānzhuō

㉙ cupboard
㉚ cocktail cabinet
㉛ shoebox

㉙ 碗柜 / wǎnguì
㉚ 酒柜 / jiǔguì
㉛ 鞋柜 / xiéguì

Sentences 句子

❶ I want to buy a set of bedroom furniture.

❷ I want two beds, a wardrobe with mirror, two bedside tables, a dressing-table and two chairs.

❸ For the dining-room, I should like the dark oak best.

❹ How much are these leather chairs?

❺ The curtain must be blue; it is to go with the wall-paper.

❻ I want an extension dining table.

❼ Have you got a carpet to go with the furniture?

❽ Please show me the furniture for a living room.

❾ This company recalls some furniture due to the quality problem.

❶ 我想买套卧室家具。/ Wǒ xiǎng mǎi tào wòshì jiājù.

❷ 我想买两张床、一个带镜子的衣柜、两个床头柜、一个梳妆台和两把椅子。/ Wǒ xiǎng mǎi liǎng zhāng chuáng、yí ge dài jìngzi de yīguì、liǎng ge chuángtóuguì、yí ge shūzhuāngtái hé liǎng bǎ yǐzi.

❸ 就饭厅来说，我最喜欢深色的橡木家具。/ Jiù fàntīng láishuō, wǒ zuì xǐhuan shēnsè de xiàngmù jiājù.

❹ 这些皮椅多少钱？/ Zhèxiē píyǐ duōshao qián?

❺ 窗帘必须是蓝色的，这样才和壁纸搭配。/ Chuānglián bìxū shì lánsè de, zhèyàng cái hé bìzhǐ dāpèi.

❻ 我想买张可伸缩的餐桌。/ Wǒ xiǎng mǎi zhāng kě shēnsuō de cānzhuō.

❼ 你们有跟家具配套的地毯吗？/ Nǐmen yǒu gēn jiājù pèitào de dìtǎn ma?

❽ 请给我看看客厅的家具。/ Qǐng gěi wǒ kànkan kètīng de jiājù.

❾ 由于存在质量问题，这家公司召回了一些家具。/ Yóuyú cúnzài zhìliàng wèntí, zhè jiā gōngsī zhàohuí le yìxiē jiājù.

Conversations 会话

❶
A: Can I order furniture here?

❶
A: 你这儿可以订做家具吗？/ Nǐ zhèr kěyǐ dìngzuò jiājù ma?

B: Yes.
A: When can I get the furniture?

B: About one week later.
A: Please ring me up before you deliver the furniture.

B: OK.

❷

A: Could you please help me assemble the dining table?

B: No problem. Do you still have the assembly instruction?

A: Here it is.

B: 可以。/ Kěyǐ.
A: 我什么时候能拿到家具?/ Wǒ shénme shíhou néng nádào jiājù?

B: 大约一周以后。/ Dàyuē yì zhōu yǐhòu.
A: 你送家具之前请给我打个电话。/ Nǐ sòng jiājù zhīqián qǐng gěi wǒ dǎ ge diànhuà.

B: 好的。/ Hǎo de.

❷

A: 你能帮我把这个餐桌组装起来吗?/ Nǐ néng bāng wǒ bǎ zhè ge cānzhuō zǔzhuāng qilai ma?

B: 没问题。你还有组装说明书吗?/ Méi wèntí. Nǐ hái yǒu zǔzhuāng shuōmíngshū ma?

A: 给你。/ Gěi nǐ.

10 CHINAWARE —— 瓷器 Cíqì

Vocabulary 词语

1. deep dish
2. platter, shallow dish
3. round dish
4. oval dish
5. salad bowl
6. dinner plate
7. dessert plat
8. vegetable dish
9. gravy boat
10. soup tureen
11. soup plate
12. saucer
13. cup
14. coffee pot
15. milk jug
16. sugar basin
17. teapot
18. vase
19. celadon porcelain
20. blue and white porcelain
21. a piece of chinaware

1. 深盘 / shēnpán
2. 浅盘 / qiǎnpán
3. 圆盘 / yuánpán
4. 椭圆形盘 / tuǒyuánxíngpán
5. 沙拉碗 / shālāwǎn
6. 西餐盘 / xīcānpán
7. 甜点盘 / tiándiǎnpán
8. 蔬菜盘 / shūcàipán
9. 调味汁瓶 / tiáowèizhīpíng
10. 盛汤盖碗 / chéngtāng gàiwǎn
11. 汤盘 / tāngpán
12. 碟子 / diézi
13. 杯子 / bēizi
14. 咖啡壶 / kāfēihú
15. 牛奶壶 / niúnǎihú
16. 糖罐儿 / tángguànr
17. 茶壶 / cháhú
18. 花瓶 / huāpíng
19. 青瓷 / qīngcí
20. 青花瓷 / qīnghuācí
21. 一件瓷器 / yí jiàn cíqì

Sentences 句子

1. Have you wiped the dish?
2. The oval dish is cracked.

1. 盘子你擦了吗? / Pánzi nǐ cā le ma?
2. 这个椭圆形盘子摔裂了。/ Zhè ge tuǒyuánxíng pánzi shuāiliè le.

10 CHINAWARE 瓷器

❸ Will you put some vegetable in the round dish, please?

❹ Put the vegetable-dish to warm up.

❺ We need three soup-plates.

❻ She has knocked over the soup-tureen.

❸ 请你在这个圆盘里放些蔬菜，好吗？/ Qǐng nǐ zài zhè ge yuánpán li fàng xiē shūcài, hǎo ma?

❹ 把蔬菜盘加热一下。/ Bǎ shūcàipán jiārè yíxià.

❺ 我们要三个汤盘。/ Wǒmen yào sān ge tāngpán.

❻ 她打翻了汤碗。/ Tā dǎfān le tāngwǎn.

Conversations 会话

❶

A: How many cups may this coffee-pot hold?

B: It only holds six cups.

❶

A: 这个咖啡壶可以盛几杯咖啡？/ Zhè ge kāfēihú kěyǐ chéng jǐ bēi kāfēi?

B: 只能盛六杯咖啡。/ Zhǐ néng chéng liù bēi kāfēi.

❷

A: Do you know which city is famous for the chinaware?

B: Of course, it is Jinde Zhen, Jiangxi Province.

❷

A: 你知道哪个城市的瓷器最有名吗？/ Nǐ zhīdào nǎ ge chéngshì de cíqì zuì yǒumíng ma?

B: 当然知道，是江西景德镇。/ Dāngrán zhīdào, shì Jiāngxī Jǐngdézhèn.

❸

A: Can I put the put porcelain in microwave oven?

B: Of course, porcelain is a heat-resistant material. A well-made cup or bowl shouldn't have problems in the microwave oven .

❸

A: 瓷器能放到微波炉里加热吗？/ Cíqì néng fàngdào wēibōlú li jiārè ma?

B: 当然，瓷器是耐热材料。质量好的杯子或者碗在微波炉里加热是没有问题的。/ Dāngrán, cíqì shì nàirè cáiliào. Zhìliàng hǎo de bēizi huòzhě wǎn zài wēibōlú li jiārè shì méiyǒu wèntí de.

11 JEWELRY
首饰 Shǒushì

Vocabulary 词语

1. ring
2. engagement ring
3. wedding ring
4. earring
5. stud earring
6. ear-drops
7. brooch
8. bracelet
9. necklace
10. pendant
11. string
12. stickpin
13. cuff-links
14. scarf-clip
15. diamond
16. agate
17. jade
18. jet
19. ruby
20. sapphire
21. emerald
22. crystal
23. amethyst
24. pearl
25. opal
26. gold
27. silver
28. gold-plated

1. 戒指 / jièzhi
2. 订婚戒指 / dìnghūn jièzhi
3. 结婚戒指 / jiéhūn jièzhi
4. 耳环 / ěrhuán
5. 耳钉 / ěrdīng
6. 耳坠 / ěrzhuì
7. 胸针 / xiōngzhēn
8. 手镯 / shǒuzhuó
9. 项链 / xiàngliàn
10. 项链坠 / xiàngliànzhuì
11. 袖扣 / xiùkòu
12. 领带夹 / lǐngdàijiā
13. 挂绳 / guàshéng
14. 丝巾夹 / sījīnjiā
15. 钻石 / zuànshí
16. 玛瑙 / mǎnǎo
17. 玉 / yù
18. 黑玉 / hēiyù
19. 红宝石 / hóngbǎoshí
20. 蓝宝石 / lánbǎoshí
21. 绿宝石 / lǜbǎoshí
22. 水晶 / shuǐjīng
23. 紫水晶 / zǐshuǐjīng
24. 珍珠 / zhēnzhū
25. 猫眼石 / māoyǎnshí
26. 金 / jīn
27. 银 / yín
28. 镀金 / dùjīn

11 JEWELRY 首饰

Sentences 句子

① Please don't wear heavy diamond earrings right after piercing.

② Lots of young people design their own custom wedding rings online.

① 打耳洞之后请不要马上戴重的钻石耳环。
/ Dǎ ěrdòng zhīhòu qǐng búyào mǎshàng dài zhòng de zuànshí ěrhuán.

② 很多年轻人在网上订制自己的结婚戒指。
/ Hěn duō niánqīngrén zài wǎng shang dìngzhì zìjǐ de jiéhūn jièzhi.

Conversations 会话

①
A: What's the ring made from?
B: Platinum.

②
A: I should like to see some pendants.
B: This one?
A: On the left.

①
A: 这个戒指是什么做的? / Zhè ge jièzhi shì shénme zuò de?
B: 白金。/ Báijīn.

②
A: 我想看看项链坠。/ Wǒ xiǎng kànkan xiàngliànzhuì.
B: 是这个吗? / Shì zhè ge ma?
A: 左边的这个。/ Zuǒbiān de zhè ge.

12 COSMETICS
——化妆品 Huàzhuāngpǐn

Vocabulary 词语

1. skincare product
2. makeup
3. perfume
4. lip balm
5. eye cream
6. face cream
7. day cream
8. night cream
9. facial mask
10. cleansing cream
11. cleansing lotion
12. moisturizer
13. toner
14. scrub
15. serum
16. gel
17. spray
18. powder
19. foundation
20. concealer
21. blusher
22. eyeliner
23. eye shadow
24. mascara
25. lipstick
26. lip gloss
27. lip liner
28. makeup remover

1. 护肤品 / hùfūpǐn
2. 彩妆用品 / cǎizhuāng yòngpǐn
3. 香水 / xiāngshuǐ
4. 护唇膏 / hùchúngāo
5. 眼霜 / yǎnshuāng
6. 面霜 / miànshuāng
7. 日霜 / rīshuāng
8. 晚霜 / wǎnshuāng
9. 面膜 / miànmó
10. 洁面霜 / jiémiànshuāng
11. 洗面奶 / xǐmiànnǎi
12. 保湿霜 / bǎoshīshuāng
13. 柔肤水 / róufūshuǐ
14. 磨砂膏 / móshāgāo
15. 精华素 / jīnghuásù
16. 啫喱 / zělí
17. 喷雾 / pēnwù
18. 散粉 / sǎnfěn
19. 粉底 / fěndǐ
20. 遮瑕膏 / zhēxiágāo
21. 腮红 / sāihóng
22. 眼线笔 / yǎnxiànbǐ
23. 眼影 / yǎnyǐng
24. 睫毛膏 / jiémáogāo
25. 口红 / kǒuhóng
26. 唇彩 / chúncǎi
27. 唇线笔 / chúnxiànbǐ
28. 卸妆液 / xièzhuāngyè

12 COSMETICS 化妆品

㉙ hand cream
㉚ body lotion
㉛ body wash
㉜ sunblock
㉝ shampoo
㉞ hair conditioner
㉟ mousse
㊱ alcohol-free
㊲ fragrance free
㊳ 100% natural
㊴ antioxidant
㊵ anti-wrinkle
㊶ whitening
㊷ dry skin
㊸ oily skin
㊹ combination skin
㊺ sensitive skin

㉙ 护手霜 / hùshǒushuāng
㉚ 身体乳 / shēntǐrǔ
㉛ 沐浴露 / mùyùlù
㉜ 防晒霜 / fángshàishuāng
㉝ 洗发水 / xǐfàshuǐ
㉞ 护发素 / hùfàsù
㉟ 摩丝 / mósī
㊱ 不含酒精 / bù hán jiǔjīng
㊲ 无香味 / wúxiāngwèi
㊳ 纯天然 / chún tiānrán
㊴ 抗氧化 / kàngyǎnghuà
㊵ 抗皱 / kàngzhòu
㊶ 美白 / měibái
㊷ 干性皮肤 / gānxìng pífū
㊸ 油性皮肤 / yóuxìng pífū
㊹ 混合性皮肤 / hùnhéxìng pífū
㊺ 敏感皮肤 / mǐngǎn pífū

Sentences 句子

❶ Show me what face cream you have.
❷ I would like to have a lipstick of a light shade.
❸ This eye cream can get rid of your dark circles.

❶ 让我看看你们的面霜。/ Ràng wǒ kànkan nǐmen de miànshuāng.
❷ 我要买一支浅色的唇膏。/ Wǒ yào mǎi yì zhī qiǎnsè de chúngāo.
❸ 这种眼霜能帮你去除黑眼圈。/ Zhè zhǒng yǎnshuāng néng bāng nǐ qùchú hēi yǎnquān.

Conversations 会话

❶
A: May I help you?
B: I should like some powder.

❶
A: 想买点儿什么？/ Xiǎng mǎidiǎnr shénme?
B: 我想买散粉。/ Wǒ xiǎng mǎi sǎnfěn.

②

A: What kind of toilet-soap have you got?

B: The soap with milk essence.

③

A: What do you recommend?

B: You have dry skin. This one keeps skin moist but not oily.

②

A: 你买哪种香皂？／ Nǐ mǎi nǎ zhǒng xiāngzào?

B: 这种含牛奶精华的香皂。／ Zhè zhǒng hán niúnǎi jīnghuá de xiāngzào.

③

A: 你推荐我用什么？／ Nǐ tuījiàn wǒ yòng shénme?

B: 你是干性皮肤。这种产品能保湿而且不油腻。／ Nǐ shì gānxìng pífū. Zhè zhǒng chǎnpǐn néng bǎoshī, érqiě bù yóunì.

13 MUSICAL APPARATUS
——音响设备 Yīnxiǎng Shèbèi

Vocabulary 词语

1. loud-speaker
2. passive speaker
3. active speaker
4. floor standing speaker
5. subwoofer
6. amplifier
7. power line
8. audio connector
9. video connector
10. tone control
11. on/off switch
12. volume
13. mute
14. echo
15. track
16. stop control
17. pause control
18. playback control
19. forward control
20. rewind control
21. bass control
22. treble control
23. playing speed control
24. tone control
25. waveband selector
26. gramophone
27. stereophonic record player
28. tape
29. earphone

1. 扩音器 / kuòyīnqì
2. 无源音箱 / wúyuán yīnxiāng
3. 有源音箱 / yǒuyuán yīnxiāng
4. 落地音箱 / luòdì yīnxiāng
5. 超重低音音箱 / chāozhòngdīyīn yīnxiāng
6. 功放机 / gōngfàngjī
7. 电源线 / diànyuán xiàn
8. 音频连接线 / yīnpín liánjiē xiàn
9. 视频连接线 / shìpín liánjiē xiàn
10. 音调控制 / yīndiào kòngzhì
11. 开关按钮 / kāiguān ànniǔ
12. 音量 / yīnliàng
13. 静音 / jìngyīn
14. 回声 / huí shēng
15. 声道 / shēngdào
16. 停止键 / tíngzhǐjiàn
17. 暂停键 / zàntíngjiàn
18. 重放键 / chóngfàngjiàn
19. 前进键 / qiánjìnjiàn
20. 后退键 / hòutuìjiàn
21. 低音控制键 / dīyīn kòngzhìjiàn
22. 高音控制键 / gāoyīn kòngzhìjiàn
23. 转速控制键 / zhuǎnsù kòngzhìjiàn
24. 音色控制键 / yīnsè kòngzhìjiàn
25. 波段选择键 / bōduàn xuǎnzéjiàn
26. 留声机 / liúshēngjī
27. 立体声录音机 / lìtǐshēng lùyīnjī
28. 录音带 / lùyīndài
29. 耳机 / ěrjī

㉚ earphone jack
㉛ radio microphone
㉜ record
㉝ cassette
㉞ blank CD
㉟ compact disc-read only memory (CD-ROM)

㉚ 耳机插孔 / ěrjī chākǒng
㉛ 无线麦克风 / wúxiàn màikèfēng
㉜ 唱片 / chàngpiàn
㉝ 盒式磁带 / héshì cídài
㉞ 空白光盘 / kòngbái guāngpán
㉟ 只读光盘 / zhǐdú guāngpán

Sentences 句子

❶ Please play this disc for me.

❷ The music wanders off pitch.

❸ Can you pick up long, short and medium waves with your set?

❹ Did you tune it last night?

❶ 请给我放一下这张唱片。/ Qǐng gěi wǒ fàng yíxià zhè zhāng chàngpiàn.

❷ 音乐失真了。/ Yīnyuè shīzhēn le.

❸ 你的收音机能收听长波、中波和短波吗？/ Nǐ de shōuyīnjī néng shōutīng chángbō、zhōngbō hé duǎnbō ma?

❹ 你昨天晚上调音了吗？/ Nǐ zuótiān wǎnshang tiáo yīn le ma?

Conversations 会话

❶

A: I want to buy a powerful portable record-player.

B: Well, take a look at this one.

❷

A: I want a home theater, but I have no idea about it.

B: My friend just got a set. It has great surrounded sound and bass. Do you want to take a look?

❶

A: 我要买个功能强大的便携式录音机。/ Wǒ yào mǎi ge gōngnéng qiángdà de biànxiéshì lùyīnjī.

B: 好的，看看这个。/ Hǎo de, kànkan zhè ge.

❷

A: 我想弄个家庭影院，但是对这个一点儿也不了解。/ Wǒ xiǎng nòng ge jiātíng yǐngyuàn, dànshì duì zhè ge yìdiǎnr yě bu liǎojiě.

B: 我朋友刚装了一套，环绕立体声和重低音都非常好。你想去看看吗？/ Wǒ péngyou gāng zhuāngle yí tào, huánrào lìtǐshēng hé zhòngdīyīn dōu fēicháng hǎo. Nǐ xiǎng qù kànkan ma?

14 MUSICAL INSTRUMENT
乐器 Yuèqì

Vocabulary 词语

1. two-stringed Chinese fiddle
2. Chinese lute
3. flute
4. piccolo
5. clarinet
6. bagpipe
7. oboe
8. saxophone
9. horn
10. trombone
11. tuba
12. trumpet
13. mouth-organ
14. violin
15. violoncello
16. glockenspiel
17. harp
18. drum
19. military drum
20. drum kit
21. tambourine
22. cymbals
23. triangle
24. pipe organ
25. piano
26. accordion
27. mandolin
28. tuning fork

1. 二胡 / èrhú
2. 琵琶 / pípa
3. 长笛 / chángdí
4. 短笛 / duǎndí
5. 竖笛 / shùdí
6. 风笛 / fēngdí
7. 双簧管 / shuānghuángguǎn
8. 萨克斯 / sàkèsī
9. 号 / hào
10. 长号 / chánghào
11. 大号 / dàhào
12. 小号 / xiǎohào
13. 口琴 / kǒuqín
14. 小提琴 / xiǎotíqín
15. 大提琴 / dàtíqín
16. 钟琴，钟乐器 / zhōngqín, zhōngyuèqì
17. 竖琴 / shùqín
18. 鼓 / gǔ
19. 军鼓 / jūngǔ
20. 架子鼓，鼓套件 / jiàzigǔ, gǔtàojiàn
21. 小手鼓 / xiǎoshǒugǔ
22. 钹 / bó
23. 三角铁 / sānjiǎotiě
24. 管风琴 / guǎnfēngqín
25. 钢琴 / gāngqín
26. 手风琴 / shǒufēngqín
27. 曼陀林 / màntuólín
28. 音叉 / yīnchā

- ㉙ guitar
- ㉚ electric guitar
- ㉛ drumstick
- ㉜ plectrum
- ㉝ tuning peg
- ㉞ music stand

- ㉙ 吉他 / jítā
- ㉚ 电吉他 / diànjítā
- ㉛ 鼓槌 / gǔchuí
- ㉜ 琴拨 / qínbō
- ㉝ 调音栓 / tiáoyīnshuān
- ㉞ 琴谱架 / qínpǔjià

Sentences 句子

❶ He sang to his own accompaniment on a guitar.
❷ He deafens us all day long with his saxophone.
❸ He broke his bow in a rage.
❹ The tuning fork gives the A.
❺ My cousin is very good at improvising.

❶ 他抱着吉他，自弹自唱。/ Tā bàozhe jítā zìtán zìchàng.
❷ 他整天吹萨克斯，把我们都吵聋了。/ Tā zhěngtiān chuī sàkèsī, bǎ wǒmen dōu chǎolóng le.
❸ 他气得把乐弓都拉断了。/ Tā qì de bǎ yuègōng dōu lāduàn le.
❹ 音叉定出 A 调。/ Yīnchā dìngchū A diào.
❺ 我的堂兄擅长即兴表演。/ Wǒ de tángxiōng shàncháng jíxìng biǎoyǎn.

Conversations 会话

❶

A: Do you like the organ?
B: Oh, yes! The organ is the king of instruments.

A: 你喜欢管风琴吗？/ Nǐ xǐhuan guǎnfēngqín ma?
B: 当然了，管风琴是乐器之王。/ Dāngrán le, guǎnfēngqín shì yuèqì zhī wáng.

❷

A: What musical instrument do you play?
B: Piano. I've played it for more than 15 years.

A: 你会什么乐器？/ Nǐ huì shénme yuèqì?
B: 钢琴。我弹了十五年多了。/ Gāngqín. Wǒ tánle shíwǔ nián duō le.

15 TELEPHONE
电话 Diànhuà

Vocabulary 词语

1. public call-box
2. cellphone, mobile phone
3. smartphone
4. operanting system
5. to click the link
6. group chat
7. video call
8. voice message
9. photo album
10. friend
11. emoticon
12. circle of friends
13. address list
14. prepaid mobile phone
15. postpaid mobile phone
16. message
17. wechat
18. coin box
19. telephone number
20. telephone directory
21. country code
22. area code
23. receiver
24. telephone line
25. dial
26. extension telephone
27. charger
28. telephone card
29. rechargeable card

1. 公共电话亭 / gōnggòng diànhuàtíng
2. 手机 / shǒujī
3. 智能手机 / zhìnéng shǒujī
4. 操作系统 / cāozuò xìtǒng
5. 点击链接 / diǎnjī liànjiē
6. 群聊 / qúnliáo
7. 视频通话 / shìpín tónghuà
8. 语音信息 / yǔyīn xìnxī
9. 相册 / xiàngcé
10. 好友 / hǎoyǒu
11. 表情符号 / biǎoqíng fúhào
12. 朋友圈 / péngyouquān
13. 通讯录 / tōngxùnlù
14. 预付费手机 / yù fùfèi shǒujī
15. 后付费手机 / hòu fùfèi shǒujī
16. 短信 /duǎnxìn
17. 微信 / wēixìn
18. 投币盒 / tóubìhé
19. 电话号码 / diànhuà hàomǎ
20. 电话号码本 / diànhuà hàomǎběn
21. 国家代码 / guójiā dàimǎ
22. 区号 / qūhào
23. 听筒 / tīngtǒng
24. 电话线 / diànhuàxiàn
25. 拨号盘 / bōhàopán
26. 电话分机 / diànhuà fēnjī
27. 充电器 / chōngdiànqì
28. 电话卡 / diànhuàkǎ
29. 充值卡 / chōngzhí kǎ

㉚ roaming charge
㉛ local call
㉜ long distance call
㉝ toll free call
㉞ to make a phone call
㉟ to dial a number
㊱ to answer the phone
㊲ to hang up the phone

㉚ 漫游费 / mànyóufèi
㉛ 市话 / shìhuà
㉜ 长途电话 / chángtú diànhuà
㉝ 免费电话 / miǎnfèi diànhuà
㉞ 打电话 / dǎ diànhuà
㉟ 拨号 / bō hào
㊱ 接电话 / jiē diànhuà
㊲ 挂电话 / guà diànhuà

Sentences 句子

❶ Please hold the line.
❷ May I use your phone?
❸ What is your extension number?
❹ I have no home telephone.
❺ Insert a coin into the slot.
❻ I don't hear the buzzing sound.
❼ Don't shout in the mouth-piece.
❽ The line is engaged.
❾ My call to Xi'an was cut off.
❿ The phone is out of order.
⓫ I have put through four calls and nobody answered.
⓬ I couldn't get him on the phone.
⓭ Something is interfering.
⓮ Sorry, the number you dialed is out of service.
⓯ Your call has been put through.

❶ 请别挂电话。/ Qǐng bié guà diànhuà.
❷ 可以用一下你的电话吗？ / Kěyǐ yòng yíxià nǐ de diànhuà ma?
❸ 你的分机号是多少？ / Nǐ de fēnjī hào shì duōshao?
❹ 我家没有固定电话（座机）。/ Wǒ jiā méiyǒu gùdìng diànhuà（zuòjī）.
❺ 往投币口投一个硬币。/ Wǎng tóubìkǒu tóu yí ge yìngbì.
❻ 我听不见电话接通的声音。/ Wǒ tīng bu jiàn diànhuà jiētōng de shēngyīn.
❼ 别对着通话口喊。/ Bié duìzhe tōnghuàkǒu hǎn.
❽ 占线。/ Zhànxiàn.
❾ 我往西安打的电话掉线了。/ Wǒ wǎng Xī'ān dǎ de diànhuà diàoxiàn le.
❿ 电话机出毛病了。/ Diànhuàjī chū máobing le.
⓫ 我打了四个电话，但是没人接听。/ Wǒ dǎ le sì ge diànhuà, dànshì méi rén jiētīng.
⓬ 我打电话找不着他。/ Wǒ dǎ diànhuà zhǎo bu zháo tā.
⓭ （电话）有干扰。/ （Diànhuà）yǒu gānrǎo.
⓮ 对不起，您拨打的电话已停机。/ Duìbuqǐ, nín bōdǎ de diànhuà yǐ tíngjī.
⓯ 你的电话通了。/ Nǐ de diànhuà tōng le.

15 TELEPHONE 电话

⑯ The line is clear.
⑰ I'll look up the number for you, sir.
⑱ I can't make out what you are saying.
⑲ Ring me up when you get home.
⑳ When you have finished speaking, replace the receiver on the rest.
㉑ I'm afraid you've got the wrong number.
㉒ My mobile phone is out of battery.
㉓ I haven't updated the operating system to the latest version.
㉔ Please remember to back up our chat history.

⑯ 线路畅通。/ Xiànlù chàngtōng.
⑰ 我帮您查一下号码。/ Wǒ bāng nín chá yíxià hàomǎ.
⑱ 我听不清你说什么。/ Wǒ tīng bu qīng nǐ shuō shénme.
⑲ 你到家的时候给我打个电话。/ Nǐ dào jiā de shíhou gěi wǒ dǎ ge diànhuà.
⑳ 打完电话把听筒放在底座上。/ Dǎwán diànhuà bǎ tīngtǒng fàng zài dǐzuò shang.
㉑ 你打错了。/ Nǐ dǎcuò le.
㉒ 我手机没电了。/ Wǒ shǒujī méi diàn le.
㉓ 我还没把操作系统升到最高版本。/ Wǒ hái méi bǎ cāozuò xìtǒng shēngdào zuì gāo bǎnběn.
㉔ 记得备份咱们的聊天记录。/ Jìde bèifèn zánmen de liáotiān jìlù.

Conversations 会话

❶
A: Could you please tell me your telephone number?
B: My telephone number is...

A: 请问您的电话是多少？/ Qǐngwèn nín de diànhuà shì duōshao?
B: 我的电话号码是……/ Wǒ de diànhuà hàomǎ shì……

❷
A: May I speak to professor Li?
B: Yes. It's Li Ming speaking.

A: 请问，李教授在吗？/ Qǐngwèn, Lǐ jiàoshòu zài ma?
B: 在，我就是李明。/ Zài, wǒ jiù shì Lǐ Míng.

❸
A: Is that Mr. Li speaking?
B: Sorry, he's out. This is his assistant.
A: Could you take a message for him?
B: Sure.

A: 是李先生吗？/ Shì Lǐ xiānsheng ma?
B: 对不起，他不在。我是他的助理。/ Duìbuqǐ, tā bú zài. Wǒ shì tā de zhùlǐ.
A: 可以帮我转告他一件事儿吗？/ Kěyǐ bāng wǒ zhuǎngào tā yí jiàn shìr ma?
B: 没问题。/ Méi wèntí.

16 TOY
玩具 Wánjù

Vocabulary 词语

1. tranformers
2. doll
3. plush toy
4. tumbler
5. rocking-horse
6. elephant on wheels
7. seven-piece puzzle
8. jigsaw puzzle
9. top
10. yo-yo
11. frisbee
12. poodle
13. blackboard
14. diabolo
15. kite
16. toy bricks
17. scooter
18. roller skates
19. toy train
20. bow and arrow
21. marble
22. chain of nine rings
23. plasticene
24. miniature town
25. aeromodelling
26. puppet
27. water pistol
28. hu la hoop

1. 变形金刚 / biànxíng jīngāng
2. 娃娃 / wáwa
3. 毛绒玩具 / máoróng wánjù
4. 不倒翁 / bùdǎowēng
5. 摇摆木马 / yáobǎi mùmǎ
6. 带轮子的小象 / dài lúnzi de xiǎo xiàng
7. 七巧板 / qīqiǎobǎn
8. 智力拼图 / zhìlì pīntú
9. 陀螺 / tuóluó
10. 悠悠球 / yōuyōu qiú
11. 飞盘 / fēipán
12. 狮子狗 / shīzigǒu
13. 小黑板 / xiǎohēibǎn
14. 空竹 / kōngzhú
15. 风筝 / fēngzheng
16. 积木 / jīmù
17. 单脚滑行车 / dānjiǎo huáxíngchē
18. 四轮溜冰鞋 / sìlún liūbīngxié
19. 玩具火车 / wánjù huǒchē
20. 弓箭 / gōngjiàn
21. 弹球 / tánqiú
22. 九连环 / jiǔliánhuán
23. 橡皮泥 / xiàngpíní
24. 城市模型 / chéngshì móxíng
25. 航模 / hángmó
26. 木偶 / mù'ǒu
27. 水枪 / shuǐqiāng
28. 呼啦圈 / hūlā quān

16 TOY 玩具

㉙ slingshot
㉚ picture book
㉛ cartoon book
㉜ wax crayon
㉝ swing
㉞ children's slide
㉟ seesaw

㉙ 弹弓 / dàngōng
㉚ 图画书 / túhuàshū
㉛ 漫画书，卡通书 / mànhuàshū, kǎtōngshū
㉜ 蜡笔 / làbǐ
㉝ 秋千 / qiūqiān
㉞ 滑梯 / huátī
㉟ 跷跷板 / qiàoqiāo bǎn

Sentences 句子

❶ Daddy is always playing with my toy train.

❷ Have you got a bow and arrow?

❸ How did you break your elephant on wheels?

❹ She desperately wanted a Barbie.

❺ Where is your rocking-horse?

❶ 爸爸老玩儿我的玩具火车。/ Bàba lǎo wánr wǒ de wánjù huǒchē.

❷ 你有弓箭吗？/ Nǐ yǒu gōngjiàn ma?

❸ 你是怎么把带轮子的小象弄坏的？/ Nǐ shì zénme bǎ dài lúnzi de xiǎoxiàng nònghuài de?

❹ 她特别想要一个芭比娃娃。/ Tā tèbié xiǎngyào yí ge Bābǐ wáwa.

❺ 你的摇摆木马在哪儿？/ Nǐ de yáobǎi mùmǎ zài nǎr?

Conversations 会话

❶

A: Your doll is really beautiful.

B: Yes, she has real hair.

❶

A: 你的娃娃真漂亮。/ Nǐ de wáwa zhēn piàoliang.

B: 对啊，她的头发是真的。/ Duì a, tā de tóufa shì zhēn de.

❷

A: Do you know how he hurt his leg?

B: There aren't any brakes on his scooter.

❷

A: 你知道他怎么弄伤腿的吗？/ Nǐ zhīdào tā zénme nòngshāng tuǐ de ma?

B: 他的滑板车上没有刹车。/ Tā de huábǎnchē shang méiyǒu shāchē.

17 WATCH —— 钟表 Zhōngbiǎo

Vocabulary 词语

1. watchmaker's shop
2. wrist-watch
3. pendant watch
4. desk-clock
5. wall clock
6. alarm clock
7. hall clock
8. uartz crystal watch
9. grandfather clock
10. stopwatch
11. digital watch
12. solar energy watch
13. dive watch
14. chain
15. strap
16. spring
17. pendulum
18. mechanical movement
19. electronic movement
20. second hand
21. minute hand
22. hour hand
23. watch-glass
24. watch-case
25. to wind up
26. water resistant
27. anti-magnetic

1. 钟表店 / zhōngbiǎodiàn
2. 腕表 / wànbiǎo
3. 怀表 / huáibiǎo
4. 座钟 / zuòzhōng
5. 挂钟 / guàzhōng
6. 闹钟 / nàozhōng
7. 立式摆钟 / lìshì bǎizhōng
8. 石英表 / shíyīngbiǎo
9. 老式挂钟 / lǎoshì guàzhōng
10. 秒表 / miǎobiǎo
11. 电子表 / diànzǐbiǎo
12. 光动能手表 / guāngdòngnéng shǒubiǎo
13. 潜水表 / qiánshuǐbiǎo
14. 表链 / biǎoliàn
15. 表带 / biǎodài
16. 发条 / fātiáo
17. 钟摆 / zhōngbǎi
18. 机械表芯 / jīxiè biǎoxīn
19. 电子表芯 / diànzǐ biǎoxīn
20. 秒针 / miǎozhēn
21. 分针 / fēnzhēn
22. 时针 / shízhēn
23. 表蒙子 / biǎoméngzi
24. 表壳 / biǎoké
25. 上弦 / shàng xián
26. 防水的 / fángshuǐ de
27. 防磁的 / fángcí de

17 WATCH 钟表

Sentences 句子

1. I should like to buy a hall clock.
2. The clock is run down, it must be thoroughly cleaned.
3. The watch does not work.
4. The watch is running behind.
5. The battery of the watch has to be changed.
6. This watch comes with a five-year guarantee.
7. An alarm-clock is a necessity for those who have to get up early.

1. 我想买一台立式摆钟。/ Wǒ xiǎng mǎi yì tái lìshì bǎizhōng.
2. 这块表停了，需要彻底清洁一下。/ Zhè kuài biǎo tíng le, xūyào chèdǐ qīngjié yíxià.
3. 这块表坏了。/ Zhè kuài biǎo huài le.
4. 这块表慢了。/ Zhè kuài biǎo màn le.
5. 这块表需要换一下电池。/ Zhè kuài biǎo xūyào huàn yíxià diànchí.
6. 这块手表有五年的保修期。/ Zhè kuài shǒubiǎo yǒu wǔ nián de bǎoxiūqī.
7. 对需要早起的人来说，有一个闹钟是非常必要的。/ Duì xūyào qǐzǎo de rén láishuō, yǒu yí ge nàozhōng shì fēicháng bìyào de.

Conversations 会话

1

A: What's wrong with your watch?

B: It does not work. Please examine what must be done to it.

A: The spring is broken.

2

A: Have you got a watch of good quality but not too expensive?

B: Yes, we have gold, silver and steel. You can choose what you need.

1

A: 你的手表出了什么毛病？/ Nǐ de shǒubiǎo chūle shénme máobing?

B: 表停了。请给我检查一下哪儿坏了。/Biǎo tíng le. Qǐng gěi wǒ jiǎnchá yíxià nǎr huài le.

A: 发条断了。/Fātiáo duàn le.

2

A: 你们有质量好又不太贵的手表吗？/ Nǐmen yǒu zhìliàng hǎo yòu bú tài guì de shǒubiǎo ma?

B: 有，我们有金的、银的和钢的。你可以选择自己需要的。/ Yǒu, wǒmen yǒu jīn de、yín de hé gāng de. Nǐ kěyǐ xuǎnzé zìjǐ xūyào de.

18 SOUVENIR —— 纪念品 Jìniànpǐn

Vocabulary 词语

1. flag
2. emblem
3. antique
4. folding fan
5. handbag
6. colored glaze
7. clay sculpture
8. paper-cut
9. lacquer ware
10. porcelain, china
11. local specialty
12. keychain
13. photo frame
14. pen container
15. handmade
16. traditional
17. mug
18. fridge magnet
19. plush toy
20. dolls in national costumes

1. 旗子 / qízi
2. 徽章 / huīzhāng
3. 古董 / gǔdǒng
4. 折扇 / zhéshàn
5. 手提包 / shǒutíbāo
6. 琉璃 / liúli
7. 泥塑 / nísù
8. 剪纸 / jiǎnzhǐ
9. 漆器 / qīqì
10. 瓷器 / cíqì
11. 土特产 / tǔtèchǎn
12. 钥匙链 / yàoshi liàn
13. 相框 / xiàngkuàng
14. 笔筒 / bǐtǒng
15. 手工的 / shǒugōng de
16. 传统的 / chuántǒng de
17. 马克杯 / mǎkèbēi
18. 冰箱贴 / bīngxiāng tiē
19. 毛绒玩具 / máoróng wánjù
20. 身着民族服装的娃娃 / shēnzhuó mínzú fúzhuāng de wáwa

Sentences 句子

1. You can buy postcards with views of the city in the post office.
1. 你可以去邮局买有本市风光的明信片。 / Nǐ kěyǐ qù yóujú mǎi yǒu běnshì fēngguāng de míngxìnpiàn.

18 SOUVENIR 纪念品

❷ What beautiful lacquer wares they are!

❸ Where can I buy a small model of the Great Wall?

❷ 多漂亮的漆器啊！/ Duō piàoliang de qīqì a!

❸ 我在哪里能买到长城的小模型？/ Wǒ zài nǎli néng mǎidào Chángchéng de xiǎo móxíng?

Conversations 会话

❶

A: Where can I buy souvenirs?

B: In the souvenir stores or at the scenic spots.

A: 在哪儿可以买到纪念品？/ Zài nǎr kěyǐ mǎidào jìniànpǐn?

B: 纪念品商店或者旅游景点。/ Jìniànpǐn shāngdiàn huòzhě lǚyóu jǐngdiǎn.

❷

A: What would you recommend me to buy?

B: The traditional Chinese paintings are good gifts for your friends.

A: What will you buy for your daughter?

B: I would like to buy some cloisonné.

A: 你推荐我买什么？/ Nǐ tuījiàn wǒ mǎi shénme?

B: 传统的中国画儿是送朋友的好礼物。/ Chuántǒng de Zhōngguóhuàr shì sòng péngyou de hǎo lǐwù.

A: 你要给女儿买点儿什么？/ Nǐ yào gěi nǚ'ér mǎi diǎnr shénme?

B: 我要买一些景泰蓝的东西。/ Wǒ yào mǎi yìxiē jǐngtàilán de dōngxi.

❸

A: My wife asked me to buy a set of china in Beijing.

B: Oh, my wife wanted me to buy 10 meters of the best silk.

A: 我妻子让我在北京买一套瓷器。/ Wǒ qīzi ràng wǒ zài Běijīng mǎi yí tào cíqì.

B: 哦，我妻子让我买10米最好的丝绸。/ Ò, wǒ qīzi ràng wǒ mǎi shí mǐ zuì hǎo de sīchóu.

19 LENSES
透镜 Tòujìng

Vocabulary 词语

1. lenses
2. convex lens
3. concave lens
4. field-glass
5. telescope
6. lorgnette
7. eyeglasses
8. rims
9. sides
10. monocle, eye-glass
11. contact lens
12. glasses case
13. compass
14. magnifying glasses
15. microscope

1. 透镜 / tòujìng
2. 凸透镜 / tūtòujìng
3. 凹透镜 / āotòujìng
4. 野外镜 / yěwàijìng
5. 望远镜 / wàngyuǎnjìng
6. 长柄望远镜 / chángbǐng wàngyuǎnjìng
7. 眼镜 / yǎnjìng
8. 镜框 / jìngkuàng
9. 镜腿 / jìngtuǐ
10. 单片眼镜 / dānpiàn yǎnjìng
11. 隐形眼镜 / yǐnxíng yǎnjìng
12. 眼镜盒 / yǎnjìnghé
13. 罗盘，指南针 / luópán, zhǐnánzhēn
14. 放大镜 / fàngdàjìng
15. 显微镜 / xiǎnwēijìng

Sentences 句子

1. Please examine my eyes.
2. When can I have the glasses?
3. I should like a thin gold-frame.
4. I want a modern invisible frame.

1. 请给我检查一下眼睛。/ Qǐng gěi wǒ jiǎnchá yíxià yǎnjing.
2. 什么时候我能拿到眼镜？/ Shénme shíhou wǒ néng nádào yǎnjing?
3. 我想要个细的金制镜架。/ Wǒ xiǎng yào ge xì de jīnzhì jìngjià.
4. 我想要时尚的无框镜架。/ Wǒ xiǎng yào shíshàng de wúkuàng jìngjià.

19 LENSES 透镜

Conversations 会话

❶
A: I want a pair of glasses for reading.
B: Have you got the optometry?

❷
A: Are you shortsighted?
B: No, I am longsighted.

❸
A: What kind of frame do you want?
B: The best might be titanium spectacles.

❶
A: 我要一副看书用的眼镜。/ Wǒ yào yí fù kàn shū yòng de yǎnjìng.
B: 你验光了吗？/ Nǐ yànguāng le ma?

❷
A: 你是近视吗？/ Nǐ shì jìnshì ma?
B: 不，我是远视。/ Bù, wǒ shì yuǎnshì.

❸
A: 你想要什么样儿的镜架？/ Nǐ xiǎng yào shénmeyàngr de jìngjià?
B: 最好是用钛做的镜架。/ Zuìhǎo shì yòng tài zuò de jìngjià.

20 FLOWER
——花儿 Huār

Vocabulary 词语

❶ chrysanthemum
❷ daisy
❸ cornflower, blue-bottle
❹ tulip
❺ carnation
❻ poppy
❼ sweet osmanthus
❽ lily
❾ azalea
❿ orchid
⓫ lilac
⓬ camellia
⓭ rose
⓮ sunflower
⓯ narcissus
⓰ daffodil
⓱ lotus
⓲ water lily
⓳ dandelion
⓴ forget-me-not
㉑ peach blossom
㉒ cherry blossom
㉓ violet
㉔ peony
㉕ jasmine
㉖ epiphyllum
㉗ magnolia
㉘ wild flower

❶ 菊花 / júhuā
❷ 雏菊 / chújú
❸ 矢车菊 / shǐchējú
❹ 郁金香 / yùjīnxiāng
❺ 康乃馨 / kāngnǎixīn
❻ 罂粟花 / yīngsùhuā
❼ 桂花 / guìhuā
❽ 百合 / bǎihé
❾ 杜鹃花 / dùjuānhuā
❿ 兰花 / lánhuā
⓫ 丁香 / dīngxiāng
⓬ 山茶花 / shāncháhuā
⓭ 玫瑰花 / méiguīhuā
⓮ 向日葵 / xiànrìkuí
⓯ 水仙花 / shuǐxiānhuā
⓰ 黄水仙 / huáng shuǐxiān
⓱ 荷花 / héhuā
⓲ 睡莲 / shuìlián
⓳ 蒲公英 / púgōngyīng
⓴ 勿忘我 / wùwàngwǒ
㉑ 桃花 / táohuā
㉒ 樱花 / yīnghuā
㉓ 紫罗兰 / zǐluólán
㉔ 牡丹 / mǔdān
㉕ 茉莉 / mòlì
㉖ 昙花 / tánhuā
㉗ 玉兰花 / yùlánhuā
㉘ 野花 / yěhuā

FLOWER 花儿

㉙ bell-flower
㉚ lavender
㉛ ivy
㉜ leaf
㉝ root
㉞ stem
㉟ thorn
㊱ bud
㊲ petal
㊳ pollen

㉙ 风铃草 / fēnglíngcǎo
㉚ 薰衣草 / xūnyīcǎo
㉛ 常春藤 / chángchūnténg
㉜ 叶子 / yèzi
㉝ 根 / gēn
㉞ 茎 / jìng
㉟ 刺 / cì
㊱ 花蕾 / huālěi
㊲ 花瓣 / huābàn
㊳ 花粉 / huāfěn

Sentences 句子

❶ We have got a lot of morning glories in our garden.
❷ Lavender is pretty and it is good for health.
❸ Flowers also attract pollinators by scent and color.

❶ 我们的花园里有很多牵牛花。/ Wǒmen de huāyuán li yǒu hěn duō qiānniúhuā.
❷ 薰衣草很漂亮,而且对健康有好处。/ Xūnyīcǎo hěn piàoliang, érqiě duì jiànkāng yǒu hǎochù.
❸ 花通过香味和颜色吸引传粉的昆虫。/ Huā tōngguò xiāngwèi hé yánsè xīyǐn chuán fěn de kūnchóng.

Conversations 会话

❶
A: When is Chinese rose in bloom?
B: In summer.

❶
A: 月季什么时候开花?/ Yuèjì shénme shíhou kāi huā?
B: 夏天开。/ Xiàtiān kāi.

❷
A: Your room smells good!
B: Yes, these lilies have an intoxicating scent.

❷
A: 你房间的气味真好!/ Nǐ fángjiān de qìwèi zhēn hǎo!
B: 对,这些百合花的香气沁人心脾。/ Duì, zhèxiē bǎihéhuā de xiāngqì qìnrénxīnpí.

21 VEGETABLE
——蔬菜 Shūcài

Vocabulary 词语

1. Chinese chive
2. fennel
3. cabbage
4. Chinese cabbage
5. red cabbage
6. spinach
7. caraway
8. celery
9. lettuce
10. cauliflower
11. broccoli
12. green onion
13. pea
14. string bean
15. bean sprout
16. pumpkin
17. cucumber
18. wax gourd
19. bitter gourd
20. loofah
21. onion
22. tomato
23. green pepper
24. eggplant
25. asparagus
26. bamboo shoot
27. mushroom
28. agaric
29. tremella
30. ginger

1. 韭菜 / jiǔcài
2. 茴香 / huíxiāng
3. 卷心菜，圆白菜 / juǎnxīncài, yuánbáicài
4. 白菜 / báicài
5. 紫甘蓝 / zǐgānlán
6. 菠菜 / bōcài
7. 香菜 / xiāngcài
8. 芹菜 / qíncài
9. 莴苣，生菜 / wōjù, shēngcài
10. 菜花 / càihuā
11. 西蓝花 / xīlánhuā
12. 大葱 / dàcōng
13. 豌豆 / wāndòu
14. 四季豆 / sìjìdòu
15. 豆芽 / dòuyá
16. 南瓜 / nánguā
17. 黄瓜 / huángguā
18. 冬瓜 / dōngguā
19. 苦瓜 / kǔguā
20. 丝瓜 / sīguā
21. 洋葱 / yángcōng
22. 西红柿 / xīhóngshì
23. 青椒 / qīngjiāo
24. 茄子 / qiézi
25. 芦笋 / lúsǔn
26. 竹笋 / zhúsǔn
27. 蘑菇 / mógu
28. 木耳 / mù'ěr
29. 银耳 / yín'ěr
30. 姜 / jiāng

21 VEGETABLE 蔬菜

㉛ garlic
㉜ potato
㉝ small radish
㉞ carrot
㉟ beet-root, red beet
㊱ lotus root
㊲ taro
㊳ yam

㉛ 蒜 / suàn
㉜ 土豆 / tǔdòu
㉝ 小萝卜 / xiǎoluóbo
㉞ 胡萝卜 / húluóbo
㉟ 甜菜根，甜菜 / tiáncàigēn, tiáncài
㊱ 藕 / ǒu
㊲ 芋头 / yùtou
㊳ 山药 / shānyào

Sentences 句子

❶ I've got lots of vegetable recipes online.

❷ Spinach contains plenty of Vitamin A.

❶ 我从网上找到了很多蔬菜食谱。/ Wǒ cóng wǎng shang zhǎodào le hěn duō shūcài shípǔ.

❷ 菠菜中含有维生素A。/ Bōcài zhōng fùhán wéishēngsù A.

Conversations 会话

❶

A: Mushrooms are said to be very good for the health.
B: Yes. But you should be careful because they are not all eatable.

A: 据说吃蘑菇对身体很有好处。/ Jùshuō chī mógu duì shēntǐ hěn yǒu hǎochù.
B: 对，不过蘑菇不是都可以吃的，所以你要小心。/ Duì, búguò mógu bù shì dōu kěyǐ chī de, suǒyǐ nǐ yào xiǎoxīn.

❷

A: Have you ever tried dipping cucumber in bean sauce? It's very delicious.
B: Really? I've never tried.
A: You should try someday. I also like baked potatoes.
B: Yes, me too.

A: 你尝过黄瓜蘸酱吗？非常好吃。/ Nǐ chángguo huángguā zhàn jiàng ma? Fēicháng hǎochī.
B: 是吗？我从没尝过呢。/ Shì ma? Wǒ cóng méi chángguo ne.
A: 有机会你应该尝尝。我还很喜欢吃烤土豆。/ Yǒu jīhuì nǐ yīnggāi chángchang. Wǒ hái hěn xǐhuan chī kǎo tǔdòu.
B: 对，我也是。/ Duì, wǒ yě shì.

22 CROP PLANT
—— 农作物　Nóngzuòwù

Vocabulary 词语

1. wheat
2. oat
3. barley
4. rye
5. buckwheat
6. corn, maize
7. rice
8. millet
9. rape, colza
10. clover
11. mangold
12. flax
13. hemp
14. jute-plant
15. sorghum
16. grain
17. sesame
18. sweet potato
19. peanut
20. soybean
21. mung bean
22. broad bean
23. cotton

1. 小麦 / xiǎomài
2. 燕麦 / yànmài
3. 大麦 / dàmài
4. 黑麦 / hēimài
5. 荞麦 / qiáomài
6. 玉米 / yùmǐ
7. 稻子，大米 / dàozi, dàmǐ
8. 谷子，小米 / gǔzi, xiǎomǐ
9. 油菜 / yóucài
10. 苜蓿 / mùxu
11. 甜菜 / tiáncài
12. 亚麻 / yàmá
13. 麻 / má
14. 黄麻 / huángmá
15. 高粱 / gāoliáng
16. 谷物 / gǔwù
17. 芝麻 / zhīma
18. 红薯 / hóngshǔ
19. 花生 / huāshēng
20. 大豆 / dàdòu
21. 绿豆 / lǜdòu
22. 蚕豆 / cándòu
23. 棉花 / miánhuā

Sentences 句子

1. It's whole wheat bread.

1. 这种面包是全麦的。/ Zhè zhǒng miànbāo shì quánmài de.

22 CROP PLANT 农作物

❷ Wheat is unquestionably one of the most useful plants for man.

❸ Maize is the favorite dish of the poultry.

❹ Rye is used in some countries for making black bread.

❷ 小麦无疑是人类最重要的粮食作物之一。/ Xiǎomài wúyí shì rénlèi zuì zhòngyào de liángshi zuòwù zhī yī.

❸ 家禽都很喜欢吃玉米。/ Jiāqín dōu hěn xǐhuan chī yùmǐ.

❹ 黑麦在一些国家用来生产黑面包。/ Hēimài zài yìxiē guójiā yònglái shēngchǎn hēimiànbāo.

Conversations 会话

❶

A: Whole grain is the favorite food of the family.
B: Yes, it is good for health.

A: 我们全家都喜欢吃粗粮。/ Wǒmen quánjiā dōu xǐhuan chī cūliáng.
B: 是的，粗粮对身体有好处。/ Shì de, cūliáng duì shēntǐ yǒu hǎochù.

❷

A: Is there any difference between whole grain and whole wheat bread?
B: There isn't much of a nutritional difference. But I think whole wheat bread tastes better.

A: 粗粮面包和全麦面包有区别吗？/ Cūliáng miànbāo hé quánmài miànbāo yǒu qūbié ma?
B: 营养上没什么差别，但是我觉得全麦面包味道好一些。/ Yíngyǎng shang méi shénme chābié, dànshì wǒ juéde quánmài miànbāo de wèidào hǎo yìxiē.

23 TREE —— 树木 Shùmù

Vocabulary 词语

1. oak
2. birch
3. willow
4. locust
5. walnut tree
6. pine
7. larch
8. cedar
9. poplar
10. maple
11. fir
12. yew-tree
13. rosewood
14. cypress
15. eucalyptus
16. elm
17. trunk
18. growth ring
19. bark
20. branch
21. leaf
22. root
23. resin
24. stump
25. cone
26. woods
27. tree species

1. 橡树 / xiàngshù
2. 白桦树 / báihuàshù
3. 柳树 / liǔshù
4. 槐树 / huáishù
5. 胡桃树 / hútáoshù
6. 松树 / sōngshù
7. 落叶松 / luòyèsōng
8. 雪松树 / xuěsōngshù
9. 杨树 / yángshù
10. 枫树 / fēngshù
11. 杉树 / shānshù
12. 紫杉树 / zǐshānshù
13. 紫檀树 / zǐtánshù
14. 柏树 / bǎishù
15. 桉树 / ānshù
16. 榆树 / yúshù
17. 树干 / shùgàn
18. 年轮 / niánlún
19. 树皮 / shùpí
20. 树枝 / shùzhī
21. 树叶 / shùyè
22. 树根 / shùgēn
23. 树脂 / shùzhī
24. 树桩 / shùzhuāng
25. 松果 / sōngguǒ
26. 树林 / shùlín
27. 树种 / shùzhǒng

23 TREE 树木

Sentences 句子

❶ The oak is often called the king of trees.

❷ The pine, whose fruit is the pine-cone, can grow to a very great height.

❸ Pine trees and firs are often selected as Christmas trees in some western countries.

❶ 橡树常被称为树中之王。/ Xiàngshù cháng bèi chēngwéi shù zhōng zhī wáng.

❷ 松树能长得很高，它的果实叫松果。/ Sōngshù néng zhǎng de hěn gāo, tā de guǒshí jiào sōngguǒ.

❸ 在一些西方国家，松树和杉树常被选作圣诞树。/ Zài yìxiē xīfāng guójiā, sōngshù hé shānshù cháng bèi xuǎnzuò Shèngdàn shù.

Conversations 会话

❶

A: Where does the willow generally grow?

B: It generally grows beside water.

A: 柳树一般长在什么地方？/ Liǔshù yìbān zhǎng zài shénme dìfang?

B: 它一般长在水边。/ Tā yìbān zhǎng zài shuǐbiān.

❷

A: In which place is the birch often distributed?

B: The birch is widely distributed in cold lands and in the temperate zones.

A: 桦树通常分布在什么地区？/ Huàshù tōngcháng fēnbù zài shénme dìqū?

B: 桦树广泛分布在寒带和温带地区。/ Huàshù guǎngfàn fēnbù zài hándài hé wēndài dìqū.

24 EDUCATION —— 教育 Jiàoyù

Vocabulary 词语

1. teacher
2. private tutor
3. advisor
4. lecturer
5. associate professor
6. professor
7. student
8. auditor
9. pupil
10. undergraduate student
11. freshman
12. sophomore
13. junior
14. senior
15. postgraduate student
16. doctoral student
17. postdoc
18. bachelor
19. master
20. PhD
21. headmaster
22. principal
23. president
24. dean
25. kindergarten
26. primary school, elementary school
27. middle school
28. high school

1. 教师 / jiàoshī
2. 辅导老师 / fǔdǎo lǎoshī
3. 导师 / dǎoshī
4. 讲师 / jiǎngshī
5. 副教授 / fù jiàoshòu
6. 教授 / jiàoshòu
7. 学生 / xuésheng
8. 旁听生 / pángtīngshēng
9. 小学生 / xiǎoxuéshēng
10. 本科生 / běnkēshēng
11. 新生 / xīnshēng
12. 二年级学生 / èr niánjí xuéshēng
13. 三年级学生 / sān niánjí xuéshēng
14. 四年级学生 / sì niánjí xuéshēng
15. 研究生 / yánjiūshēng
16. 博士生 / bóshìshēng
17. 博士后 / bóshìhòu
18. 学士 / xuéshì
19. 硕士 / shuòshì
20. 博士 / bóshì
21. 小学校长 / xiǎoxué xiàozhǎng
22. 中学校长 / zhōngxué xiàozhǎng
23. 大学校长 / dàxué xiàozhǎng
24. 系主任 / xì zhǔrèn
25. 幼儿园 / yòu'éryuán
26. 小学 / xiǎoxué
27. 中学 / zhōngxué
28. 高中 / gāozhōng

㉙ university
㉚ open university
㉛ college
㉜ vocational school
㉝ normal university
㉞ to register
㉟ to skip class
㊱ to drop out
㊲ to graduate
㊳ quiz
㊴ test
㊵ oral test
㊶ written test
㊷ mid-term examination
㊸ final exam
㊹ homework
㊺ paper
㊻ dissertation
㊼ semester
㊽ school year
㊾ syllabus
㊿ textbook
(51) test paper
(52) answer sheet
(53) reference book

㉙ 大学 / dàxué
㉚ 开放大学 / kāifàng dàxué
㉛ 学院 / xuéyuàn
㉜ 职业技术学校 / zhīyè jìzhù xuéxiào
㉝ 师范大学 / shīfàn dàxué
㉞ 报到 / bàodào
㉟ 逃课 / táo kè
㊱ 退学 / tuì xué
㊲ 毕业 / bìyè
㊳ 小测验 / xiǎo cèyàn
㊴ 考试 / kǎoshì
㊵ 口试 / kǒushì
㊶ 笔试 / bǐshì
㊷ 期中考试 / qīzhōng kǎoshì
㊸ 期末考试 / qīmò kǎoshì
㊹ 作业 / zuòyè
㊺ 论文 / lùnwén
㊻ 毕业论文 / bìyè lùnwén
㊼ 学期 / xuéqī
㊽ 学年 / xuénián
㊾ 教学大纲 / jiàoxué dàgāng
㊿ 课本 / kèběn
(51) 试卷 / shìjuàn
(52) 答题纸 / dátízhǐ
(53) 参考书 / cānkǎoshū

Sentences 句子

❶ My little girl is at a kindergarten. Now, she is going to elementary school.

❷ Our primary schools attend together boys and girls.

❸ He lost the academic certificates.

❶ 我的小女儿在幼儿园，现在准备上小学了。/ Wǒ de xiǎo nǚ'ér zài yòu'éryuán, xiànzài zhǔnbèi shàng xiǎoxué le.

❷ 我们的小学是男女同校的。/ Wǒmen de xiǎoxué shì nán nǚ tóngxiào de.

❸ 他把所有的学历证书都丢了。/ Tā bǎ suǒyǒu de xuélì zhèngshū dōu diū le.

❹ I got a "two" for my homework.

❺ I hope I can get a scholarship to enable me to finish next semester.

❻ Most school and university examinations take place in June.

❼ Our school days are over.

❹ 我的作业得了2分。/ Wǒ de zuòyè déle èrfēn.

❺ 我很想拿到奖学金来完成下个学期的课程。/ Wǒ hěn xiǎng nádào jiǎngxuéjīn lái wánchéng xià ge xuéqī de kèchéng.

❻ 大部分院校的考试安排在六月份。/ Dà bùfen yuànxiào de kǎoshì ānpái zài liù yuèfèn.

❼ 我们的学生时代结束了。/ wǒmen de xuésheng shídài jiéshù le.

Conversations 会话

❶

A: How long is the compulsory education in China?

B: Nine years.

A: What do they teach at secondary schools?

B: We generally have to learn: Chinese, maths, English, physics, chemistry, biology, history, geography, music, physical education, etc.

A: In which grade are you?

B: I am in the third.

A: 在中国，义务教育是多长时间？/ Zài Zhōngguó, yìwù jiàoyù shì duō cháng shíjiān?

B: 九年。/ Jiǔ nián.

A: 在中学都教些什么？/ Zài zhōngxué dōu jiāo xiē shénme?

B: 我们一般得学习语文、数学、英语、物理、化学、生物、历史、地理、音乐、体育，等等。/ Wǒmen yìbān děi xuéxí yǔwén、shùxué、Yīngyǔ、wùlǐ、huàxué、shēngwù、lìshǐ、dìlǐ、yīnyuè、tǐyù, děngděng.

A: 你在哪个年级？/ Nǐ zài nǎ ge niánjí?

B: 我在三年级。/ Wǒ zài sān niánjí.

❷

A: Is the test difficult?

B: I had it in my finger ends.

A: 考试难不难？/ Kǎoshì nán bu nán?

B: 对我来说易如反掌。/ Duì wǒ láishuō yì rú fǎn zhǎng.

❸

A: How is your attendance these days?

A: 你最近出勤怎么样？/ Nǐ zuìjìn chūqín zěnmeyàng?

24 EDUCATION 教育

B: I was very regular in my attendance in my school.

B：我基本上每天都去学校上课。/ Wǒ jīběnshang měi tiān dōu qù xuéxiào shàngkè.

❹

A: What kind of optional courses do you have?

B: We have economics, finance and statistics.

A：你们有什么选修课？/ Nǐmen yǒu shénme xuǎnxiūkè?

B：我们有经济学、金融学和统计学。/ Wǒmen yǒu jīngjìxué、jīnróngxué hé tǒngjìxué.

❺

A: How long is your summer vacation?

B: From July to September.

A: What will you do in the vacation?

B: As I failed in my examinations, I shall go to a coaching establishment where I get individual tuition.

A：你们暑假有多长？/ Nǐmen shǔjià yǒu duō cháng?

B：从七月到九月。/ Cóng qīyuè dào jiǔyuè.

A：假期你打算做什么？/ Jiàqī nǐ dǎsuàn zuò shénme?

B：因为我考试没及格，我要参加个补习班，在那儿我能得到个人辅导。/ Yīnwèi wǒ kǎoshì méi jígé, wǒ yào cānjiā ge bǔxíbān, zài nàr wǒ néng dédào gèrén fǔdǎo.

25 LANGUAGE —— 语言 Yǔyán

Vocabulary 词语

1. Arabic
2. Chinese
3. Danish
4. Dutch
5. English
6. Finnish
7. French
8. Germany
9. Greek
10. Hebrew
11. Italian
12. Japanese
13. Korean
14. Malay
15. Polish
16. Portuguese
17. Russian
18. Spanish
19. Swedish
20. Thai
21. Vietnamese
22. vowel
23. consonant
24. initial
25. final
26. syllable
27. tone
28. intonation

1. 阿拉伯语 / Ālābóyǔ
2. 汉语 / Hànyǔ
3. 丹麦语 / Dānmàiyǔ
4. 荷兰语 / Hélányǔ
5. 英语 / Yīngyǔ
6. 芬兰语 / Fēnlányǔ
7. 法语 / Fǎyǔ
8. 德语 / Déyǔ
9. 希腊语 / Xīlàyǔ
10. 希伯来语 / Xībóláiyǔ
11. 意大利语 / Yìdàlìsyǔ
12. 日语 / Rìyǔ
13. 韩语 / Hányǔ
14. 马来语 / Mǎláiyǔ
15. 波兰语 / Bōlányǔ
16. 葡萄牙语 / Pútáoyáyǔ
17. 俄语 / Éyǔ
18. 西班牙语 / Xībānyáyǔ
19. 瑞典语 / Ruìdiǎnyǔ
20. 泰语 / Tàiyǔ
21. 越南语 / Yuènányǔ
22. 元音 / yuányīn
23. 辅音 / fǔyīn
24. 声母 / shēngmǔ
25. 韵母 / yùnmǔ
26. 音节 / yīnjié
27. 声调 / shēngdiào
28. 语调 / yǔdiào

㉙ stress
㉚ word stress
㉛ sentence stress
㉜ pause
㉝ mood
㉞ noun
㉟ proper noun
㊱ pronoun
㊲ personal pronoun
㊳ demonstrative pronoun
㊴ interrogative pronoun
㊵ verb
㊶ transitive verb
㊷ intransitive verb
㊸ adjective
㊹ adverb
㊺ numeral
㊻ measure word
㊼ preposition
㊽ particle
㊾ aspectual particle
㊿ structural particle
(51) modal particle
(52) conjunction word
(53) onomatopoeia
(54) interjection
(55) prefix
(56) suffix
(57) separable verb-object verb
(58) morpheme
(59) conversion of parts of speech
(60) reduplicated words
(61) phrase
(62) coordinative phrase
(63) subject-predicate phrase
(64) verb-object phrase
(65) verb-complement phrase

㉙ 重音 / zhòngyīn
㉚ 词重音 / cízhòngyīn
㉛ 句重音 / jùzhòngyīn
㉜ 停顿 / tíngdùn
㉝ 语气 / yǔqì
㉞ 名词 / míngcí
㉟ 专名 / zhuānmíng
㊱ 代词 / dàicí
㊲ 人称代词 / rénchēng dàicí
㊳ 指示代词 / zhǐshì dàicí
㊴ 疑问代词 / yíwèn dàicí
㊵ 动词 / dòngcí
㊶ 及物动词 / jíwù dòngcí
㊷ 不及物动词 / bù jíwù dòngcí
㊸ 形容词 / xíngróngcí
㊹ 副词 / fùcí
㊺ 数词 / shùcí
㊻ 量词 / liàngcí
㊼ 介词 / jiècí
㊽ 助词 / zhùcí
㊾ 动态助词 / dòngtài zhùcí
㊿ 结构助词 / jiégòu zhùcí
(51) 语气助词 / yǔqì zhùcí
(52) 连词 / liáncí
(53) 象声词 / xiàngshēngcí
(54) 叹词 / tàncí
(55) 词头 / cítóu
(56) 词尾 / cíwěi
(57) 离合词 / líhécí
(58) 语素 / yǔsù
(59) 兼类 / jiānlèi
(60) 叠音词 / diéyīncí
(61) 词组，短语 / cízǔ，duǎnyǔ
(62) 联合词组 / liánhé cízǔ
(63) 主谓词组 / zhǔwèi cízǔ
(64) 动宾词组 / dòngbīn cízǔ
(65) 动补词组 / dòngbǔ cízǔ

㊋ endocentric phrase 偏正词组 / piānzhèng cízǔ
㊌ numeral-measure word phrase 数量词组 / shùliàng cízǔ
㊍ locality phrase 方位词组 / fāngwèi cízǔ
㊎ appositive phrase 同位词组 / tóngwèi cízǔ
㊀ morphology of a word 词形 / cíxíng
㊁ semantics of a word 词义 / cíyì
㊂ commendatory term 褒义词 / bāoyìcí
㊃ derogatory term 贬义词 / biǎnyìcí
㊄ sentence component 句子成分 / jùzi chéngfèn
㊅ subject 主语 / zhǔyǔ
㊆ predicate 谓语 / wèiyǔ
㊇ object 宾语 / bīnyǔ
㊈ attributive 定语 / dìngyǔ
㊉ headword 中心语 / zhōngxīnyǔ
㊊ adverbial modifier 状语 / zhuàngyǔ
㊋ complement 补语 / bǔyǔ
㊌ declarative sentence 陈述句 / chénshùjù
㊍ interrogative sentence 疑问句 / yíwènjù
㊎ general question 一般疑问句 / yìbān yíwènjù
㊏ special question 特殊疑问句 / tèshū yíwènjù
㊐ affirmative-negative question 正反疑问句 / zhèngfǎn yíwènjù
㊑ alternative question 选择疑问句 / xuǎnzé yíwènjù
㊒ imperative sentence 祈使句 / qǐshǐjù
㊓ exclamatory sentence 感叹句 / gǎntànjù
㊔ rhetorical question 反问句 / fǎnwènjù

Sentences 句子

❶ You mispronounce the word.
❶ 这个词你读错了。/ Zhè ge cí nǐ dúcuò le.

❷ Can you write it in Chinese phonetic?
❷ 能用汉语拼音写一下吗？/ Néng yòng Hànyǔ pīnyīn xiě yíxià ma?

❸ Some grammar component and the part which is emphasized ought to be pronounced as stress.
❸ 句子中有的语法成分和需要强调的词语要重读。/ Jùzi zhōng yǒude yǔfǎ chéngfèn hé xūyào qiángdiào de cíyǔ yào zhòngdú.

25 LANGUAGE 语言

❹ There are aggregately four tones in Chinese.

❺ That can't be translated word for word.

❻ What is the Chinese for this word?

❼ Is that word in common use?

❽ What rule in the grammar are we studying now?

❹ 汉语里一共有四个声调。/ Hànyǔ li yígòng yǒu sì ge shēngdiào.

❺ 不能一个词一个词地翻译。/ Bù néng yí ge cí yí ge cí de fānyì.

❻ 这个词用汉语怎么说？/ zhè ge cí yòng Hànyǔ zěnme shuō?

❼ 这个词常用吗？/ Zhè ge cí chángyòng ma?

❽ 我们现在学的是什么语法规则？/ Wǒmen xiànzài xué de shì shénme yǔfǎ guīzé?

Conversations 会话

❶

A: How many finals and initials are there in Chinese?
B: 21 initials and 36 finals.

❶

A: 汉语有多少个声母和韵母？/ Hànyǔ yǒu duōshao ge shēngmǔ hé yùnmǔ?
B: 21个声母和36个韵母。/ Èrshíyī ge shēngmǔ hé sānshíliù ge yùnmǔ.

❷

A: Chinese words are consisted of one, two or more characters, aren't they?

B: Yes, they are. In writing, a syllable is a character. So a monosyllabic word is represented by one character, a disyllabic word by two characters, and a polysyllabic one by more than two characters.

A: Is Chinese grammar the same with English grammar?
B: Not entirely the same.

❷

A: 汉语里的词有一个字的，两个字的，还有很多个字的，是吗？/ Hànyǔ li de cí yǒu yí ge zì de, liǎng ge zì de, hái yǒu hěn duō ge zì de, shì ma?
B: 对。汉语里一般一个汉字代表一个音节，单音节词用一个汉字表示，双音节和多音节的词要用两个或两个以上的汉字表示。/ Duì. Hànyǔ li yìbān yí ge Hànzì dàibiǎo yí ge yīnjié, dānyīnjié cí yòng yí ge Hànzì biǎoshì, shuāngyīnjié hé duōyīnjié de cí yào yòng liǎng ge huò liǎng ge yǐshàng de Hànzì biǎoshì.
A: 汉语语法和英语语法一样吗？/ Hànyǔ yǔfǎ hé Yīngyǔ yǔfǎ yíyàng ma?
B: 不完全一样。/ Bù wánquán yíyàng.

A: What is the main difference?

B: You know, the gender, the number and the case are quite important in English.

A: Right. There are lots of changes of nouns and verbs in English sentences.

B: Yes, but Chinese grammar is not like that.

A: Then, what is the most important feature of Chinese grammar?

B: In Chinese, the word order and the function words are the main methods to express meanings.

A: 主要有什么不同呢？/ Zhǔyào yǒu shénme bùtóng ne?

B: 你知道，在英语里性、数、格是很重要的。/ Nǐ zhīdào, zài Yīngyǔ li xìng、shù、gé shì hěn zhòngyào de.

A: 没错儿。动词和名词的变化很多。/ Méi cuòr. Dòngcí hé míngcí de biànhuà hěn duō.

B: 对，但汉语不是这样。/ Duì, dàn Hànyǔ bú shì zhèyàng.

A: 那么，汉语语法最重要的特点是什么？/ Nàme, Hànyǔ yǔfǎ zuì zhòngyào de tèdiǎn shì shénme?

B: 汉语里词序和虚词是表达意义的主要手段。/ Hànyǔ li cíxù hé xūcí shì biǎodá yìyì de zhǔyào shǒuduàn.

26 MATHS, GEOMETRY
数学，几何学 Shùxué, Jǐhéxué

Vocabulary 词语

① Roman numerals
② Arabic numerals
③ even number
④ odd number
⑤ prime number
⑥ natural number
⑦ positive number
⑧ negative number
⑨ number with four digits
⑩ decimal
⑪ fraction
⑫ numerator
⑬ fraction-line
⑭ denominator
⑮ proper fraction
⑯ improper fraction
⑰ mixed number
⑱ addition
⑲ subtraction
⑳ multiplication
㉑ division
㉒ power
㉓ evolution
㉔ summand
㉕ addend
㉖ sum
㉗ minuend
㉘ subtrahend

① 罗马数字 / Luómǎ shùzì
② 阿拉伯数字 / Ālābó shùzì
③ 偶数 / ǒushù
④ 奇数 / jīshù
⑤ 质数 / zhìshù
⑥ 自然数 / zìránshù
⑦ 正数 / zhèngshù
⑧ 负数 / fùshù
⑨ 四位数 / sìwèishù
⑩ 小数 / xiǎoshù
⑪ 分数 / fēnshù
⑫ 分子 / fēnzǐ
⑬ 分数线 / fēnshùxiàn
⑭ 分母 / fēnmǔ
⑮ 真分数 / zhēnfēnshù
⑯ 假分数 / jiǎfēnshù
⑰ 带分数 / dàifēnshù
⑱ 加法 / jiāfǎ
⑲ 减法 / jiǎnfǎ
⑳ 乘法 / chéngfǎ
㉑ 除法 / chúfǎ
㉒ 乘方 / chéngfāng
㉓ 开方 / kāifāng
㉔ 被加数 / bèijiāshù
㉕ 加数 / jiāshù
㉖ 和 / hé
㉗ 被减数 / bèijiǎnshù
㉘ 减数 / jiǎnshù

㉙	remainder	㉙	差 / chā
㉚	multiplicand	㉚	被乘数 / bèichéngshù
㉛	multiplier	㉛	乘数 / chéngshù
㉜	product	㉜	乘积 / chéngjī
㉝	dividend	㉝	被除数 / bèichúshù
㉞	divisor	㉞	除数 / chúshù
㉟	quotient	㉟	商 / shāng
㊱	angle	㊱	角 / jiǎo
㊲	obtuse angle	㊲	钝角 / dùnjiǎo
㊳	acute angle	㊳	锐角 / ruìjiǎo
㊴	right angle	㊴	直角 / zhíjiǎo
㊵	interior angle	㊵	内角 / nèijiǎo
㊶	exterior angle	㊶	外角 / wàijiǎo
㊷	side	㊷	边 / biān
㊸	base	㊸	底 / dǐ
㊹	length	㊹	长 / cháng
㊺	width	㊺	宽 / kuān
㊻	center	㊻	圆心 / yuánxīn
㊼	radius	㊼	半径 / bànjìng
㊽	diameter	㊽	直径 / zhíjìng
㊾	point of intersection	㊾	交点 / jiāodiǎn
㊿	parallel lines	㊿	平行线 / píngxíngxiàn
51	diagonal	51	对角线 / duìjiǎoxiàn
52	frustum of a cone	52	锥体截面 / zhuītǐ jiémiàn
53	spherical cap	53	球体截面 / qiútǐ jiémiàn
54	equilateral triangle	54	等边三角形 / děngbiān sānjiǎoxíng
55	isosceles triangle	55	等腰三角形 / děngyāo sānjiǎoxíng
56	right angled triangle	56	直角三角形 / zhíjiǎo sānjiǎoxíng
57	quadrilateral	57	四边形 / sìbiānxíng
58	trapezium	58	梯形 / tīxíng
59	parallelogram	59	平行四边形 / píngxíng sìbiānxíng
60	square	60	正方形 / zhèngfāngxíng
61	rectangle	61	长方形 / chángfāngxíng
62	rhombus	62	菱形 / língxíng
63	sector	63	扇形 / shànxíng
64	circle	64	圆 / yuán
65	ellipse	65	椭圆 / tuǒyuán

MATHS, GEOMETRY 数学，几何学

- 66 concentric circle
- 67 eccentric circle
- 68 prism
- 69 rectangular parallelepiped
- 70 cube
- 71 cylinder
- 72 pyramid
- 73 sphere
- 74 cone
- 75 ruler
- 76 T-square
- 77 protractor
- 78 calculator
- 79 bow compass

- 66 同心圆 / tóngxīnyuán
- 67 偏心圆 / piānxīnyuán
- 68 棱柱 / léngzhù
- 69 长方体 / chángfāngtǐ
- 70 立方体 / lìfāngtǐ
- 71 圆柱体 / yuánzhùtǐ
- 72 锥体 / zhuītǐ
- 73 球体 / qiútǐ
- 74 圆锥体 / yuánzhuītǐ
- 75 直尺 / zhíchǐ
- 76 丁字尺 / dīngzìchǐ
- 77 量角器 / liángjiǎoqì
- 80 计算器 / jìsuànqì
- 79 圆规 / yuánguī

Sentences 句子

1. Five plus six equals eleven.
2. Two from four leaves two.
3. Divide 270 by 10.
4. 2 is the 6th part of 12.
5. Subtract forty thousand and three from ten million and two.
6. Three goes into nine three times.
7. Multiply six by seven.
8. Express the following by figures: three milliards, fourteen millions, five hundred and five.
9. The sum of two numbers is 1767, the lesser is 572, find the difference.

1. 5加6等于11。/ Wǔ jiā liù děngyú shíyī.
2. 4减2等于2。/ Sì jiǎn èr děngyú èr.
3. 270除以10。/ Èrbǎi qīshí chúyǐ shí.
4. 2是12的六分之一。/ Èr shì shí'èr de liù fēn zhī yī.
5. 一千万零二减去四万零三。/ Yìqiānwàn líng èr jiǎnqù sìwàn líng sān.
6. 9除3得3。/ Jiǔ chú sān dé sān.
7. 用6乘以7。/ Yòng liù chéngyǐ qī.
8. 用数字表示下面数目：三十亿，一千四百万，五百零五。/ Yòng shùzì biǎoshì xiàmiàn de shùmù: sānshíyì, yìqiān sìbǎiwàn, wǔbǎi líng wǔ.
9. 两个数的总和是1767，较小的数是572，算出差数。/ Liǎng ge shù de zǒnghé shì yìqiān qībǎi liùshíqī, jiào xiǎo de shù shì wǔbǎi qīshí'èr, suànchū chāshù.

⑩ Which are the different signs employed to signify addition, subtraction, multiplication, and division?
⑪ What is the sign of equality?
⑫ Which number is divisible by 9?
⑬ Convert a value into a decimal fraction!
⑭ You made a mistake and wrote the minuend under the subtrahend.
⑮ I cannot make head or tail of this sum.
⑯ A straight line is the shortest distance from one point to another.
⑰ Can you do trigonometry?

⑩ 表示加法、减法、乘法和除法的不同符号是什么？/ Biǎoshì jiāfǎ、jiǎnfǎ、chéngfǎ hé chúfǎ de bùtóng fúhào shì shénme?
⑪ 等式的符号是什么？/ Děngshì de fúhào shì shénme?
⑫ 什么数可以被9整除？/ Shénme shù kěyǐ bèi jiǔ zhěngchú?
⑬ 把这个数值转换为十进制小数！/ Bǎ zhè ge shùzhí zhuǎnhuàn wéi shí jìnzhì xiǎoshù!
⑭ 你犯了个错误，把被减数放在了减数的下面。/ Nǐ fànle ge cuòwu, bǎ bèijiǎnshù fàng zài le jiǎnshù de xiàmiàn.
⑮ 我弄不清这个算术题的得数是多少。/ Wǒ nòng bu qīng zhè ge suànshùtí de déshù shì duōshao.
⑯ 两点之间直线最短。/ Liǎng diǎn zhījiān zhíxiàn zuì duǎn.
⑰ 你会算三角函数吗？/ Nǐ huì suàn sānjiǎo hánshù ma?

Conversations 会话

①

A: Can you find the square or cube of a number?

B: Yes, it's similar to the multiplication.

①

A: 你能计算一个数字的平方和立方吗？/ Nǐ néng jìsuàn yí ge shùzì de píngfāng hé lìfāng ma?

B: 能，这跟乘法差不多。/ Néng, zhè gēn chéngfǎ chàbuduō.

②

A: Do you prefer arithmetic, geometry or algebra?
B: I like geometry better.
A: Are you good at sums?

②

A: 你喜欢算术、几何还是代数？/ Nǐ xǐhuan suànshù、jǐhé háishi dàishù?
B: 我更喜欢几何。/ Wǒ gèng xǐhuan jǐhé.
A: 你擅长算数吗？/ Nǐ shàncháng suànshù ma?

MATHS, GEOMETRY 数学，几何学

B: Of course, I can count it in my head. Mathematics doesn't trouble me at all.

A: It's not as awfully easy as you think.

A: Have you ever used logarithms (logs)?

B: Yes, I often use it in the statistics.

❸

A: Can I ask you a question about calculus?

B: Sorry, I don't understand calculus at all.

❹

A: How can you make such a beautiful geometric form?

B: I have a good set of geometrical instruments with the usual compasses and a very good dividers in it.

B: 当然，我还可以心算呢。数学对我来说是小菜一碟。/ Dāngrán, wǒ hái kěyǐ xīnsuàn ne. Shùxué duì wǒ láishuō shì xiǎocài yì dié.

A: 这可不像你想的那么简单。/ Zhè kě bú xiàng nǐ xiǎng de nàme jiǎndān.

A: 你用过对数吗？/ Nǐ yòngguo duìshù ma?

B: 用过，统计中常用到它。/ Yòngguo, tǒngjì zhōng cháng yòngdào tā.

❸

A: 能问你个关于微积分的问题吗？/ Néng wèn nǐ ge guānyú wēijīfēn de wèntí ma?

B: 对不起，我完全不懂微积分。/ Duìbuqǐ, wǒ wánquán bù dǒng wēijīfēn.

❹

A: 你怎么能画出这么漂亮的几何图形来？/ Nǐ zěnme néng huàchū zhème piàoliang de jǐhé túxíng lái?

B: 我有一套很好的几何学工具，里面有普通圆规和一个非常不错的分规。/ Wǒ yǒu yí tào hěn hǎo de jǐhéxué gōngjù, lǐmiàn yǒu pǔtōng yuánguī hé yí ge fēicháng búcuò de fēnguī.

27 ASTRONOMY
——天文学 Tiānwénxué

Vocabulary 词语

1. sky
2. the Milky Way
3. sun
4. moon
5. North Star, Polaris
6. Mercury
7. Venus
8. Earth
9. Pluto
10. Mars
11. Jupiter
12. Saturn
13. Uranus
14. Neptune
15. star
16. shooting star, meteor
17. fixed Star
18. Planet
19. comet
20. satellite
21. nebula
22. outer space
23. atmosphere
24. sunrise
25. sunset
26. sunlight, sunshine
27. black hole
28. eclipse of the sun
29. lunar eclipse

1. 天空 / tiānkōng
2. 银河, 银河系 / Yínhé, Yínhéxì
3. 太阳 / tàiyang
4. 月亮 / yuèliang
5. 北极星 / běijíxīng
6. 水星 / shuǐxīng
7. 金星 / jīngxīng
8. 地球 / dìqiú
9. 冥王星 / míngwángxīng
10. 火星 / huǒxīng
11. 木星 / mùxīng
12. 土星 / tǔxīng
13. 天王星 / tiānwángxīng
14. 海王星 / hǎiwángxīng
15. 星星 / xīngxing
16. 流星 / liúxīng
17. 恒星 / Héngxīng
18. 行星 / xíngxīng
19. 彗星 / huìxīng
20. 卫星 / wèixīng
21. 星云 / xīngyún
22. 太空 / tàikōng
23. 大气 / dàqì
24. 日出 / rìchū
25. 日落 / rìluò
26. 阳光 / yángguāng
27. 黑洞 / hēidòng
28. 日食 / rìshí
29. 月食 / yuèshí

27 ASTRONOMY 天文学

- ㉚ the zodiac
- ㉛ Aries
- ㉜ Taurus
- ㉝ Gemini
- ㉞ Cancer
- ㉟ Leo
- ㊱ Virgo
- ㊲ Libra
- ㊳ Scorpio
- ㊴ Sagittarius
- ㊵ Capricorn
- ㊶ Aquarius
- ㊷ Pisces

- ㉚ 十二宫 / Shí'érgōng
- ㉛ 白羊宫 / Báiyánggōng
- ㉜ 金牛宫 / Jīnniúgōng
- ㉝ 双子宫 / Shuāngzǐgōng
- ㉞ 巨蟹宫 / Jùxiègōng
- ㉟ 狮子宫 / Shīzigōng
- ㊱ 处女宫 / Chǔnǚgōng
- ㊲ 天秤宫 / Tiānchènggōng
- ㊳ 天蝎宫 / Tiānxiēgōng
- ㊴ 人马宫 / Rénmǎgōng
- ㊵ 摩羯宫 / Mójiégōng
- ㊶ 水瓶宫 / Shuǐpínggōng
- ㊷ 双鱼宫 / Shuāngyúgōng

Sentences 句子

❶ The sun is shining today.

❷ The moon is shining tonight.

❸ The stars are gleaming.

❶ 今天阳光充足。/ Jīntiān yángguāng chōngzú.

❷ 今晚月光明亮。/ Jīnwǎn yuèguāng míngliàng.

❸ 星星在闪烁。/ Xīngxing zài shǎnshuò.

Conversations 会话

❶

A: Did you notice starry sky last night?

B: Yes. It was so beautiful!

A: Do the other stars all spin around on their axis like the earth?

B: Yes. But they have different rotation rates.

❶

A: 昨晚你看见满天繁星了吗？/ Zuówǎn nǐ kànjiàn mǎntiān fánxīng le ma?

B: 看到了，真是太美了！/ Kàndào le, zhēn shì tài měi le.

A: 别的星星也像地球一样绕轴自转吗？/ Biéde xīngxing yě xiàng dìqiú yíyàng rào zhóu zìzhuàn ma?

B: 是的。但是它们的自转速度都不一样。/ Shì de. Dànshì tāmen de zìzhuàn sùdù dōu bù yíyàng.

28 WEATHER
—— 天气 Tiānqì

Vocabulary 词语

1. weather forecast
2. cloud
3. rain
4. shower
5. scattered showers
6. drizzle
7. moderate rain
8. heavy rain
9. mist
10. wind
11. typhoon
12. tornado
13. wind direction
14. wind velocity
15. snow
16. sleet
17. hail
18. sunny
19. cloudy
20. thunder
21. lightening
22. storm
23. sandstorm
24. haze
25. temperature
26. Fahrenheit
27. Centigrade
28. humidity
29. atmospheric pressure

1. 天气预报 / tiānqì yùbào
2. 云 / yún
3. 雨 / yǔ
4. 阵雨 / zhènyǔ
5. 局部阵雨 / júbù zhènyǔ
6. 毛毛雨 / máomao yǔ
7. 中雨 / zhōngyǔ
8. 大雨 / dàyǔ
9. 雾 / wù
10. 风 / fēng
11. 台风 / táifēng
12. 龙卷风 / lóngjuǎnfēng
13. 风向 / fēngxiàng
14. 风速 / fēngsù
15. 雪 / xuě
16. 雨夹雪 / yǔjiāxuě
17. 冰雹 / bīngbáo
18. 晴 / qíng
19. 阴 / yīn
20. 雷 / léi
21. 闪电 / shǎndiàn
22. 暴风雪 / bàofēngxuě
23. 沙尘暴 / shāchénbào
24. 雾霾 / wùmái
25. 温度 / wēndù
26. 华氏 / huáshì
27. 摄氏 / shèshì
28. 湿度 / shīdù
29. 气压 / qìyā

Sentences 句子

1. I'd be worried should it turn out to be wet.
2. It seems that we are going to have snow.
3. A change in the weather is indicated by a strong wind.
4. Yesterday the weather was so changeable that we never knew what to expect.
5. Weather forecast for tomorrow: cloudy, with rainy periods in the South; showers of sleet, and snow in the Eastern part.
6. Further outlook: unsettled in the Western part of the country; in the East, severe frost.
7. There's been a drop in the temperature.
8. The air was stingingly cold, but not at freezing point.
9. The sky was suddenly overcast with low, black clouds.
10. The heat is so oppressive, and I'm simply melting.
11. Dazzling flashes of lightning were followed by a clap of thunder.
12. The storm has spent itself.
13. The clouds are dispersing and the sun is appearing again.

---

1. 我担心会下雨。/ Wǒ dānxīn huì xià yǔ.
2. 看起来要下雪了。/ Kàn qǐlai yào xià xuě le.
3. 刮大风了,看起来要变天了。/ Guā dàfēng le, kàn qǐlai yào biàntiān le.
4. 昨天的天气太变化无常了,我们都不知道过一会儿会变成什么样。/ Zuótiān de tiānqì tài biànhuà wúcháng le, wǒmen dōu bù zhīdào guò yíhuìr huì biànchéng shénme yàng.
5. 明天的天气预报:南部多云,有阵雨;东部雨夹雪转小雪。/ Míngtiān de tiānqì yùbào nánbù duōyún, yǒu zhènyǔ; dōngbù yǔjiāxuě zhuǎn xiǎoxuě.
6. 未来几天的天气情况:西部地区气温变化较大,东部地区有严重的霜冻天气。/ Wèilái jǐ tiān de tiānqì qíngkuàng: xībù dìqū qìwēn biànhuà jiào dà, dōngbù dìqū yǒu yánzhòng de shuāngdòng tiānqì.
7. 降温了。/ Jiàngwēn le.
8. 虽然寒风刺骨,但是还没有到零度。/ Suīrán hánfēng cìgǔ, dànshì hái méiyǒu dào língdù.
9. 天空一下子变得乌云密布了。/ Tiānkōng yíxiàzi biàn de wūyún mìbù le.
10. 热得真让人受不了,我都要被晒化了。/ Rè de zhēn ràng rén shòubuliǎo, wǒ dōu yào bèi shàihuà le.
11. 一阵闪电过后,响起了轰隆隆的雷声。/ Yí zhèn shǎndiàn guòhòu, xiǎngqǐ le hōnglónglóng de léishēng.
12. 暴风雨已经过去了。/ Bàofēngyǔ yǐjīng guòqu le.
13. 乌云散去,天又转晴了。/ Wūyún sànqu, tiān yòu zhuǎn qíng le.

⑭ A soft wind scarcely stirred the leaves.

⑮ That's a thunder-cloud over there.

⑯ It keeps on raining.

⑰ It's raining cats and dogs.

⑭ 风很小，连树叶都没有吹动。/ Fēng hěn xiǎo, lián shùyè dōu méiyǒu chuīdòng.

⑮ 那边是一块雷电云。/ Nàbiān shì yíkuài léidiànyún.

⑯ 雨下个不停。/ Yǔ xià ge bù tíng.

⑰ 外面下着倾盆大雨。/ Wàimiàn xiàzhe qīngpén dàyǔ.

Conversations 会话

❶

A: What's the weather like today?

B: It is nice and warm today.

A: 今天天气怎么样？/ Jīntián tiānqì zěnmeyàng?

B: 天气很好，而且很暖和。/ Tiānqì hěn hǎo, érqiě hěn nuǎnhuo.

❷

A: The weather is improving.

B: I hope it'll keep fine.

A: 天气逐渐转好了。/ Tiānqì zhújiàn zhuǎnhǎo le.

B: 我希望好天气能一直持续下去。/ Wǒ xīwàng hǎo tiānqì néng yìzhí chíxù xiaqu.

❸

A: It's below freezing point today?

B: Yes. It's 2°C below zero.

A: 今天的温度已经零下了吗？/ Jīntiān de wēndù yǐjīng língxià le ma?

B: 是的，今天是零下2度。/ Shì de, jīntiān shì língxià èr dù.

❹

A: Is it raining?

B: Not yet. But it looks like raining. It wouldn't hurt you to take an umbrella or a waterproof.

A: 外边在下雨吗？/ Wàibiān zài xià yǔ ma?

B: 现在还没有，不过看起来会下。带把雨伞或者带件雨衣没有坏处。/ Xiànzài hái méiyǒu, búguò kàn qilai huì xià. Dài bǎ yǔsǎn huòzhě dài jiàn yǔyī méiyǒu huàichù.

29 EARTH, MAP OF THE WORLD
地球，世界地图 Dìqiú, Shìjiè Dìtú

Vocabulary 词语

1. sea
2. ocean
3. coast
4. channel, strait
5. island
6. peninsula
7. archipelago
8. continent
9. mountain
10. chain of mountains
11. peak
12. mountain-side
13. valley
14. plain
15. plateau
16. basin
17. lowland
18. delta
19. swamp
20. river
21. brook
22. stream
23. lake
24. pond
25. bank
26. rock
27. cobblestone
28. cave

1. 海 / hǎi
2. 海洋 / hǎiyáng
3. 海岸 / hǎi'àn
4. 海峡 / hǎixiá
5. 岛 / dǎo
6. 半岛 / bàndǎo
7. 群岛 / qúndǎo
8. 大陆 / dàlù
9. 山 / shān
10. 山脉 / shānmài
11. 山峰 / shānfēng
12. 山坡 / shānpō
13. 山谷 / shāngǔ
14. 平原 / píngyuán
15. 高原 / gāoyuán
16. 盆地 / péndì
17. 洼地 / wādì
18. 三角洲 / sānjiǎozhōu
19. 沼泽 / zhǎozé
20. 河 / hé
21. 小溪 / xiǎoxī
22. 小河 / xiǎohé
23. 湖 / hú
24. 池塘 / chítáng
25. 岸，堤 / àn, dī
26. 岩石 / yánshí
27. 鹅卵石 / éluǎnshí
28. 山洞 / shāndòng

㉙ volcano ㉙ 火山 / huǒshān
㉚ desert ㉚ 沙漠 / shāmò
㉛ oasis ㉛ 沙漠绿洲 / shāmò lǜzhōu
㉜ waterfall ㉜ 瀑布 / pùbù
㉝ torrid zone ㉝ 热带 / rèdài
㉞ temperate zone ㉞ 温带 / wēndài
㉟ frigid zone ㉟ 寒带 / hándài
㊱ virgin forest ㊱ 原始森林 / yuánshǐ sēnlín
㊲ tropical rainforest ㊲ 热带雨林 / rèdài yǔlín
㊳ east ㊳ 东 / dōng
㊴ south ㊴ 南 / nán
㊵ west ㊵ 西 / xī
㊶ north ㊶ 北 / běi
㊷ northeast ㊷ 东北 / dōngběi
㊸ northwest ㊸ 西北 / xīběi
㊹ southeast ㊹ 东南 / dōngnán
㊺ southwest ㊺ 西南 / xīnán
㊻ elevation ㊻ 海拔 / hǎibá
㊼ longitude ㊼ 经线 / jīngxiàn
㊽ parallel ㊽ 纬线 / wěixiàn
㊾ Tropic of Cancer ㊾ 北回归线 / Běi huíguīxiàn
㊿ Tropic of Capricorn ㊿ 南回归线 / Nán huíguīxiàn
㉛ Greenwich meridian ㉛ 本初子午线 / Běnchū zǐwǔxiàn
㉜ equator ㉜ 赤道 / chìdào
㉝ North Pole ㉝ 北极 / běijí
㉞ South Pole ㉞ 南极 / nánjí
㉟ Arctic circle ㉟ 北极圈 / běijíquān
㊱ Antarctic circle ㊱ 南极圈 / nánjíquān
㊲ Northern Hemisphere ㊲ 北半球 / běibànqiú
㊳ Southern Hemisphere ㊳ 南半球 / nánbànqiú
㊴ Eastern Hemisphere ㊴ 东半球 / dōngbànqiú
㊵ Western Hemisphere ㊵ 西半球 / xībànqiú
㊶ Asia ㊶ 亚洲 / Yàzhōu
㊷ Europe ㊷ 欧洲 / Ōuzhōu
㊸ Africa ㊸ 非洲 / Fēizhōu
㊹ North America ㊹ 北美洲 / Běiměizhōu
㊺ South America ㊺ 南美洲 / Nánměizhōu

EARTH, MAP OF THE WORLD 地球，世界地图

- ⑯ Oceania
- ⑰ Antarctic
- ⑱ Pacific Ocean
- ⑲ Atlantic ocean
- ⑳ Indian ocean
- ㉑ Arctic ocean
- ㉒ political map
- ㉓ topographic map
- ㉔ electronic map
- ㉕ scale
- ㉖ legend

- ⑯ 大洋洲 / Dàyángzhōu
- ⑰ 南极洲 / Nánjízhōu
- ⑱ 太平洋 / Tàipíngyáng
- ⑲ 大西洋 / Dàxīyáng
- ⑳ 印度洋 / Yìndùyáng
- ㉑ 北冰洋 / Běibīngyáng
- ㉒ 行政区划图 / xíngzhèng qūhuàtú
- ㉓ 地形图 / dìxíngtú
- ㉔ 数字地图 / shùzì dìtú
- ㉕ 比例尺 / bǐlìchǐ
- ㉖ 图例 / túlì

Sentences 句子

❶ The earth revolves around the sun.

❷ The earth's one rotation is a day and a night, one revolution around the sun is a year.

❸ The earth's equatorial radius is about 6378.2 km, its polar radius about 6356.8 km.

❹ Surrounded by atmosphere and covered by land and oceans, the earth is inhabited by human beings, animals and plants.

❺ The earth has one natural satellite, the moon.

❻ There is a map of the world on the wall.

❼ There are aggregately seven continents and four oceans on the earth.

❶ 地球围绕太阳转。/ Dìqiú wéirào tàiyáng zhuàn.

❷ 地球自转一周的时间是一昼夜，围绕太阳公转一圈的时间是一年。/ Dìqiú zìzhuàn yì zhōu de shíjiān shì yí zhòuyè, wéirào tàiyáng gōngzhuàn yì quān shì yì nián.

❸ 地球的赤道半径大约6378.2公里，极半径大约6356.8公里。/ Dìqiú de chìdào bànjìng dàyuē liùqiān sānbǎi qīshí bā diǎn èr gōnglǐ, jí bànjìng dàyuē liùqiān sānbǎi wǔshíliù diǎn bā gōnglǐ.

❹ 地球被大气层包围，被陆地和海洋覆盖，人类、动物和植物在地球上繁衍生息。/ Dìqiú bèi dàqìcéng bāowéi, bèi lùdì hé hǎiyáng fùgài, rénlèi, dòngwù hé zhíwù zài dìqiú shang fányǎn shēngxī.

❺ 地球有一个天然卫星——月亮。/ Dìqiú yǒu yí ge tiānrán wèixīng——yuèliàng.

❻ 墙上有一张世界地图。/ Qiángshang yǒu yì zhāng shìjiè dìtú.

❼ 地球上一共有七大洲、四大洋。/ Dìqiú shang yígòng yǒu qī dà zhōu、sì dà yáng.

❽ The tropical rainforests of South America contain the largest diversity of species on the earth.

❽ 南美洲的热带雨林拥有地球上最多的物种。/ Nánměizhōu de rèdài yǔlín yōngyǒu dìqiú shang zuì duō de wùzhǒng.

Conversations 会话

❶

A: Why are there so many earthquakes in Japan?
B: Because it located in an area where several continental and oceanic plates meet.

❶

A: 为什么日本地震那么频繁？/ Wèishénme Rìběn dìzhèn nàme pínfán?
B: 因为这个国家位于几个大陆板块和海洋板块交界的地方。/ Yīnwèi zhè ge guójiā wèiyú jǐ ge dàlù bǎnkuài hé hǎiyáng bǎnkuài jiāojiè de dìfang.

❷

A: What are the tropics?
B: The tropics are the imaginary lines on either side of the equator.

❷

A: 回归线是什么？/ Huíguīxiàn shì shénme?
B: 回归线是赤道两侧假想的两条线。/ Huíguīxiàn shì chìdào liǎng cè jiǎxiǎng de liǎng tiáo xiàn.

❸

A: Can you recommend a world map online?
B: Google world map is a quite good one.

❸

A: 你能推荐一个在线的世界地图吗？/ Nǐ néng tuījiàn yí ge zàixiàn de shìjiè dìtú ma?
B: 谷歌世界地图非常不错。/ Gǔgē shìjiè dìtú fēicháng búcuò.

30 HUMAN BODY
人体 Réntǐ

Vocabulary 词语

1. head
2. hair
3. forehead
4. eyebrow
5. eye
6. nose
7. ear
8. cheek, jowl
9. mouth
10. lip
11. chin
12. nostril
13. neck
14. shoulder
15. arm
16. armpit
17. elbow
18. hand
19. finger
20. palm
21. thumb
22. forefinger
23. middle finger
24. ring finger
25. little finger
26. nail
27. chest
28. back

1. 头 / tóu
2. 头发 / tóufa
3. 前额 / qián'é
4. 眉毛 / méimao
5. 眼睛 / yǎnjing
6. 鼻子 / bízi
7. 耳朵 / ěrduo
8. 脸颊 / liǎnjiá
9. 嘴 / zuǐ
10. 嘴唇 / zuǐchún
11. 下巴，下颚 / xiàba, xià'è
12. 鼻孔 / bíkǒng
13. 脖子 / bózi
14. 肩 / jiān
15. 胳膊 / gēbo
16. 腋下，腋窝 / yèxià, yèwō
17. 肘 / zhǒu
18. 手 / shǒu
19. 手指 / shǒuzhǐ
20. 手掌 / shǒuzhǎng
21. 拇指 / mǔzhǐ
22. 食指 / shízhǐ
23. 中指 / zhōngzhǐ
24. 无名指 / wúmíngzhǐ
25. 小指 / xiǎozhǐ
26. 指甲 / zhǐjia
27. 胸口，胸膛 / xiōngkǒu, xiōngtáng
28. 后背 / hòubèi

㉙ hip　　　　　　　　　㉙ 臀部 / túnbù
㉚ crotch　　　　　　　　㉚ 胯部 / kuàbù
㉛ wrist　　　　　　　　㉛ 腰 / yāo
㉜ thigh　　　　　　　　㉜ 大腿 / dàtuǐ
㉝ knee　　　　　　　　　㉝ 膝盖 / xīgài
㉞ calf　　　　　　　　　㉞ 小腿 / xiǎotuǐ
㉟ ankle　　　　　　　　㉟ 脚踝 / jiǎohuái
㊱ heel　　　　　　　　　㊱ 脚后跟 / jiǎohòugēn
㊲ foot　　　　　　　　　㊲ 脚 / jiǎo
㊳ toe　　　　　　　　　　㊳ 脚趾 / jiǎozhǐ
㊴ instep　　　　　　　　㊴ 脚背 / jiǎobèi
㊵ sole　　　　　　　　　㊵ 脚底 / jiǎodǐ
㊶ arch　　　　　　　　　㊶ 足弓 / zúgōng
㊷ brain　　　　　　　　㊷ 大脑 / dànǎo
㊸ cerebellum　　　　　　㊸ 小脑 / xiǎonǎo
㊹ throat　　　　　　　　㊹ 喉咙 / hóulóng
㊺ tongue　　　　　　　　㊺ 舌头 / shétou
㊻ tonsil　　　　　　　　㊻ 扁桃腺 / biǎntáoxiàn
㊼ lung　　　　　　　　　㊼ 肺 / fèi
㊽ liver　　　　　　　　　㊽ 肝 / gān
㊾ stomach　　　　　　　㊾ 胃 / wèi
㊿ spleen　　　　　　　　㊿ 脾 / pí
51 kidney　　　　　　　　51 肾 / shèn
52 pancreas　　　　　　　52 胰腺 / yíxiàn
53 bladder　　　　　　　　53 膀胱 / pángguāng
54 gall bladder　　　　　　54 胆囊 / dǎnnáng
55 large intestine　　　　　55 大肠 / dàcháng
56 small intestine　　　　　56 小肠 / xiǎocháng
57 duodenum　　　　　　　57 十二指肠 / shí'èrzhǐcháng
58 rectum　　　　　　　　58 直肠 / zhícháng
59 appendix　　　　　　　59 阑尾 / lánwěi
60 windpipe　　　　　　　60 气管 / qìguǎn
61 oesophagus　　　　　　61 食道 / shídào
62 bile duct　　　　　　　62 胆管 / dǎnguǎn
63 ureter　　　　　　　　63 输尿管 / shūniàoguǎn
64 skeleton　　　　　　　　64 骨骼 / gǔgé
65 skull　　　　　　　　　65 颅骨 / lúgǔ

30 HUMAN BODY 人体

⑥⑥ frontal bone — ⑥⑥ 额骨 / égǔ
⑥⑦ cervical vertebra — ⑥⑦ 颈椎骨 / jǐngzhuīgǔ
⑥⑧ collar-bone, clavicle — ⑥⑧ 锁骨 / suǒgǔ
⑥⑨ rib — ⑥⑨ 肋骨 / lèigǔ
⑦⓪ knuckle — ⑦⓪ 指关节 / zhǐguānjié
⑦① knee-joint, fibula — ⑦① 膝关节 / xīguānjié
⑦② ankle-bone, talus — ⑦② 踝骨 / huáigǔ
⑦③ heel-bone, calcaneus — ⑦③ 跟骨 / gēngǔ
⑦④ artery — ⑦④ 动脉 / dòngmài
⑦⑤ vein — ⑦⑤ 静脉 / jìngmài
⑦⑥ carotid artery — ⑦⑥ 颈动脉 / jǐngdòngmài
⑦⑦ superior vena cava — ⑦⑦ 腔静脉 / qiāngjìngmài
⑦⑧ heart — ⑦⑧ 心脏 / xīnzàng
⑦⑨ left auricle — ⑦⑨ 左心房 / zuǒxīnfáng
⑧⓪ right auricle — ⑧⓪ 右心房 / yòuxīnfáng
⑧① right ventricle — ⑧① 右心室 / yòuxīnshì
⑧② left ventricle — ⑧② 左心室 / zuǒxīnshì
⑧③ valves of the heart — ⑧③ 心脏膜瓣 / xīnzàng móbàn
⑧④ cardiac septum — ⑧④ 心脏隔膜 / xīnzàng gémó
⑧⑤ haematoblast — ⑧⑤ 血小板 / xuèxiǎobǎn
⑧⑥ hemoleukocyte — ⑧⑥ 白血球 / báixuèqiú
⑧⑦ erythrocyte — ⑧⑦ 红血球 / hóngxuèqiú
⑧⑧ hemalbumen — ⑧⑧ 血蛋白 / xuèdànbái
⑧⑨ plasma — ⑧⑨ 血浆 / xuèjiāng
⑨⓪ blood type — ⑨⓪ 血型 / xuèxíng

Sentences 句子

❶ The fish-bone had stuck in his gullet.

❷ The tubes which carry the blood from the heart are called arteries.

❶ 鱼刺卡在他喉咙里了。/ Yúcì kǎ zài tā hóulóng li le.

❷ 从心脏运送血液的血管叫动脉。/ Cóng xīnzàng yùnsòng xuèyè de xuèguǎn jiào dòngmài.

Conversations 会话

①

A: I heard you fractured your leg in the game.

B: No. I have just sprained my ankle.

A: Oh, is it serious?

B: Yeah, a little. I have to stay in bed for a couple of days.

A: You should be more careful next time.

B: Yes, I will.

②

A: Why does the blood always flow in one direction?

B: It's because there are valves in the heart which prevent the blood from flowing back.

A: Where does the blood receive a fresh supply of oxygen?

B: From the lungs.

①

A: 我听说比赛的时候你的腿骨折了。/ Wǒ tīngshuō bǐsài de shíhou nǐ de tuǐ gǔzhé le.

B: 没有，只是扭伤了脚踝。/ Méiyǒu, zhǐshì niǔshāng le jiǎohuái.

A: 哦，严重不严重？/ Ò, yánzhòng bu yánzhòng?

B: 不太严重，就是得卧床休息几天。/ Bú tài yánzhòng, jiùshì děi wòchuáng xiūxi jǐ tiān.

A: 下次你得小心一点儿了。/ Xià cì nǐ děi xiǎoxīn yìdiǎnr le.

B: 嗯，我会的。/ Ńg, wǒ huì de.

②

A: 为什么血液总是往一个方向流？/ Wèishénme xuèyè zǒngshì wǎng yí ge fāngxiàng liú?

B: 因为心脏里有膜瓣可以防止血液倒流。/ Yīnwèi xīnzàng li yǒu móbàn kěyǐ fángzhǐ xuèyè dàoliú.

A: 血液从哪里得到新鲜的氧气供应？/ Xuèyè cóng nǎli dédào xīnxiān de yǎngqì gōngyìng?

B: 从肺里。/ Cóng fèi li.

31 ANIBAL ——动物 Dòngwù

Vocabulary 词语

1. lion
2. bear
3. polar bear
4. tiger
5. rhinoceros
6. hippopotamus
7. monkey
8. elephant
9. wolf
10. leopard
11. deer
12. kangaroo
13. giraffe
14. zebra
15. reindeer
16. camel
17. gorilla
18. ape
19. gibbon
20. chimpanzee
21. primate
22. bat
23. panda
24. fox
25. mouse
26. squirrel
27. buffalo
28. bull

1. 狮子 / shīzi
2. 熊 / xióng
3. 北极熊 / běijíxióng
4. 老虎 / lǎohǔ
5. 犀牛 / xīniú
6. 河马 / hémǎ
7. 猴子 / hóuzi
8. 大象 / dàxiàng
9. 狼 / láng
10. 豹子 / bàozi
11. 鹿 / lù
12. 袋鼠 / dàishǔ
13. 长颈鹿 / chángjǐnglù
14. 斑马 / bānmǎ
15. 驯鹿 / xùnlù
16. 骆驼 / luòtuo
17. 大猩猩 / dàxīngxing
18. 猿猴 / yuánhóu
19. 长臂猿 / chángbìyuán
20. 黑猩猩 / hēixīngxing
21. 狒狒 / fèifèi
22. 蝙蝠 / biānfú
23. 熊猫 / xióngmāo
24. 狐狸 / húli
25. 老鼠 / lǎoshǔ
26. 松鼠 / sōngshǔ
27. 水牛 / shuǐniú
28. 公牛 / gōngniú

㉙ cow	㉙ 母牛 / mǔniú
㉚ calf	㉚ 小牛 / xiǎoniú
㉛ donkey	㉛ 驴 / lú
㉜ horse	㉜ 马 / mǎ
㉝ goat	㉝ 山羊 / shānyáng
㉞ sheep	㉞ 绵羊 / miányáng
㉟ pig	㉟ 猪 / zhū
㊱ rabbit	㊱ 兔子 / tùzi
㊲ cat	㊲ 猫 / māo
㊳ dog	㊳ 狗 / gǒu
㊴ phoenix	㊴ 凤凰 / fènghuáng
㊵ peacock	㊵ 孔雀 / kǒngquè
㊶ swan	㊶ 天鹅 / tiān'é
㊷ crane	㊷ 鹤 / hè
㊸ ostrich	㊸ 鸵鸟 / tuóniǎo
㊹ eagle	㊹ 老鹰 / lǎoyīng
㊺ wild goose	㊺ 大雁 / dàyàn
㊻ seagull	㊻ 海鸥 / hǎi'ōu
㊼ penguin	㊼ 企鹅 / qǐ'é
㊽ pigeon	㊽ 鸽子 / gēzi
㊾ crow	㊾ 乌鸦 / wūyā
㊿ magpie	㊿ 喜鹊 / xǐquè
㊾ woodpecker	㊾ 啄木鸟 / zhuómùniǎo
owl	猫头鹰 / māotóuyīng
sparrow	麻雀 / máquè
quail	鹌鹑 / ānchún
swallow	燕子 / yànzi
cuckoo	杜鹃 / dùjuān
turtledove	斑鸠 / bānjiū
parrot	鹦鹉 / yīngwǔ
starling	八哥 / bāge
thrush	画眉 / huàméi
turkey	火鸡 / huǒjī
cock	公鸡 / gōngjī
hen	母鸡 / mǔjī
chicken	小鸡 / xiǎojī
duck	鸭子 / yāzi

ANIMAL 动物

66. goose — 66. 鹅 / é
67. spider — 67. 蜘蛛 / zhīzhū
68. dragonfly — 68. 蜻蜓 / qīngtíng
69. locust — 69. 蝗虫 / huángchóng
70. lady-bird, ladybug — 70. 瓢虫 / piáochóng
71. caterpillar — 71. 毛虫 / máochóng
72. cricket — 72. 蟋蟀 / xīshuài
73. katydid — 73. 蝈蝈 / guōguo
74. gnat, mosquito — 74. 蚊子 / wénzi
75. fly — 75. 苍蝇 / cāngying
76. bee — 76. 蜜蜂 / mìfēng
77. cock-chafer — 77. 金龟子 / jīnguīzǐ
78. wasp, bumble-bee — 78. 黄蜂 / huángfēng
79. moth — 79. 蛾子 / ézi
80. cockroach — 80. 蟑螂 / zhāngláng
81. termite, white ant — 81. 白蚁 / báiyǐ
82. flea — 82. 跳蚤 / tiàozao
83. louse — 83. 虱子 / shīzi
84. cicada — 84. 蝉 / chán
85. mantis — 85. 螳螂 / tángláng
86. scorpion — 86. 蝎子 / xiēzi
87. ant — 87. 蚂蚁 / mǎyǐ
88. butterfly — 88. 蝴蝶 / húdié
89. silkworm — 89. 蚕 / cán
90. frog — 90. 青蛙 / qīngwā
91. toad — 91. 蟾蜍 / chánchú
92. tadpole — 92. 蝌蚪 / kēdǒu
93. chameleon — 93. 变色龙 / biànsèlóng
94. lizard — 94. 蜥蜴 / xīyì
95. gecko — 95. 壁虎 / bìhǔ
96. snail — 96. 蜗牛 / wōniú
97. snake — 97. 蛇 / shé
98. viper — 98. 毒蛇 / dúshé
99. cobra, naja — 99. 眼镜蛇 / yǎnjìngshé
100. boa constrictor — 100. 大蟒蛇 / dàmǎngshé
101. crocodile — 101. 鳄鱼 / èyú
102. tortoise, turtle — 102. 龟,海龟 / guī, hǎiguī

⑩ freshwater fish
⑩ sea fish
⑩ goldfish
⑩ tilapia
⑩ carp
⑩ grass carp
⑩ cuttle-fish
⑩ trout
⑪ shark
⑫ eel
⑬ salmon
⑭ tuna
⑮ sardine
⑯ catfish
⑰ flatfish, flounder
⑱ octopus
⑲ squid

⑩ 淡水鱼 / dànshuǐyú
⑩ 海鱼 / hǎiyú
⑩ 金鱼 / jīnyú
⑩ 罗非鱼 / luófēiyú
⑩ 鲤鱼 / lǐyú
⑩ 草鱼 / cǎoyú
⑩ 鲶鱼 / niányú
⑩ 鳟鱼 / zūnyú
⑪ 鲨鱼 / shāyú
⑫ 鳗鱼 / mànyú
⑬ 三文鱼 / sānwényú
⑭ 金枪鱼 / jīnqiāngyú
⑮ 沙丁鱼 / shādīngyú
⑯ 比目鱼 / bǐmùyú
⑰ 墨鱼，乌贼 / mòyú, wūzéi
⑱ 章鱼 / zhāngyú
⑲ 鱿鱼 / yóuyú

Sentences 句子

❶ The kangaroo, which lives in Australia, has a pouch on its stomach in which its young can take refuge at the slightest danger.

❷ The little monkey was amusing everyone with his antics.

❸ A cat is a very tame animal.

❹ Bird flu could infect humans.

❺ Don't stamp on that spider.

❶ 袋鼠生活在澳大利亚，它的腹部有一个育儿袋，幼袋鼠在里面能躲避所有的危险。/ Dàishǔ shēnghuó zài Àodàlìyà, tā de fùbù yǒu yí ge yù'érdài, yòu dàishǔ zài lǐmiàn néng duǒbì suǒyǒu de wēixiǎn.

❷ 大家被小猴子的滑稽动作逗笑了。/ Dàjiā bèi xiǎo hóuzi de huájī dòngzuò dòuxiào le.

❸ 猫是一种十分温顺的动物。/ Māo shì yì zhǒng shífēn wēnshùn de dòngwù.

❹ 禽流感可能会传染给人。/ Qínliúgǎn kěnéng huì chuánrǎn gěi rén.

❺ 别踩到那只蜘蛛。/ Bié cǎidào nà zhī zhīzhū.

31 ANIMAL 动物

Conversations 会话

❶

A: My roommate and I will go to Beijing Zoo this Saturday. Will you join us?

B: I love to. I've been eager to see the panda.

A: Me too. My roommate has been there once.

B: Then she thinks it's worth to visit there again?

A: Yeah. She said pandas are really lovely.

B: I can not wait to see it.

❷

A: Does one feel pain after being stung?

B: Yes, the sting of the wasp causes very painful stings.

❸

A: Are the dolphin and whale fishes?

B: No, the dolphin is a mammal like the whale.

❹

A: I have lots of tropical fish in my aquarium.

B: That must be beautiful.

❶

A: 我和同屋周六去北京动物园。你去吗？/ Wǒ hé tóngwū zhōuliù qù Běijīng Dòngwùyuán. Nǐ qù ma?

B: 好啊！我一直想看大熊猫呢。/ Hǎo a! Wǒ yìzhí xiǎng kàn dàxióngmāo ne.

A: 我也是。我的同屋已经去过一次了。/ Wǒ yě shì. Wǒ de tóngwū yǐjīng qùguo yí cì le.

B: 那她觉得动物园值得再去一次？/ Nà tā juéde dòngwùyuán zhíde zài qù yí cì?

A: 对，她说大熊猫特别可爱。/ Duì, tā shuō dàxióngmāo tèbié kě'ài.

B: 我都迫不及待地想去看看了。/ Wǒ dōu pò bù jí dài de xiǎng qù kànkan le.

❷

A: 被黄蜂叮咬会不会很疼？/ Bèi huángfēng dīngyǎo huì bu huì hěn téng?

B: 是的，会非常疼。/ Shì de, huì fēicháng téng.

❸

A: 海豚和鲸鱼都是鱼类吗？/ Hǎitún hé jīngyú dōu shì yúlèi ma?

B: 不是，海豚和鲸鱼一样，都是哺乳动物。/ Bú shì, hǎitún hé jīngyú yíyàng, dōu shì bǔrǔ dòngwù.

❹

A: 我家的水族箱里有很多热带鱼。/ Wǒ jià de shuǐzúxiāng li yǒu hěn duō rèdàiyú.

B: 那一定很漂亮。/ Nà yídìng hěn piàoliang.

32 TIME
——时间 Shíjiān

Vocabulary 词语

① year
② all year around
③ from year to year
④ leap year
⑤ non-leap year
⑥ month
⑦ January
⑧ February
⑨ March
⑩ April
⑪ May
⑫ June
⑬ July
⑭ August
⑮ September
⑯ October
⑰ November
⑱ December
⑲ season
⑳ spring
㉑ summer
㉒ autumn
㉓ winter
㉔ week
㉕ Monday
㉖ Tuesday
㉗ Wednesday
㉘ Thursday

① 年 / nián
② 全年 / quánnián
③ 年复一年 / nián fù yì nián
④ 闰年 / rùnnián
⑤ 平年 / píngnián
⑥ 月份 / yuèfèn
⑦ 一月 / yīyuè
⑧ 二月 / èryuè
⑨ 三月 / sānyuè
⑩ 四月 / sìyuè
⑪ 五月 / wǔyuè
⑫ 六月 / liùyuè
⑬ 七月 / qīyuè
⑭ 八月 / bāyuè
⑮ 九月 / jiǔyuè
⑯ 十月 / shíyuè
⑰ 十一月 / shíyīyuè
⑱ 十二月 / shí'èryuè
⑲ 季节 / jìjié
⑳ 春季，春天 / chūnjì, chūntiān
㉑ 夏季，夏天 / xiàjì, xiàtiān
㉒ 秋季，秋天 / qiūjì, qiūtiān
㉓ 冬季，冬天 / dōngjì, dōngtiān
㉔ 星期 / xīngqī
㉕ 星期一 / xīngqīyī
㉖ 星期二 / xīngqī'èr
㉗ 星期三 / xīngqīsān
㉘ 星期四 / xīngqīsì

㉙ Friday
㉚ Saturday
㉛ Sunday
㉜ day
㉝ today
㉞ tomorrow
㉟ the day after tomorrow
㊱ the day before yesterday
㊲ morning
㊳ noon
㊴ afternoon
㊵ evening
㊶ night
㊷ hour
㊸ minute
㊹ second
㊺ nowadays
㊻ in these later days
㊼ the day before
㊽ a fortnight ago
㊾ a week ago
㊿ this time at last month

(51) last night
(52) recently
(53) this weekend
(54) the end of the month
(55) in the future
(56) one day
(57) a while ago
(58) before now
(59) once upon a time
(60) upon centuries ago
(61) a thousand years ago
(62) since then
(63) in an hour
(64) in a week

㉙ 星期五 / xīngqīwǔ
㉚ 星期六 / xīngqīliù
㉛ 星期日，星期天 / xīngqīrì，xīngqītiān
㉜ 天 / tiān
㉝ 今天 / jīntiān
㉞ 明天 / míngtiān
㉟ 后天 / hòutiān
㊱ 前天 / qiántiān
㊲ 早上 / zǎoshang
㊳ 中午 / zhōngwǔ
㊴ 下午 / xiàwǔ
㊵ 晚上 / wǎnshang
㊶ 夜里 / yèli
㊷ 小时 / xiǎoshí
㊸ 分 / fēn
㊹ 秒 / miǎo
㊺ 现在 / xiànzài
㊻ 今后几天 / jīnhòu jǐ tiān
㊼ 头天 / tóutiān
㊽ 两个星期以前 / liǎng ge xīngqī yǐqián
㊾ 一周前 / yì zhōu qián
㊿ 上个月的这个时候 / shàng ge yuè de zhè ge shíhou
(51) 昨晚 / zuówǎn
(52) 最近 / zuìjìn
(53) 这个周末 / zhè ge zhōumò
(54) 这个月末 / zhè ge yuèmò
(55) 今后，将来 / jīnhòu, jiānglái
(56) 有一天 / yǒu yì tiān
(57) 刚才 / gāngcái
(58) 在此以前 / zài cǐ yǐqián
(59) 从前 / cóngqián
(60) 几个世纪以前 / jǐ ge shìjì yǐqián
(61) 一千年以前 / yìqiān nián yǐqián
(62) 从那以后 / cóng nà yǐhòu
(63) 一小时以内 / yì xiǎoshí yǐnèi
(64) 一周内 / yì zhōu nèi

㉕ modern times
㊻ ahead of time
㊼ at any time
㊽ at all times
㊾ sooner or later
㊿ from now on
㉛ from that time forth
㉜ for some time past
㉝ lunar calendar
㉞ solar calendar

㉕ 现代 / xiàndài
㊻ 提前 / tíqián
㊼ 随时 / suíshí
㊽ 一直 / yìzhí
㊾ 迟早 / chízǎo
㊿ 从现在起 / cóng xiànzài qǐ
㉛ 从那以后 / cóng nà yǐhòu
㉜ 过去的一段时间 / guòqù de yí duàn shíjiān
㉝ 农历 / nónglì
㉞ 阳历，阴历 / yánglì, yīnlì

Sentences 句子

❶ What is the date today?
❷ It is the 1st of July.

❶ 今天几号？/ Jīnjiān jǐ hào?
❷ 今天是 7 月 1 号。/ Jīntiān shì qīyuè yī hào.

Conversations 会话

❶
A: On what date are you going to Shanghai?
B: On the tenth of July.

❶
A: 你几号去上海？/ Nǐ jǐ hào qù Shànghǎi?
B: 7 月 10 号。/ Qīyuè shí hào.

❷
A: Can you tell me the time?

B: It is close upon seven.

❷
A: 能告诉我现在什么时候了吗？/ Néng gàosu wǒ xiànzài shénme shíhou le ma?
B: 现在快 7 点了。/ Xiànzài kuài qī diǎn le.

❸
A: Do you remember the play given on July 10th?

B: Of course. It was a nice play.

❸
A: 你还记得 7 月 10 号的那场表演吗？/ Nǐ hái jìde qīyuè shí hào nà chǎng biǎoyǎn ma?
B: 当然了。那是场很好的演出。/ Dāngrán le. Nà shì chǎng hěn hǎo de yǎnchū.

33 WEIGHTS, MEASURE
——计量单位 Jìliáng Dānwèi

Vocabulary 词语

1. unit of measurement
2. length
3. meter-tape
4. measuring-tape
5. ruler
6. meter
7. decimeter
8. centimeter
9. millimeter
10. 3.3333 meters
11. 1/3 meter
12. 1/30 meter
13. foot
14. inch
15. yard
16. kilometer
17. half kilometer
18. mile
19. nautical mile
20. weight
21. scales
22. balance
23. electronic scale
24. fair scale
25. gram
26. kilogram
27. ton
28. half kilogram

1. 度量单位 / dùliáng dānwèi
2. 长度 / chángdù
3. 米尺 / mǐchǐ
4. 卷尺 / juǎnchǐ
5. 尺子 / chǐzi
6. 米，公尺 / mǐ, gōngchǐ
7. 分米，公寸 / fēnmǐ, gōngcùn
8. 厘米，公分 / límǐ, gōngfēn
9. 毫米 / háomǐ
10. 丈 / zhàng
11. 尺 / chǐ
12. 寸 / cùn
13. 英尺 / yīngchǐ
14. 英寸 / yīngcùn
15. 码 / mǎ
16. 公里 / gōnglǐ
17. 里 / lǐ
18. 英里 / yīnglǐ
19. 海里 / hǎilǐ
20. 重量 / zhòngliàng
21. 秤 / chèng
22. 天平 / tiānpíng
23. 电子秤 / diànzǐchèng
24. 公平秤 / gōngpíngchèng
25. 克 / kè
26. 公斤，千克 / gōngjīn, qiānkè
27. 吨 / dūn
28. 斤 / jīn

- ㉙ 50 grams
- ㉚ 5 grams
- ㉛ pound
- ㉜ ounce
- ㉝ area
- ㉞ square kilometer
- ㉟ square meter
- ㊱ square centimeter
- ㊲ hectare
- ㊳ acre
- ㊴ volume
- ㊵ cubic meter
- ㊶ cubic centimeter
- ㊷ litre
- ㊸ milliliter
- ㊹ pint
- ㊺ quart

- ㉙ 两 / liǎng
- ㉚ 钱 / qián
- ㉛ 磅 / bàng
- ㉜ 盎司 / àngsī
- ㉝ 面积 / miànjī
- ㉞ 平方公里 / píngfāng gōnglǐ
- ㉟ 平方米 / píngfāng mǐ
- ㊱ 平方厘米 / píngfāng límǐ
- ㊲ 公顷 / gōngqǐng
- ㊳ 英亩 / yīngmǔ
- ㊴ 体积 / tǐjī
- ㊵ 立方米 / lìfāng mǐ
- ㊶ 立方厘米 / lìfāng límǐ
- ㊷ 升 / shēng
- ㊸ 毫升 / háoshēng
- ㊹ 品脱 / pīntuō
- ㊺ 夸脱 / kuātuō

Sentences 句子

❶ I always think Chinese measures of length, square measures, measures of volume, and weights are very complicated.

❷ The Changjiang River is more than 6,300 kilometers.

❸ The area of China is about 9,600,000 square kilometers.

❹ Units of measure could vary from country to country.

❶ 我一直觉得汉语里的各种计量单位，如：长度、面积、体积和重量，都非常复杂。/ Wǒ yìzhí juéde Hànyǔ li de gèzhǒng jìliáng dānwèi, rú: chángdù、miànjī、tǐjī hé zhòngliàng, dōu fēicháng fùzá.

❷ 长江有6300多公里。/ Cháng Jiāng yǒu liùqiān sānbǎi duō gōnglǐ.

❸ 中国的面积约有960万平方公里。/ Zhōngguó de miànjī yuē yǒu jiǔbǎi liùshí wàn píngfāng gōnglǐ.

❹ 不同国家的度量单位可能不同。/ Bùbóng guójiā de dùliáng dānwèi kěnéng bùtóng.

Conversations 会话

①

A: How many *chi* equal one meter?
B: Three *chi*.

A: 一米等于几尺？/ Yì mǐ děngyú jǐ chǐ?
B: 等于三尺。/ Děngyú sān chǐ.

②

A: How many *li* equal one kilometer?
B: Two *li*.

A: 一公里等于几里？/ Yì gōnglǐ děngyú jǐ lǐ?
B: 等于两里。/ Děngyú liǎng lǐ.

③

A: Does a mile amount to a kilometer?
B: No, a mile is over a kilometer and a half.

A: 一英里跟一公里相等吗？/ Yì yīnglǐ gēn yì gōnglǐ xiāngděng ma?
B: 不相等，一英里比1.5公里还多。/ Bù xiāngděng, yì yīnglǐ bǐ yì diǎn wǔ gōnglǐ hái duō.

④

A: How do you measure the land areas in China?
B: We measure land areas in China by hectare and *mu*.

A: 在中国，你们用什么来计算土地面积？/ Zài Zhōngguó, nǐmen yòng shénme lái jìsuàn tǔdì miànjī?
B: 我们用公顷和亩计算土地面积。/ Wǒmen yòng gōngqīng hé mǔ jìsuàn tǔdì miànjī.

34 QUALITY, COLOUR
——性状，颜色　Xìngzhuàng, Yánsè

Vocabulary 词语

1. good
2. bad
3. tall, high
4. short
5. young
6. old
7. new
8. big
9. small, little
10. fat
11. lean
12. slim
13. strong
14. fragile
15. healthy
16. vigorous
17. weak
18. ugly
19. plain
20. handsome
21. beautiful
22. scary
23. funny
24. boring
25. different
26. same
27. strange
28. common

1. 好的 / hǎo de
2. 坏的 / huài de
3. 高的 / gāo de
4. 短的，矮的 / duǎn de, ǎi de
5. 年轻的 / niánqīng de
6. 老的，旧的 / lǎo de, jiù de
7. 新的 / xīn de
8. 大的 / dà de
9. 小的 / xiǎo de
10. 胖的，肥的 / pàng de, féi de
11. 瘦的 / shòu de
12. 苗条的 / miáotiao de
13. 强壮的 / qiángzhuàng de
14. 脆弱，虚弱的 / cuìruò de, xūruò de
15. 健康的 / jiànkāng de
16. 有活力的 / yǒuhuólì de
17. 虚弱的 / xūruò de
18. 丑的 / chǒu de
19. 相貌普通的 / xiàngmào pǔtōng de
20. 帅的 / shuài de
21. 漂亮的 / piàoliang de
22. 吓人的 / xiàrén de
23. 有趣的 / yǒuqù de
24. 无聊的 / wúliáo de
25. 不同的 / bùtóng de
26. 相同的 / xiāngtóng de
27. 奇怪，陌生的 / qíguài de, mòshēng de
28. 普通的 / pǔtōng de

34 QUALITY, COLOUR 性状，颜色

㉙ white
㉚ blue
㉛ light-blue
㉜ dark-blue
㉝ brown
㉞ flesh-colored
㉟ crimson
㊱ grey
㊲ yellow
㊳ mauve
㊴ black
㊵ purple
㊶ orange
㊷ pink
㊸ red
㊹ green
㊺ olive-green
㊻ vermilion
㊼ violet

㉙ 白色的 / báisè de
㉚ 蓝色的 / lánsè de
㉛ 淡蓝的 / dànlán de
㉜ 深蓝的 / shēnlán de
㉝ 棕色的 / zōngsè de
㉞ 肉色的 / ròusè de
㉟ 深红的 / shēnhóng de
㊱ 灰色的 / huīsè de
㊲ 黄色的 / huángsè de
㊳ 淡紫色的 / dànzǐsè de
㊴ 黑色的 / hēisè de
㊵ 紫色的 / zǐsè de
㊶ 橙色的 / chéngsè de
㊷ 粉色的 / fěnsè de
㊸ 红色的 / hóngsè de
㊹ 绿色的 / lǜsè de
㊺ 橄榄绿色的 / gǎnlǎnlǜsè de
㊻ 朱红色的 / zhūhóngsè de
㊼ 紫罗兰色的 / zǐluólánsè de

Sentences 句子

❶ She tied the box up with an orange ribbon.
❷ Blue is my favorite color.
❸ Warm colors make large rooms more cozy.

❶ 她用橙色的丝带把盒子系起来。/ Tā yòng chéngsè de sīdài bǎ hézi jì qilai.
❷ 蓝色是我最喜欢的颜色。/ Lánsè shì wǒ zuì xǐhuan de yánsè.
❸ 暖色会让大房间显得更舒适。/ Nuǎnsè huì ràng dà fángjiān xiǎnde gèng shūshì.

Conversations 会话

❶

A: What a beauty!

B: Yes! Her beauty is fascinating.

❶

A: 多漂亮的女孩儿啊！/ Duō piàoliang de nǚháir a!

B: 是啊，她真迷人。/ Shì a, tā zhēn mírén.

②

A: Who is that girl in white?

B: My neighbor's daughter. She is quite silent.

②

A: 穿白衣服的那个女孩是谁？/ Chuān bái yīfu de nà ge nǚhái shì shuí?

B: 我邻居的女儿，是个不太爱说话的女孩儿。/ Wǒ línjū de nǚ'ér, shì ge bú tài ài shuōhuà de nǚhái.

③

A: Will blue suit you?

B: I think it would be strange on me.

③

A: 蓝色适合你吗？/ Lánsè shìhé nǐ ma?

B: 我觉得我穿会很奇怪。/ Wǒ juéde wǒ chuān huì hěn qíguài.

④

A: Can you describe the woman you met just now?

B: She was dressed in grey. Her eyes were large, brilliant and black. She has rather dark brown hair.

④

A: 你能描述一下刚才见到的那个女人吗？/ Nǐ néng miáoshù yíxià gāngcái jiàndào de nà ge nǚrén ma?

B: 她穿着一件灰色的外套。她的眼睛又大又亮又黑，长着一头深褐色的头发。/ Tā chuānzhe yí jiàn huīsè de wàitào. Tā de yǎnjing yòu dà yòu liàng yòu hēi, zhǎngzhe yì tóu shēnhèsè de tóufa.

35 SPORTING GEAR
体育器材　Tǐyù Qìcái

Vocabulary 词语

1. ball
2. basketball
3. tennis ball
4. football
5. volleyball
6. baseball
7. shuttlecock, badminton
8. table tennis ball
9. bowling
10. rugby
11. wicket
12. hockey
13. javelin
14. discus
15. shot put
16. hammer
17. dumb bell
18. barbell
19. asymmetrical bars
20. balance beam
21. rings
22. pommel horse
23. trampoline
24. net
25. ping-pong bat
26. tennis racket
27. hockey stick
28. golf-bag

1. 球 / qiú
2. 篮球 / lánqiú
3. 网球 / wǎngqiú
4. 足球 / zúqiú
5. 排球 / páiqiú
6. 棒球 / bàngqiú
7. 羽毛球 / yǔmáoqiú
8. 乒乓球 / pīngpāngqiú
9. 保龄球 / bǎolíngqiú
10. 橄榄球 / gǎnlǎnqiú
11. 板球 / bǎnqiú
12. 曲棍球 / qūgùnqiú
13. 标枪 / biāoqiāng
14. 铁饼 / tiěbǐng
15. 铅球 / qiānqiú
16. 链球 / liànqiú
17. 哑铃 / yǎlíng
18. 杠铃 / gànglíng
19. 高低杠 / gāodī gàng
20. 平衡木 / pínghéngmù
21. 吊环 / diàohuán
22. 鞍马 / ānmǎ
23. 蹦床 / bèngchuáng
24. 球网 / qiúwǎng
25. 乒乓球拍 / pīngpāngqiúpāi
26. 网球拍 / wǎngqiúpāi
27. 曲棍球杆 / qūgùnqiúgān
28. 高尔夫球包 / gāo'ěrfū qiúbāo

㉙ golf course　㉙ 高尔夫球场 / gāo'ěrfū qiúchǎng
㉚ skates　㉚ 冰鞋 / bīngxié
㉛ tennis shoes　㉛ 网球鞋 / wǎngqiúxié
㉜ tennis togs　㉜ 网球服 / wǎngqiúfú
㉝ spiked shoes　㉝ 钉鞋 / dīngxié
㉞ ski-sticks　㉞ 滑雪杖 / huáxuězhàng
㉟ skis　㉟ 滑雪板 / huáxuěbǎn
㊱ skiing boots　㊱ 滑雪鞋 / huáxuěxié
㊲ luge　㊲ 雪橇 / xuěqiāo
㊳ frog's leg　㊳ 脚蹼 / jiǎopǔ

Sentences 句子

❶ There are balls of all sizes.
❶ 这儿有各种型号的球。/ Zhèr yǒu gèzhǒng xínghào de qiú.

❷ I want a tennis racket.
❷ 我想买一个网球拍。/ Wǒ xiǎng mǎi yí ge wǎngqiúpāi.

❸ I have broken my hockey stick.
❸ 我把曲棍球杆弄断了。/ Wǒ bǎ qūgùnqiúgān nòngduàn le.

❹ Hand me my boxing-gloves.
❹ 把拳击手套递给我。/ Bǎ quánjī shǒutào dì gěi wǒ.

❺ Please tell me how to glue sponge rubbers to my table tennis bat
❺ 请告诉我怎么把胶皮粘到乒乓球拍上。/ Qǐng gàosu wǒ zěnme bǎ jiāopí zhāndào pīngpángqiúpāi shang.

Conversations 会话

❶
A: What can I do for you?
B: Please show me some skis.

❶
A: 您要买什么？/ Nín yào mǎi shénme?
B: 请给我拿几副滑雪板看看。/ Qǐng gěi wǒ ná jǐ fù huáxuěbǎn kànkan.

❷
A: I'd like to see a skiing suit.
B: Here you are.

❷
A: 我想看看滑雪服。/ Wǒ xiǎng kànkan huáxuěfú.
B: 给您。/ Gěi nín.

❸

A: I am not sure what size billiard table my room can accommodate.

B: Don't worry. I believe the retailer can give you some good advice. They have different types of tables. But you'd better need to take the appropriate measurements of your room.

❸

A: 我不太确定我的房间里能放多大尺寸的台球桌。/ Wǒ bú tài quèdìng wǒ de fángjiān li néng fàng duō dà chǐcùn de tǎiqiú zhuō.

B: 别担心。我相信零售商会给你一些好建议的。他们有各种类型的球桌。但是你最好还是量好你房间的准确尺寸。/ Bié dānxī. Wǒ xiāngxìn língshòushāng huì gěi nǐ yìxiē hǎo jiànyì de. Tāmen yǒu gè zhǒng lèixíng de qiúzhuō. Dànshì nǐ zuìhǎo háishì liánghǎo nǐ fángjiān de zhǔnquè chǐcùn.

36 ROAD SIGN
——道路标志 Dàolù Biāozhì

Vocabulary 词语

1. main road
2. side road
3. cycle road
4. lane
5. overtaking lane
6. gasoline station
7. service area
8. toll gate
9. parking place
10. curve right
11. roundabout
12. uphill
13. right turn
14. left turn
15. winding hill road
16. tunnel
17. slippery road
18. falling rocks
19. black spot
20. narrow road
21. two-way traffic
22. speed limit
23. weight limit
24. to yield

1. 主路 / zhǔlù
2. 辅路 / fǔlù
3. 自行车道 / zìxíngchēdào
4. 车道 / chēdào
5. 超车道 / chāochēdào
6. 加油站 / jiāyóuzhàn
7. 服务区 / fúwùqū
8. 收费站 / shōufèizhàn
9. 停车场 / tíngchēchǎng
10. 右转线 / yòuzhuǎnxiàn
11. 环形交叉路口 / huánxíng jiāochā lùkǒu
12. 上坡 / shàng pō
13. 右转弯 / yòu zhuǎn wān
14. 左转弯 / zuǒ zhuǎn wān
15. 盘山路 / pánshānlù
16. 隧道 / suìdào
17. 小心路滑 / xiǎoxīn lù huá
18. 小心落石 / xiǎoxīn luò shí
19. 事故多发地 / shìgù duō fā dì
20. 窄路 / zhǎilù
21. 双行线 / shāngxíngxiàn
22. 限速 / xiànsù
23. 限重 / xiànzhòng
24. 避让 / bìràng

36 ROAD SIGN 道路标志

Sentences 句子

1. slow!
2. Road work.
3. Road closed.
4. No u-turn!
5. No Hooting!
6. No Parking!
7. No Stopping!
8. No Through Traffic
9. No Automobiles!
10. No Overtaking!
11. No Trucks!
12. No through road!
13. No entry!

1. 慢行！/ Màn xíng!
2. 道路施工。/ Dàolù shīgōng
3. 道路封闭。/ Dàolù fēngbì.
4. 禁止掉头！/ Jìnzhǐ diàotóu!
5. 禁止鸣笛！/ Jìnzhǐ míngdí!
6. 禁止停放！/ Jìnzhǐ tíngfàng!
7. 禁止停车！/ Jìnzhǐ tíngchē!
8. 禁止通行！/ Jìnzhǐ tōngxíng!
9. 汽车禁行！/ Qìchē jìnxíng!
10. 禁止超车！/ Jìnzhǐ chāochē!
11. 禁止卡车通行！/ Jìnzhǐ kǎchē tōngxíng!
12. 此路不通！/ Cǐ lù bù tōng!
13. 禁止驶入！/ Jìnzhǐ shǐrù!

Conversations 会话

1

A: What penalties apply for speeding in Beijing?
B: You will incur a fine and license demerit points.

1

A: 在北京超速会受到什么处罚？/ Zài Běijīng chāosù huì shòudào shénme chǔfá?
B: 你会被罚款、扣分。/ Nǐ huì bèi fá kuǎn、kòu fēn.

2

A: Is there anything wrong with you?
B: The car was stalled in the mud.
A: Do you need any help?
B: Thanks. Would you mind helping me to push my car on to the roadside?

A: No problem.
B: Thank you very much.

2

A: 你怎么了？/ Nǐ zěnme le?
B: 汽车陷在泥里了。/ Qìchē xiànzài nílǐ le.
A: 需要帮忙吗？/ Xūyào bāngmáng ma?
B: 谢谢，能麻烦你帮我把车推到路边吗？/ Xièxie, néng máfan nǐ bāng wǒ bǎ chē tuīdào lùbiān ma?
A: 当然可以。/ Dāngrán kěyǐ.
B: 太谢谢你了。/ Tài xièxie nǐ le.

37 VEHICLE
——汽车 Qìchē

Vocabulary 词语

1. body
2. bonnet, hood
3. bumper
4. number plate
5. roof
6. roof rack
7. door of the car
8. door handle
9. wheel
10. tyre, tire
11. spare wheel (tire)
12. chassis
13. truck, boot
14. headlight
15. dipped headlight
16. fog light
17. stop lamp
18. tail light
19. turn signal light
20. dashboard
21. tachometer
22. speedometer
23. fuel gauge
24. odometer
25. windscreen
26. rear window
27. windscreen-wipers
28. steering-wheel

1. 车身 / chēshēn
2. 引擎盖儿 / yǐnqínggàir
3. 保险杠 / bǎoxiǎngàng
4. 号牌 / hàopái
5. 车顶 / chēdǐng
6. 车顶行李架 / chēdǐng xínglijià
7. 车门 / chēmén
8. 车门把手 / chēmén bǎshǒu
9. 车轮 / chēlún
10. 轮胎 / lúntāi
11. 备胎 / bèitāi
12. 底盘 / dǐpán
13. 后备箱 / hòubèixiāng
14. 远光灯 / yuǎnguāngdēng
15. 近光灯 / jìnguāngdēng
16. 雾灯 / wùdēng
17. 刹车灯 / shāchēdēng
18. 尾灯 / wěidēng
19. 转向灯 / zhuǎnxiàngdēng
20. 仪表盘 / yíbiǎopán
21. 转速表 / zhuànsùbiǎo
22. 速度表 / sùdùbiǎo
23. 油表 / yóubiǎo
24. 里程表 / lǐchéngbiǎo
25. 挡风玻璃 / dǎngfēng bōli
26. 车后窗 / chēhòuchuāng
27. 雨刷器 / yǔshuāqì
28. 方向盘 / fāngxiàngpán

37 VEHICLE 汽车

㉙ horn		㉙ 喇叭 / lǎba
㉚ rear vision mirror		㉚ 后视镜 / hòushìjìng
㉛ driving seat		㉛ 驾驶座 / jiàshǐzuò
㉜ seat belt		㉜ 安全带 / ānquándài
㉝ clutch		㉝ 离合器 / líhéqì
㉞ hand-brake		㉞ 手刹 / shǒushā
㉟ accelerator		㉟ 油门 / yóumén
㊱ foot-brake		㊱ 脚刹 / jiǎoshā
㊲ gear lever		㊲ 档 / dǎng
㊳ radiator-grill		㊳ 散热器 / sànrèqì
㊴ carburetor		㊴ 雾化器 / wùhuàqì
㊵ change-speed gear		㊵ 变速器 / biànsùqì
㊶ starter		㊶ 起动器 / qǐdòngqì
㊷ radiator		㊷ 冷却器 / lěngquèqì
㊸ engine		㊸ 发动机 / fādòngjī
㊹ gear-box		㊹ 变速箱 / biànsùxiāng
㊺ driving-shaft		㊺ 传动轴 / chuándòngzhóu
㊻ rear-axle		㊻ 后轮轴 / hòulúnzhóu
㊼ battery		㊼ 蓄电池 / xùdiànchí
㊽ axle		㊽ 轮轴 / lúnzhóu
㊾ spark		㊾ 电火花 / diànhuǒhuā
㊿ ditch		㊿ 排气管 / páiqìguǎn
㊿ petrol		㊿ 汽油 / qìyóu
㊿ spare part		㊿ 备件 / bèijiàn
㊿ tank		㊿ 油箱 / yóuxiāng
㊿ jack		㊿ 千斤顶 / qiānjīndǐng
㊿ to start		㊿ 起步 / qǐbù
㊿ to brake		㊿ 刹车 / shāchē
㊿ to leak		㊿ 漏油 / lòuyóu
㊿ to blow up		㊿ 打气 / dǎqì
㊿ to accelerate		㊿ 加速 / jiāsù
㊿ to reverse		㊿ 倒车 / dàochē
㊿ to break-down		㊿ 抛锚 / pāomáo
㊿ to burst		㊿ 爆胎 / bàotāi
㊿ to slow down		㊿ 减速 / jiǎnsù
㊿ to park		㊿ 停车 / tíngchē

Sentences 句子

1. Let's go for a spin in the car.
2. Well, start the car. Step on it.
3. Do you want to drive?
4. The car is running smoothly.
5. The engine is running noisily.
6. The car is gathering speed.
7. The brake refuses to act.
8. You should have applied the brake.
9. You have forgotten to put out the headlights.
10. Wait till I run the car into the garage.
11. Don't drive so fast, the roads are very slippery, and the car might skid and turn over, or run someone over.
12. You nearly knocked him down.
13. This is a very dangerous curve.
14. Put your brake on, but don't jam it on!
15. The tyre is punctured a kilometer from home.

1. 咱们出去兜兜风吧。/ Zánmen chūqu dōudou fēng ba.
2. 开车吧。加大油门儿。/ Kāi chē ba. jiādà yóuménr.
3. 你想开一会儿吗？/ Nǐ xiǎng kāi yíhuìr ma?
4. 这辆车开起来很平稳。/ Zhè liàng chē kāi qilai hěn píngwěn.
5. 发动机的声音太大了。/ Fādòngjī de shēngyīn tài dà le.
6. 汽车在加速行驶。/ Qìchē zài jiāsù xíngshǐ.
7. 刹车失灵了。/ Shāchē shīlíng le.
8. 你本来应该踩刹车的。/ Nǐ běnlái yīnggāi cǎi shāchē de.
9. 你忘了关大灯了。/ Nǐ wàngle guān dàdēng le.
10. 等我把车开进车库吧。/ Děng wǒ bǎ chē kāijìn chēkù ba.
11. 路面很滑，别开得太快，要不刹车时容易打滑翻车或者撞到人。/ Lùmiàn hěn huá, bié kāi de tài kuài, yàobù shāchē shí róngyi dǎhuá fānchē huòzhě zhuàngdào rén.
12. 你差点儿撞倒他了。/ Nǐ chàdiǎnr zhuàngdào tā le.
13. 这个弯道非常危险。/ Zhè ge wāndào fēicháng wēixiǎn.
14. 踩刹车，但是别踩死！/ Cǎi shāchē, dànshì bié cǎisǐ!
15. 在离家一公里的地方轮胎被扎破了。/ Zài lí jiā yì gōnglǐ de dìfang lúntāi bèi zhāpò le.

⑯ We'll have to let the air out and pump up the tyre again.

⑰ It seems I'll have to refill the radiator: it has run out of water.

⑱ The car has broken down; something has happened to the ignition.

⑯ 我们得把气放出来，然后再重新给轮胎打气。/ Wǒmen děi bǎ qì fàng chulai, ránhòu zài chóngxīn gěi lúntāi dǎ qì.

⑰ 看样子我得加点儿水了，水箱里没有水了。/ Kàn yàngzi wǒ děi jiā diǎnr shuǐ le, shuǐxiāng li méiyǒu shuǐ le.

⑱ 汽车抛锚了，点火装置出了点儿问题。/ Qìchē pāomáo le, diǎnhuǒ zhuāngzhì chūle diǎnr wèntí.

Conversations 会话

①

A: How many kilometers have we made?

B: I have done about two hundred kilometers in my car.

A: 我们开了多少公里了？/ Wǒmen kāile duōshao gōnglǐ le?

B: 大概开了两百多公里了。/ Dàgài kāile liǎngbǎi duō gōnglǐ le.

②

A: Now we are going at the top speed.

B: Don't exceed the speed limit.

A: 我们正在高速行驶。/ Wǒmen zhèngzài gāosù xíngshǐ.

B: 别超速啊。/ Bié chāosù a.

③

A: How fast are we driving now?

B: We are going at the rate of 60 kilometers an hour.

A: 我们现在时速多少？/ Wǒmen xiànzài shísù duōshao?

B: 现在的时速是六十公里。/ Xiànzài de shísù shì liùshí gōnglǐ.

④

A: The car is out of order.

B: Something went wrong with the engine.

A: Can you repair my car at once?

B: Yes.

A: 这辆汽车坏了。/ Zhè liàng qìchē huài le.

B: 发动机出了点儿问题。/ Fādòngjī chūle diǎnr wèntí.

A: 你能马上帮我把车修好吗？/ Nǐ néng mǎshàng bāng wǒ bǎ chē xiūhǎo ma?

B: 可以。/ Kěyǐ.

38 BUS
——公共汽车 Gōnggòng qìchē

Vocabulary 词语

1. bus
2. tram
3. trolley bus
4. double-decker bus
5. trolley
6. tour bus
7. school bus
8. airport shuttle bus
9. passenger
10. driver
11. conductor
12. tramway
13. door
14. rail
15. bow contact
16. stop
17. slot
18. ticket
19. change
20. to change
21. to get on
22. to get off
23. transport card
24. to add value
25. to purchase a card
26. to view card balance
27. flat fare
28. segmental route fare

1. 公共汽车 / gōnggòng qìchē
2. 有轨电车 / yǒuguǐ diànchē
3. 无轨电车 / wúguǐ diànchē
4. 双层大巴 / shuāngcéng dàbā
5. 电车 / diànchē
6. 观光车 / guānguāngchē
7. 校车 / xiàochē
8. 机场大巴 / jīchǎng dàbā
9. 乘客 / chéngkè
10. 司机 / sījī
11. 售票员 / shòupiàoyuán
12. 电车轨道 / diànchē guǐdào
13. 车门 / chēmén
14. 轨道 / guǐdào
15. 电车的电缆 / diànchē de diànlǎn
16. 车站 / chēzhàn
17. 投币口 / tóubìkǒu
18. 车票 / chēpiào
19. 零钱 / língqián
20. 找零 / zhǎolíng
21. 上车 / shàng chē
22. 下车 / xià chē
23. 公交卡 / gōngjiāokǎ
24. 充值 / chōng zhí
25. 买卡 / mǎi kǎ
26. 查余额 / chá yú'é
27. 单一票制 / dānyī piàozhì
28. 分段计价 / fēn duàn jì jià

BUS 公共汽车

Sentences 句子

1. Two tickets to Xidan, please.
2. The bus will land you there in the 20 minutes.
3. Unfortunately, there is no direct trolley bus service to the place where I want to go.
4. You can take either the Route No. 7 or the Route No. 11.
5. You may go as far as Xidan and change to the bus there.
6. When does the first bus leave?
7. When does the next bus leave?
8. Please don't disturb the driver.
9. Please get off at the rear door.
10. Please board by front door.
11. Please swipe your transport card as you board.
12. Every time you use your transport card to pay your bus fare, you will enjoy the discount.
13. The amount you've paid and how much money is left are displayed on the farebox.

1. 买两张去西单的票。/ Mǎi liǎng zhāng qù Xīdān de piào.
2. 坐公共汽车20分钟就能到那儿。/ Zuò gōnggòng qìchē èrshí fēnzhōng jiù néng dào nàr.
3. 很不巧,我想去的地方没有直达的公共汽车。/ Hěn bù qiǎo, wǒ xiǎng qù de dìfang méiyǒu zhídá de gōnggòng qìchē.
4. 你坐7路车或者11路车都行。/ Nǐ zuò qī lù chē huòzhě shíyī lù chē dōu xíng.
5. 你可以走到西单然后换乘公共汽车。/ Nǐ kěyǐ zǒudào Xīdān ránhòu huànchéng gōnggòng qìchē.
6. 头班车什么时候开? / Tóubānchē shénme shíhou kāi?
7. 下一班车什么时候开? / Xià yì bān chē shénme shíhou kāi?
8. 请勿与司机攀谈。/ Qǐng wù yǔ sījī pāntán.
9. 请后门下车。/ Qǐng hòu mén xià chē.
10. 请前门上车。/ Qǐng qián mén shàng chē.
11. 上车请刷卡。/ Shàng chē qǐng shuā kǎ.
12. 用公交卡可以享受车票折扣。/ Yòng gōngjiǎokǎ kěyǐ xiǎngshòu chēpiào zhékòu.
13. 票价和余额都会显示在刷卡器上。/ Piàojià hé yú'é dōu huì xiǎnshì zài shuākǎqì shang.

Conversations 会话

❶

A: Can you tell me if there is a bus from here to Wangfujing?

A: 请问,这儿有去王府井的公共汽车吗? / Qǐngwèn, zhèr yǒu qù Wángfǔjǐng de gōnggòng qìchē ma?

B: Route No.4 takes you right there.

B: 4路车刚好到那儿。/ Sì lù chē gānghǎo dào nàr.

❷

A: Where is the entrance?
B: It's in the middle.

A: 哪个是上车门？/ Nǎ ge shì shàngchēmén?
B: 中门。/ Zhōngmén.

❸

A: How can I buy the ticket on the bus?

B: Just drop one-yuan in the box.

A: 请问，公共汽车上怎么买票？/ Qǐngwèn, gōnggòng qìchē shang zěnme mǎi piào?
B: 往投币箱投一块钱就行了。/ Wǎng tóubìxiāng tóu yí kuài qián jiù xíng le.

❹

A: How often does the bus come?

B: About every fifteen minutes.

A: 这路车多久发一班？/ Zhè lù chē duōjiǔ fā yì bān?
B: 大概每十五分钟一班。/ Dàgài měi shíwǔ fēnzhōng yì bān.

39 TAXI —— 出租车 Chūzūchē

Vocabulary 词语

1. to take a taxi
2. taxi driver
3. taxi company
4. receipt
5. tip
6. taxifare
7. taximeter
8. taxi stand
9. traffic jam
10. for hire
11. door-to-door service
12. airport pick and drop
13. carry passenger

1. 打车 / dǎ chē
2. 出租车司机 / chūzūchē sījī
3. 出租车公司 / chūzūchē gōngsī
4. 小票 / xiǎopiào
5. 小费 / xiǎofèi
6. 打车费 / dǎchēfèi
7. 出租车计价器 / chūzūchē jìjiàqì
8. 出租车停靠点 / chūzūchē tíngkàodiǎn
9. 堵车 / dǔ chē
10. 空车 / kōngchē
11. 上门服务 / shàngmén fúwù
12. 机场接送 / jīchǎng jiēsòng
13. 载客 / zǎi kè

Sentences 句子

1. Drive faster, please.
2. Slow down, please.
3. Stop here for a minute, please.
4. Stop at the theatre.
5. Wait for me here, please.
6. Stay in the car!
7. The taxi is at the door.
8. Let's call a taxi.
9. Where do you wish to go?
10. please close the door.

1. 请您开快一点儿。/ Qǐng nín kāikuài yìdiǎnr.
2. 请慢一点儿。/ Qǐng màn yìdiǎnr.
3. 请在这儿停一分钟。/ Qǐng zài zhèr tíng yì fēnzhōng.
4. 在剧场停。/ Zài jùchǎng tíng.
5. 请在这儿等我。/ Qǐng zài zhèr děng wǒ.
6. 别下车!/ Bié xià chē!
7. 出租车在门口。/ Chūzūchē zài ménkǒu.
8. 我们叫车吧。/ Wǒmen jiào chē ba.
9. 你想去哪儿? / Nǐ xiǎng qù nǎr?
10. 请关上门。/ Qǐng guānshang mén.

⑪ Can we hire the car by the hour?

⑫ Isn't it a way too roundabout?

⑬ Isn't there a shorter way?

⑭ I don't know how you work out your charge.

⑪ 我们能按小时租车吗？/ Wǒmen néng àn xiǎoshí zū chē ma?

⑫ 这条路太绕了吧？/ Zhè tiáo lù tài rào le ba?

⑬ 有更近的路吗？/ Yǒu gèng jìn de lù ma?

⑭ 我不知道你怎么收费的。/ Wǒ bù zhīdào nǐ zěnme shōufèi de.

Conversations 会话

❶

A: Can I help you?
B: Take me to the station, please.

A: What is your basic charge?
B: It is 13 *yuan* for the first 3 kilometers.

❷

A: May I take the front seat?
B: Yes. Please fasten your seat belt.

❸

A: How long will it take us to get to the station?
B: If there's no traffic jam, it's about 25 minutes.

❹

A: Here we are! Please take all of your belongings!
B: Thank you, bye-bye!

❶

A: 您去哪儿？/ nín qù nǎr?
B: 请送我去火车站。/ Qǐng sòng wǒ qù huǒchēzhàn.

A: 起步价是多少钱？/ Qǐbùjià shì duōshao qián?
B: 3公里13元。/ Sān gōnglǐ shísān yuán.

❷

A: 我能坐前面的位子吗？/ Wǒ néng zuò qiánmiàn de wèizi ma?
B: 可以。请系好安全带。/ Kěyǐ. Qǐng jì hǎo ānquándài.

❸

A: 我们去车站得多长时间？/ Wǒmen qù chēzhàn děi duō cháng shíjiān?
B: 要是不堵车的话，大概25分钟。/ Yàoshi bù dǔchē dehuà, dàgài èrshíwǔ fēnzhōng.

❹

A: 我们到了，请带好随身物品。/ Wǒmen dào le, qǐng dàihǎo suíshēn wùpǐn.
B: 谢谢，再见。/ Xièxie, zàijiàn.

40 TRAIN ——火车 Huǒchē

Vocabulary 词语

1. express train / 快速列车 / kuàisù lièchē
2. fast train / 特快列车 / tèkuài lièchē
3. slow train / 慢车 / mànchē
4. irregular train / 临时列车 / línshí lièchē
5. China Railway Highspeed (CRH) / 动车 / dòngchē
6. high-speed rail (HSR) / 高铁 / gāotiě
7. maglev train / 磁悬浮列车 / cíxuánfú lièchē
8. passenger train / 客车 / kèchē
9. through train, nonstop express / 直达列车 / zhídá lièchē
10. sleeping car / 卧铺车厢 / wòpù chēxiāng
11. dining-car / 餐车 / cānchē
12. non-smoking car / 无烟车厢 / wúyān chēxiāng
13. smoking area / 吸烟区 / xīyānqū
14. compartment car / 车厢 / chēxiāng
15. door / 车门 / chēmén
16. seat / 座位 / zuòwèi
17. berth / 铺位 / pùwèi
18. upper berth / 上铺 / shàngpù
19. middle berth / 中铺 / zhōngpù
20. lower berth / 下铺 / xiàpù
21. arm-rest / 扶手 / fúshǒu
22. head-rest / 靠背 / kàobèi
23. aisle / 过道 / guòdào
24. heating / 暖气 / nuǎnqì
25. platform / 站台 / zhàntái
26. sliding door / 推拉门 / tuīlāmén
27. luggage rack / 行李架 / xínglijià
28. seat number / 座位号 / zuòwèihào

㉙ tracks
㉚ window seat
㉛ aisle seat
㉜ one-way ticket
㉝ roundtrip ticket
㉞ platform ticket
㉟ porter
㊱ ticket-collector
㊲ train conductor
㊳ train policeman
㊴ passenger
㊵ 15 minutes behind schedule

㉙ 铁轨 / tiěguǐ
㉚ 靠窗的座位 / kào chuāng de zuòwèi
㉛ 靠过道的座位 / kào guòdào de zuòwèi
㉜ 单程票 / dānchéng piào
㉝ 往返票 / wǎngfǎn piào
㉞ 站台票 / zhàntái piào
㉟ 搬运工 / bānyùngōng
㊱ 检票员 / jiǎnpiàoyuán
㊲ 乘务员 / chéngwùyuán
㊳ 乘警 / chéngjǐng
㊴ 乘客 / chéngkè
㊵ 晚点十五分钟 / wǎndiǎn shíwǔ fēnzhōng

Sentences 句子

❶ The train is crowded.
❷ Don't touch that, it's the emergency break.
❸ Don't stay on the step.
❹ The air conditioning is working badly.
❺ Put this suit case in the rack, please.
❻ Can I have a bottle of mineral water?
❼ Could we exchange seats?
❽ When does the dining-car open?
❾ Come and wake me half-an-hour before we get into Dalian.

❶ 这列火车很挤。/ Zhè liè huǒchē hěn jǐ.
❷ 别动那个,那是紧急刹车。/ Bié dòng nà ge, nà shì jǐnjí shāchē.
❸ 别在台阶上停留。/ Bié zài táijiē shang tíngliú.
❹ 空调不太好。/ Kōngtiáo bú tài hǎo.
❺ 请把手提包放到行李架上。/ Qǐng bǎ shǒutíbāo fàngdào xínglijià shang.
❻ 请给我拿瓶矿泉水。/ Qǐng gěi wǒ ná píng kuàngquánshuǐ.
❼ 我们能换一下座位吗?/ Wǒmen néng huàn yíxià zuòwèi ma?
❽ 餐车什么时候开?/ Cānchē shénme shíhou kāi?
❾ 到达大连之前半个小时请叫醒我。/ Dàodá Dàlián zhīqián bàn ge xiǎoshí qǐng jiàoxǐng wǒ.

40 TRAIN 火车

Conversations 会话

①

A: What was the cause of the accident?

B: Something was wrong with the switch due to some accident in the signal-box.

A: 事故发生的原因是什么？/ Shìgù fāshēng de yuányīn shì shénme?

B: 信号箱出现故障，导致电闸出了点儿问题。/ Xìnhàoxiāng chūxiàn gùzhàng, dǎozhì diànzhá chūle diǎnr wèntí.

②

A: Which large stations does the train pass?

B: It will pass Tianjin and Xuzhou.

A: May I smoke?

B: It is forbidden to smoke here.

A: 火车经过哪些大站？/ Huǒchē jīngguò nǎxiē dà zhàn?

B: 火车经过天津和徐州。/ Huǒchē jīngguò Tiānjīn hé Xúzhōu.

A: 我可以吸烟吗？/ Wǒ kěyǐ xī yān ma?

B: 这里禁止吸烟。/ Zhèli jìnzhǐ xī yān.

③

A: Why the toilet room is locked?

B: It is not allowed to use on the stop.

A: Shall I have time for a wash and brushup before we get in?

B: There are only five minutes.

A: 为什么洗手间锁上了？/ Wèishénme xǐshǒujiān suǒshang le?

B: 停车时不能使用。/ Tíngchē shí bùnéng shǐyòng.

A: 进站前我还有时间洗漱一下吗？/ Jìnzhàn qián wǒ hái yǒu shíjiān xǐshù yíxià ma?

B: 只有五分钟了。/ Zhǐ yǒu wǔ fēnzhōng le.

④

A: Shall we soon start?

B: We are going to have a long stop here. The train is going to take on water.

A: 我们马上就开车了吗？/ Wǒmen mǎshàng jiù kāi chē le ma?

B: 我们还要在这里停很久，火车要加水。/ Wǒmen hái yào zài zhèli tíng hěn jiǔ, huǒchē yào jiā shuǐ.

⑤

A: Does this ticket allow for a stop-over?

B: Yes.

A: 这张票可以中转吗？/ Zhè zhāng piào kěyǐ zhōngzhuǎn ma?

B: 可以。/ Kěyǐ.

41 SHIP
—— 轮船 Lúnchuán

Vocabulary 词语

1. captain
2. crew
3. sailor
4. pilot
5. liner
6. trawler
7. oil tanker
8. hovercraft
9. dredger
10. tugboat
11. container ship
12. steamer
13. lifeboat
14. flag
15. funnel
16. navigation light
17. siren
18. radar
19. mast
20. fore, bow
21. hull
22. stern
23. forecastle
24. deck
25. porthole
26. capstan
27. anchor
28. cable

1. 船长 / chuánzhǎng
2. 全体船员 / quántǐ chuányuán
3. 水手，海员 / shuǐshǒu, hǎiyuán
4. 领航员 / lǐnghángyuán
5. 班轮 / bānlún
6. 拖网船 / tuōwǎngchuán
7. 油轮 / yóulún
8. 气垫船 / qìdiànchuán
9. 挖泥船 / wānníchuán
10. 拖船 / tuōchuán
11. 集装箱船 / jízhuāngxiāngchuán
12. 汽船 / qìchuán
13. 救生艇 / jiùshēngtǐng
14. 旗子 / qízi
15. 烟囱 / yāncong
16. 导航灯 / dǎohángdēng
17. 汽笛 / qìdí
18. 雷达 / léidá
19. 桅杆 / wéigān
20. 船头 / chuántóu
21. 船身 / chuánshēn
22. 船尾 / chuánwěi
23. 前甲板 / qiánjiǎbǎn
24. 甲板 / jiǎbǎn
25. 舷窗 / xiánchuāng
26. 绞盘 / jiǎopán
27. 锚 / máo
28. 锚链 / máoliàn

41 SHIP 轮船

㉙ derrick | ㉙ 起重机 / qǐzhòngjī
㉚ keel | ㉚ 船脊骨，龙骨 / chuánjígǔ, lónggǔ
㉛ fluck | ㉛ 锚钩 / máogōu
㉜ life-belt | ㉜ 安全带 / ānquándài
㉝ rope | ㉝ 绳子 / shéngzi
㉞ rudder | ㉞ 舵 / duò
㉟ screw | ㉟ 螺旋桨 / luóxuánjiǎng
㊱ engine | ㊱ 发动机 / fādòngjī
㊲ to embark | ㊲ 上船 / shàng chuán
㊳ to cast anchor | ㊳ 抛锚 / pāo máo
㊴ to land | ㊴ 登陆 / dēnglù

Sentences 句子

❶ Does the Yuanyang steamer leave from this wharf?

❷ Which way for the second class?

❸ Whenever the ship rolled heavily over the waves, I lost my balance.

❹ Are there any life-boats on the ship?

❺ How long will the ship lay at anchor here?

❻ Does the steamer touch(call) at Dalian?

❼ Will it stop at Tianjin port?

❽ We had a pleasant route across the Bohai.

❾ The boat isn't due till 9:30.

❿ The boat is in.

❶ 远洋号汽船是从这个码头出发吗？ / Yuǎnyáng hào qìchuán shì cóng zhè ge mǎtou chūfā ma?

❷ 去二等舱应该走哪条路？ / Qù èrděngcāng yīnggāi zǒu nǎ tiáo lù?

❸ 每当船翻过大浪时，我就会失去平衡。/ Měi dāng chuán fānguo dàlàng shí, wǒ jiù huì shīqù pínghéng.

❹ 船上有没有救生艇？ / Chuán shang yǒu méiyǒu jiùshēngtǐng?

❺ 船在这里停泊多久？ / Chuán zài zhèli tíngbó duōjiǔ?

❻ 这艘船会不会在大连停？ / Zhè sōu chuán huì bu huì zài Dàlián tíng?

❼ 在天津靠岸吗？ / Zài Tiānjīn kào àn ma?

❽ 穿过渤海的这条路线非常好。/ Chuānguò Bó Hǎi de zhè tiáo lùxiàn fēicháng hǎo.

❾ 船没按时到，9点半才到。/ Chuán méi ànshí dào, jiǔ diǎn bàn cái dào.

❿ 船进港了。/ Chuán jìn gǎng le.

Conversations 会话

①

A: How long is it till we cast off?

B: The boat starts punctually at 9:50 a.m. according to the time-table.

①

A: 我们还要多长时间出发？/ Wǒmen hái yào duōcháng shíjiān chūfā?

B: 根据时刻表，船将在上午9点50分准时起航。/ Gēnjù shíkèbiǎo, chuán jiāng zài shàngwǔ jiǔ diǎn wǔshí fēn zhǔnshí qǐháng.

②

A: I suffer dreadfully. I feel sea-sick.

B: Let us go(up) on deck, the fresh air will do you good.

A: What speed is the boat traveling at?

B: The boat is making 30 knots.

②

A: 太难受了。我晕船。/ Tài nánshòu le. Wǒ yùnchuán.

B: 咱们去甲板上吧，新鲜空气对你有好处。/ Zánmen qù jiǎbǎn shang ba, xīnxiān kōngqì duì nǐ yǒu hǎochù.

A: 这艘船航行的速度是多少？/ Zhè sōu chuán hángxíng de sùdù shì duōshao?

B: 每小时30海里。/ Měi xiǎoshí sānshí hǎilǐ.

③

A: What is the little house on the deck?

B: That is the wireless office with the officer's quarters.

③

A: 甲板上那个小房子是什么？/ Jiǎbǎn shang nà ge xiǎo fángzi shì shénme?

B: 那是无线电广播室，里面有船长的舱位。/ Nà shì wúxiàndiàn guǎngbōshì, lǐmiàn yǒu chuánzhǎng de cāngwèi.

④

A: Is there a lifeboat in each cabin?

B: Yes, and those white boats hanging on the davits on the deck are the life-boats.

④

A: 每个船舱都有救生艇吗？/ Měi ge chuáncāng dōu yǒu jiùshēngtǐng ma?

B: 对，甲板上那些吊在柱子上的白色小船都是救生艇。/ Duì, jiǎ bǎn shang nàxiē diào zài zhùzi shang de báisè xiǎochuán dōu shì jiùshēngtǐng.

42 MOTORCYCLE
摩托车 Mótuōchē

Vocabulary 词语

1. petrol tank
2. piston
3. cylinder block
4. handlebar
5. headlight
6. number plate
7. mudguard
8. tyre
9. exhaust pipe
10. saddle
11. seat cushion
12. mirror
13. hand-brake
14. chain
15. propeller shaft
16. gearshift lever
17. front-wheel brake
18. kickstand
19. max speed
20. max torque

1. 油箱 / yóuxiāng
2. 活塞 / huósāi
3. 气缸 / qìgāng
4. 车把 / chēbǎ
5. 前灯 / qiándēng
6. 车号牌 / chēhàopái
7. 挡泥板 / dǎngníbǎn
8. 轮胎 / lúntāi
9. 排气管 / páiqìguǎn
10. 车座 / chēzuò
11. 座垫 / zuòdiàn
12. 反光镜 / fǎnguāngjìng
13. 手刹 / shǒushā
14. 链条 / liàntiáo
15. 传动轴 / chuándòngzhóu
16. 变速排档 / biànsù páidǎng
17. 前闸 / qiánzhá
18. 支架 / zhījià
19. 最高时速 / zuì gāo shísù
20. 最大扭矩 / zuì dà niǔjù

Sentences 句子

1. It is said that the motorcycle industry is mainly dominated by Japanese companies today.
1. 据说，如今的摩托车产业中日本公司占主导地位。 / Jùshuō, rújīn de mótuōchē chǎnyè zhōng Rìběn gōngsī zhàn zhǔdǎo dìwèi.

❷ In the last race my brother drove a motorcycle of the latest design, took the lead on the second lap and finished nearly two minutes ahead of the second competitor.

❷ 上届比赛中，我兄弟开着一辆最新款摩托车，在第二圈时取得领先，并以领先第二名两分钟的成绩赢得了比赛。/ Shàngjiè bǐsài zhōng, wǒ xiōngdì kāizhe yí liàng zuì xīnkuǎn mótuōchē, zài dì'èr quān shí qǔdé lǐngxiān, bìng yǐ lǐngxiān dì èr míng liǎng fēnzhōng de chéngjì yíngdé le bǐsài.

Conversations 会话

❶
A: I like to watch motor cycle races. Don't you?
B: No, I don't. There are too many accidents.

❶
A: 我喜欢看摩托车比赛，你呢？/ Wǒ xǐhuan kàn mótuōchē bǐsài, nǐ ne?
B: 我不喜欢，太容易出事了。/ Wǒ bù xǐhuan, tài róngyì chūshì le.

❷
A: Are you helmeted when you go out by motorcycle?
B: Of course. It's so dangerous without crash helmet.

❷
A: 骑摩托车外出的时候你戴头盔吗？/ Qí mótuōchē wàichū de shíhou nǐ dài tóukuī ma?
B: 当然了。不戴的话太危险了。/ Dāngrán le. Bú dài dehuà tài wēixiǎn le.

❸
A: I've heard that motorcycles are banned in the downtown core in some cities of China.
B: Yes. It's in an effort to control traffic congestion.

❸
A: 我听说在中国一些城市，摩托车是禁止驶入市中心的。/ Wǒ tīngshuō zài Zhōngguó yīxiē chéngshì, mótuōchē shì jìnzhǐ shǐrù shìzhōngxīn de.
B: 是的。这是为了减轻交通拥堵。/ Shì de. Zhè shì wèile jiǎnqīng jiāotōng yóngdǔ.

43 BICYCLE —— 自行车 Zìxíngchē

Vocabulary 词语

1. frame
2. handlebar
3. bell
4. basket
5. brake
6. mudguard
7. fork
8. axle
9. wheel
10. rim
11. spoke
12. tyre
13. valve
14. crank gear
15. pedal
16. chain
17. gear-changer
18. pump
19. headlamp
20. luggage rack
21. saddle
22. hemlet
23. tandem bicycle
24. folding bicycle
25. electric bicycle
26. to ride a bicycle
27. racing cycle
28. Tour de France

1. 车架 / chējià
2. 车把 / chēbǎ
3. 车铃 / chēlíng
4. 车筐 / chēkuāng
5. 车闸 / chēzhá
6. 挡泥板 / dǎngníbǎn
7. 前叉 / qiánchā
8. 车轴 / chēzhóu
9. 车轮 / chēlún
10. 瓦圈 / wǎquān
11. 辐条 / fútiáo
12. 轮胎 / lúntāi
13. 气门嘴 / qìménzuǐ
14. 轮盘 / lúnpán
15. 脚蹬子 / jiǎodēngzi
16. 链条 / liàntiáo
17. 变速器 / biànsùqì
18. 打气筒 / dǎqìtǒng
19. 车灯 / chēdēng
20. 货架 / huòjià
21. 车座 / chēzuò
22. 头盔 / tóukuī
23. 双人自行车 / shuāngrén zìxíngchē
24. 折叠自行车 / zhédié zìxíngchē
25. 电动自行车 / diàndòng zìxíngchē
26. 骑自行车 / qí zìxíngchē
27. 自行车赛 / zìxíngchē sài
28. 环法自行车大赛 / huán Fǎ zìxíngchē dàsài

Sentences 句子

1. I'm very fond of bicycling and, have a very nice bike.
2. The frame is rather strong and the handlebars are low.
3. I broke the chain of my bicycle the other day.
4. He lost control of his bicycle and fell down.

1. 我非常喜欢骑自行车，而且有一辆不错的车。/ Wǒ fēicháng xǐhuan qí zìxíngchē, érqiě yǒu yí liàng búcuò de chē.
2. 这辆车的车架很结实，车把也很低。/ Zhè liàng chē de chējià hěn jiēshi, chēbǎ yě hěn dī.
3. 前几天我把车链弄断了。/ Qián jǐ tiān wǒ bǎ chēliàn nòngduàn le.
4. 他没刹住自行车，摔倒了。/ Tā méi shāzhù zìxíngchē, shuāidǎo le.

Conversations 会话

1

A: What do you inflate the tires with?
B: I pump them with a light air pump.

A: 你用什么打气？/ Nǐ yòng shénme dǎ qì?
B: 我用一个很轻巧的气筒打气。/ Wǒ yòng yí ge hěn qīngqiǎo de qìtǒng dǎ qì.

2

A: Can you fix my bicycle?
B: Ok. Let me check what the trouble is.

A: 能给我修一下自行车吗？/ Néng gěi wǒ xiū yíxià zìxíngchē ma?
B: 好的，让我看看哪儿出毛病了。/ Hǎo de, ràng wǒ kànkan nǎr chū máobìng le.

44 TRAFFIC ACCIDENT
——交通事故 Jiāotōng Shìgù

Vocabulary 词语

1. injured person
2. motor cycle
3. insurance company
4. traffic policeman
5. driver
6. cross road
7. ambulance car
8. doctor
9. first-aid man
10. stretcher
11. witness of the accident
12. rollover accident
13. rear-end
14. tire blowout
15. mechanical failure
16. fatigue driving
17. drunk driving
18. aggressive driving
19. speeding
20. hit-and-run
21. to run the red light
22. traffic light

1. 受伤者 / shòushāngzhě
2. 摩托车 / mótuōchē
3. 保险公司 / bǎoxiǎn gōngsī
4. 交警 / jiāojǐng
5. 驾车人 / jiàchērén
6. 十字路口 / shízì lùkǒu
7. 救护车 / jiùhùchē
8. 大夫 / dàifu
9. 急救人员 / jíjiù rényuán
10. 担架 / dānjià
11. 事故目击者 / shìgù mùjīzhě
12. 侧翻事故 / cèfān shìgù
13. 追尾 / zhuīwěi
14. 爆胎 / bàotāi
15. 机械故障 / jīxiè gùzhàng
16. 疲劳驾驶 / píláo jiàshǐ
17. 酒后驾车 / jiǔhòu jiàchē
18. 危险驾驶 / wēixiǎn jiàshǐ
19. 超速 / chāosù
20. 车祸后逃逸 / chēhuò hòu táoyì
21. 闯红灯 / chuǎng hóngdēng
22. 红绿灯 / hónglǜdēng

Sentences 句子

1. This gentleman was not keeping on the right.
1. 那位男士没有在右侧行驶。/ Nà wèi nánshì méiyǒu zài yòucè xíngshǐ.

② He tried to overtake me round that turn.

③ I nearly ran over that pedestrain.

④ His headlights dazzled me.

⑤ He did not dip them when he saw me coming.

⑥ I am pulled over by the policemen.

⑦ Here is my driver-license.

⑧ There are several witnesses of the accident.

⑨ The surface was slippery, and I skidded when I tried to brake.

⑩ I put on my brakes, but I could not stop in time.

② 在那个拐弯的地方他试图超过我。/ Zài nà ge guǎiwān de dìfang tā shìtú chāoguò wǒ.

③ 我的车差点儿轧到那个行人。/ Wǒ de chē chàdiǎnr yàdào nà ge xíngrén.

④ 他的大灯把我眼睛照花了。/ Tā de dàdēng bǎ wǒ de yǎnjing zhàohuā le.

⑤ 我们会车的时候他没打近光灯。/ Wǒmen huìchē de shíhou tā méi dǎ jìnguāngdēng.

⑥ 警察叫我靠边停车。/ Jǐngchá jiào wǒ kàobiān tíng chē.

⑦ 这是我的驾照。/ Zhè shì wǒ de jiàzhào.

⑧ 这场事故有好几个目击者。/ Zhè chǎng shìgù yǒu hǎo jǐ ge mùjīzhě.

⑨ 地面很滑,我刹车时打滑了。/ Dìmiàn hěn huá, wǒ shāchē shí dǎhuá le.

⑩ 我刹车了,但是没停住。/ Wǒ shāchē le, dànshì méi tíngzhù.

Conversations 会话

❶

A: You took the turn without using your lights.

B: There is something wrong with my lights, and I am going to repair them.

❷

A: This accident is totally his fault.

B: I don't think so.

❶

A: 你没打灯就拐弯了。/ Nǐ méi dǎ dēng jiù guǎiwān le.

B: 我的车灯有点儿小故障,我正准备去修呢。/ Wǒ de chēdēng yǒudiǎnr xiǎo gùzhàng, wǒ zhèng zhǔnbèi qù xiū ne.

❷

A: 这起事故他应该负全责。/ Zhè qǐ shìgù tā yīnggāi fù quánzé.

B: 我不这样认为。/ Wǒ bú zhèyàng rènwéi.

(三)

ACTIVITIES

活动
Huódòng

1 ATHLETICS
——田径运动 Tiánjìng Yùndòng

Vocabulary 词语

① hurdler runner
② start
③ javelin
④ javelin thrower
⑤ shot
⑥ shot putter
⑦ discus
⑧ discus thrower
⑨ the 100-metre race(run, dash, event)
⑩ the 4×100 meter relay
⑪ long distance race
⑫ cross-country race
⑬ the Marathon race
⑭ the 400m hurdle race
⑮ the 10,000 meter walk
⑯ lap
⑰ heat
⑱ baton
⑲ route
⑳ fast finish
㉑ smart beginning
㉒ to race in the 100 meters
㉓ to time
㉔ to break the record
㉕ to cross the finishing line
㉖ to take the lead
㉗ to make a good start
㉘ to come out on top

① 跨栏运动员 / kuàlán yùndòngyuán
② 起跑 / qǐpǎo
③ 标枪 / biāoqiāng
④ 标枪运动员 / biāoqiāng yùndòngyuán
⑤ 铅球 / qiānqiú
⑥ 铅球运动员 / qiānqiú yùndòngyuán
⑦ 铁饼 / tiěbǐng
⑧ 铁饼运动员 / tiěbǐng yùndòngyuán
⑨ 100米跑 / yìbǎi mǐ pǎo
⑩ 4×100米接力 / sì chéng yìbǎi mǐ jiēlì
⑪ 长跑 / chángpǎo
⑫ 越野跑 / yuèyěpǎo
⑬ 马拉松 / Mǎlāsōng
⑭ 400米跨栏 / sìbǎi mǐ kuàlán
⑮ 10,000米竞走 / yíwàn mǐ jìngzǒu
⑯ 跑道的一圈 / pǎodào de yì quān
⑰ 预赛 / yùsài
⑱ 接力棒 / jiēlìbàng
⑲ 线路 / xiànlù
⑳ 迅速到达终点 / xùnsù dàodá zhōngdiǎn
㉑ 快速起跑 / kuàisù qǐpǎo
㉒ 参加百米赛 / cānjiā bǎimǐsài
㉓ 计时 / jìshí
㉔ 打破纪录 / dǎpò jìlù
㉕ 冲线 / chōngxiàn
㉖ 处于领先地位 / chǔyú lǐngxiān dìwèi
㉗ 起跑很好 / qǐpǎo hěn hǎo
㉘ 名列前茅 / míng liè qián máo

1 ATHLETICS 田径运动

㉙ the high jump
㉚ the long jump
㉛ the pole vault
㉜ the hop, skip and jump
㉝ to clear 1m 55cm in the high jump

㉞ to clear 6 ft using the roll

㉟ to touch the bar
㊱ to out jump somebody
㊲ to fall behind somebody

㉙ 跳高 / tiàogāo
㉚ 跳远 / tiàoyuǎn
㉛ 撑杆跳 / chēnggāntiào
㉜ 三级跳 / sānjítiào
㉝ 跳过1米55的高度 / tiàoguò yì mǐ wǔwǔ de gāodù
㉞ 背跃式跳过6英尺 / bèiyuèshì tiàoguò liù yīngchǐ
㉟ 触杆 / chùgān
㊱ 比某人跳得远 / bǐ mǒurén tiào de yuǎn
㊲ 落后于某人 / luòhòu yú mǒurén

Sentences 句子

❶ He clocked 10.4 seconds in the 100 meters race.

❷ When will the start signal be given?

❸ Are you good at high jump?

❹ My cousin is training for the Olympic games.

❺ He beat his own record by six seconds.

❻ What facilities are provided for mass sports in Beijing?

❶ 他百米赛获得了10.4秒的好成绩。/ Tā bǎimǐsài huòdé le shí diǎn sì miǎo de hǎo chéngjì.

❷ 什么时候发令起跑？/ Shénme shíhou fāling qǐpǎo?

❸ 你的长项是跳高吗？/ Nǐ de chángxiàng shì tiàogāo ma?

❹ 我表妹正为参加奥运会而训练呢。/ Wǒ biǎomèi zhèng wèi cānjiā Àoyùnhuì ér xùnliàn ne.

❺ 他把自己创造的纪录提前了6秒。/ Tā bǎ zìjǐ chuàngzào de jìlù tíqián le liù miǎo.

❻ 北京为群众体育运动提供了哪些运动设施？/ Běijīng wèi qúnzhòng tǐyù yùndòng tígōng le nǎxiē yùndòng shèshī?

Conversations 会话

❶
A: Do you like sprinting?

❶
A: 你喜欢短跑吗？/ Nǐ xǐhuan duǎnpǎo ma?

B: No, I prefer hurdle rale.

B: 不，我更喜欢跨栏跑。/ Bù, wǒ gèng xǐhuan kuàlánpǎo.

❷

A: Who was first at the finish?
B: It's Liu Xiang. He finished ahead of everyone.

❷

A: 谁第一个冲线？/ Shuí dìyī ge chōngxiàn?
B: 是刘翔。他跑在了所有人的前面。/ Shì Liú Xiáng. Tā pǎo zài le suǒyǒu rén de qiánmiàn.

❸

A: What's the result of the high jump competition?
B: He reached the height of 2 meters and won the first place in the high jump.

❸

A: 这次跳高比赛的成绩怎么样？/ Zhè cì tiàogāo bǐsài de chéngjì zěnmeyàng?
B: 他在跳高比赛中跳出了2米的成绩，获得了第一。/ Tā zài tiàogāo bǐsài zhōng tiàochū le liǎng mǐ de chéngjì, huòdé le dìyī.

❹

A: How many seconds does she run faster than you?
B: She won me by 2.6 seconds.

❹

A: 她比你快几秒？/ Tā bǐ nǐ kuài jǐmiǎo?
B: 她比我快2.6秒。/ Tā bǐ wǒ kuài èr diǎn liù miǎo.

2 BASKETBALL
——篮球运动 Lánqiú Yùndòng

Vocabulary 词语

① team
② home team
③ guest team
④ captain
⑤ basketball player
⑥ right forward
⑦ left forward
⑧ right guard
⑨ left guard
⑩ center
⑪ substitute
⑫ free-thrower
⑬ backboard
⑭ basket support
⑮ ring
⑯ net
⑰ side line
⑱ end line
⑲ centre line
⑳ front court
㉑ back court
㉒ half court
㉓ free throw line
㉔ side line
㉕ to shoot the ball at the basket
㉖ to land (sink) the ball in the basket

① 球队 / qiúduì
② 主队 / zhǔduì
③ 客队 / kèduì
④ 队长 / duìzhǎng
⑤ 篮球运动员 / lánqiú yùndòngyuán
⑥ 右前锋 / yòuqiánfēng
⑦ 左前锋 / zuǒqiánfēng
⑧ 右后卫 / yòuhòuwèi
⑨ 左后卫 / zuǒhòuwèi
⑩ 中锋 / zhōngfēng
⑪ 替补队员 / tìbǔ duìyuán
⑫ 罚球队员 / fáqiú duìyuán
⑬ 篮板 / lánbǎn
⑭ 篮球架 / lánqiújià
⑮ 篮圈 / lánquān
⑯ 篮网 / lánwǎng
⑰ 边线 / biānxiàn
⑱ 端线 / duānxiàn
⑲ 中线 / zhōngxiàn
⑳ 前场 / qiánchǎng
㉑ 后场 / hòuchǎng
㉒ 半场 / bànchǎng
㉓ 罚球线 / fáqiúxiàn
㉔ 边线 / biānxiàn
㉕ 投篮 / tóulán
㉖ 灌篮 / guànlán

Sentences 句子

① The free shot will be executed by Yao Ming.
② The referee was good.
③ Player No. 5 penalty throw violation.
④ Player No.7 pushing foul.
⑤ A goal is made. One more penalty throw.
⑥ The Shanghai team scores two baskets. The score is even.
⑦ The time-out is over. The game resumes.

① 由姚明来罚球。/ Yóu Yáo Míng lái fá qiú.
② 裁判的执法很好。/ Cáipàn de zhífǎ hěn hǎo.
③ 5号队员罚球违例。/ Wǔ hào duìyuán fáqiú wéilì.
④ 7号队员推人犯规。/ Qī hào duìyuán tuī rén fànguī.
⑤ 球投中，得分有效。再罚一个球。/ Qiú tóuzhòng, défēn yǒuxiào. Zài fá yí ge qiú.
⑥ 上海队投进两个球，追平了对手。/ Shànghǎi duì tóujìn liǎng ge qiú, zhuīpíng le duìshǒu.
⑦ 暂停时间到，比赛继续。/ Zàntíng shíjiān dào, bǐsài jìxù.

Conversations 会话

①

A: Is the basketball a popular game in your city?
B: Yes, basket-ball is played a lot here.

A: 在你们的城市，篮球是一项普及的运动吗？/ Zài nǐmen de chéngshì, lánqiú shì yí xiàng pǔjí de yùndòng ma?
B: 对，在这儿有很多人打篮球。/ Duì, zài zhèr yǒu hěn duō rén dǎ lánqiú.

②

A: Do you have the ticket for CBA this evening?
B: Certainly, I bought the ticket three days ago.

A: 今天晚上的CBA比赛，你有票吗？/ Jīntiān wǎnshang de CBA bǐsài, nǐ yǒu piào ma?
B: 当然了，三天前我就买到票了。/ Dāngrán le, sān tiān qián wǒ jiù mǎidào piào le.

3 FOOTBALL
——足球运动　Zúqiú Yùndòng

Vocabulary 词语

1. football player
2. referee
3. linesman
4. visiting team
5. home team
6. goal keeper
7. right back
8. left back
9. center half back
10. center forward
11. outside right, right winger
12. inside right
13. outside left
14. inside left
15. throw-in
16. goal
17. crossbar
18. grass
19. stand
20. centre circle
21. net
22. goal line
23. goal area
24. penalty area
25. penalty kick mark
26. right half
27. center half
28. left half

1. 足球运动员 / zúqiú yùndòngyuán
2. 裁判 / cáipàn
3. 边裁 / biāncái
4. 客队 / kèduì
5. 主队 / zhǔduì
6. 守门员 / shǒuményuán
7. 右后卫 / yòuhòuwèi
8. 左后卫 / zuǒhòuwèi
9. 中后卫 / zhōnghòuwèi
10. 中前卫 / zhōngqiánwèi
11. 右边锋 / yòubiānfēng
12. 右中锋 / yòuzhōngfēng
13. 左边锋 / zuǒbiānfēng
14. 左中锋 / zuǒzhōngfēng
15. 边线发球 / biānxiàn fāqiú
16. 球门 / qiúmén
17. 门柱 / ménzhù
18. 草皮 / cǎopí
19. 看台 / kàntái
20. 中圈 / zhōngquān
21. 球网 / qiúwǎng
22. 球门线 / qiúménxiàn
23. 球门区 / qiúménqū
24. 罚球区 / fáqiúqū
25. 点球罚球点 / diǎnqiú fáqiúdiǎn
26. 右半场 / yòubànchǎng
27. 中场 / zhōngchǎng
28. 左半场 / zuǒbànchǎng

㉙ touch line　　　　　　　　㉙ 边线 / biānxiàn
㉚ halfway-line　　　　　　　㉚ 中场线 / zhōngchǎngxiàn
㉛ kick-off circle　　　　　　㉛ 开球点 / kāiqiúdiǎn
㉜ jersey　　　　　　　　　　㉜ 运动衫 / yùndòngshān
㉝ football boot　　　　　　　㉝ 足球鞋 / zúqiúxié
㉞ traditional line-up　　　　　㉞ 传统阵型 / chuántǒng zhènxíng
㉟ modern line-up　　　　　　㉟ 现代阵型 / xiàndài zhènxíng
㊱ upright　　　　　　　　　　㊱ 倒钩 / dàogōu
㊲ shot towards the goal, kick　㊲ 射门 / shèmén
㊳ foul　　　　　　　　　　　　㊳ 犯规 / fànguī
㊴ free kick　　　　　　　　　　㊴ 任意球 / rènyìqiú
㊵ heading　　　　　　　　　　㊵ 头球 / tóuqiú
㊶ pass　　　　　　　　　　　　㊶ 传球 / chuánqiú
㊷ to dribble　　　　　　　　　㊷ 带球 / dàiqiú
㊸ corner　　　　　　　　　　　㊸ 角球 / jiǎoqiú
㊹ off-side　　　　　　　　　　㊹ 越位 / yuèwèi
㊺ penalty kick　　　　　　　　㊺ 点球 / diǎnqiú
㊻ fisting the ball　　　　　　㊻ 手球 / shǒuqiú
㊼ to catch　　　　　　　　　　㊼ 传接球 / chuánjiēqiú
㊽ own goal　　　　　　　　　　㊽ 乌龙球 / wūlóngqiú
㊾ trapping　　　　　　　　　　㊾ 假动作 / jiǎdòngzuò
㊿ breaking through　　　　　　㊿ 突破 / tūpò
51 marking　　　　　　　　　　51 得分 / défēn
52 pass forward　　　　　　　　52 往前场传球 / wǎng qiánchǎng chuánqiú
53 defend　　　　　　　　　　53 防守 / fángshǒu
54 attack　　　　　　　　　　　54 进攻 / jìngōng
55 red card　　　　　　　　　　55 红牌 / hóngpái
56 yellow card　　　　　　　　56 黄牌 / huángpái
57 to keep score　　　　　　　57 保持比分 / bǎochí bǐfēn
58 to open the score　　　　　58 首开纪录 / shǒukāi jìlù
59 to even the score　　　　　59 扳平比分 / bānpíng bǐfēn
60 close score　　　　　　　　60 最后比分 / zuìhòu bǐfēn

Sentences 句子

❶ Beijing players run on to the pitch.　　❶ 北京队的队员进场。/ Běijīng duì de duìyuán jìn chǎng.

FOOTBALL 足球运动

❷ They showed a lack of concerted work.
❸ At full-time the scores were even, extra time had to be given.
❹ They won the game 3:1.

❷ 他们缺少配合。/ Tāmen quēshǎo pèihé.
❸ 全场比赛结束，双方踢平，要踢加时赛。/ Quán chǎng bǐsài jiéshù, shuāngfāng tīpíng, yào tī jiāshísài.
❹ 他们3比1赢得了比赛。/ Tāmen sān bǐ yī yíngdé le bǐsài.

Conversations 会话

❶
A: I've noticed that you look more tanned and energetic lately.
B: Oh, yes. I feel great too. I've been playing football in the new field every day.

A: 我发现你最近晒黑了，而且精力充沛了。/ Wǒ fāxiàn nǐ zuìjìn shàihēi le, érqiě jīnglì chōngpèi le.
B: 噢，是的，我也觉得身体强壮了。我现在每天都去新球场踢足球。/ Ào, shì de, wǒ yě juéde shēntǐ qiángzhuàng le. Wǒ xiànzài měi tiān dōu qù xīn qiúchǎng tī zúqiú.

❷
A: What match is there on today?
B: Today's match is the final between Brazil and France for the World Cup.

A: 今天有什么比赛？/ Jīntiān yǒu shénme bǐsài?
B: 今天是世界杯巴西对法国的决赛。/ Jīntiān shì Shìjièbēi Bāxī duì Fǎguó de juésài.

❸
A: What is the score?
B: The match ended in a 3 : 3 draw.

A: 比分是多少？/ Bǐfēn shì duōshao?
B: 比赛以3∶3平局告终。/ Bǐsài yǐ sān bǐ sān píngjú gàozhōng.

❹
A: The audience gave the English team a hearty welcome.
B: Yes, David Beckham is popular.

A: 观众热烈地欢迎英格兰队。/ Guānzhòng rèliè de huānyíng Yīnggélán duì.
B: 是的，大卫·贝克汉姆非常受欢迎。/ Shì de, Dàwèi · Bèikèhànmǔ fēicháng shòu huānyíng.

VOLLEYBALL
——排球运动 Páiqiú Yùndòng

Vocabulary 词语

1. referee
2. umpire
3. coach
4. front-line player
5. back field player
6. right back No. 1
7. center forward No. 2
8. left forward No. 4
9. back left No.5
10. center back No. 6
11. setter
12. libero defensive player
13. to serve the ball
14. to receive the ball
15. to pas (feed) the ball
16. to spike
17. to block
18. to dig
19. double hits
20. holding
21. to fail to return the ball
22. to lose a point
23. to lose the right to serve
24. change
25. a stroke across the net

1. 第一裁判 / dìyī cáipàn
2. 第二裁判 / dì'èr cáipàn
3. 教练员 / jiàoliànyuán
4. 前排队员 / qiánpái duìyuán
5. 后排队员 / hòupái duìyuán
6. 一号位 / yīhàowèi
7. 二号位 / èrhàowèi
8. 四号位 / sìhàowèi
9. 五号位 / wǔhàowèi
10. 六号位 / liùhàowèi
11. 二传手 / èrchuánshǒu
12. 自由人 / zìyóurén
13. 发球 / fā qiú
14. 接球 / jiē qiú
15. 传球 / chuán qiú
16. 扣球 / kòu qiú
17. 拦网 / lán wǎng
18. 垫球 / diàn qiú
19. 连击 / liánjī
20. 持球 / chí qiú
21. 回球失误 / huíqiú shīwù
22. 丢一分 / diū yì fēn
23. 失去发球权 / shīqù fāqiúquán
24. 换人 / huàn rén
25. 过网击球 / guò wǎng jī qiú

VOLLEYBALL 排球运动

Sentences 句子

1. The ball hit the net.
2. Change in the Chinese team. No.5 out, No.8 in.
3. The match tonight is going to be very interesting.
4. Who is player number twelve?
5. Your volleyball players have a good defense.
6. His service is very bad.
7. That ball touched the net. It's a let.
8. You make the mistake of over hitting.
9. That was a fine volley!
10. He smashed the ball over the net.
11. You can only obtain the pace by high overhand service.
12. I lobbed the ball high over their heads into the back part of the court.
13. This was the best match of the week.
14. His best shots were returned to the corners of the court at such an angle and at such a speed that the best he could do was to lob the ball high over the net.

1. 球擦网了。/ Qiú cā wǎng le.
2. 中国队换人。五号下，八号上。/ Zhōngguó duì huàn rén. Wǔ hào xià, bā hào shàng.
3. 今晚的比赛将会非常有意思。/ Jīnwǎn de bǐsài jiāng huì fēicháng yǒuyìsi.
4. 12号队员是谁？/ Shí'èr hào duìyuán shì shuí?
5. 你们的排球队员防守很好。/ Nǐmen de páiqiú duìyuán fángshǒu hěn hǎo.
6. 他发球发得非常不好。/ Tā fā qiú fā de fēicháng bù hǎo.
7. 发球触网了，重发。/ Fā qiú chù wǎng le, chóng fā.
8. 你错在击球过重。/ Nǐ cuò zài jī qiú guò zhòng.
9. 那个球截击得非常漂亮！/ Nà ge qiú jiéjī de fēicháng piàoliang!
10. 他用力将球扣过了网。/ Tā yòng lì jiāng qiú kòuguò le wǎng.
11. 只有通过发高抛球，你才能赢得移动步伐的时间。/ Zhǐyǒu tōngguò fā gāopāoqiú, nǐ cái néng yíngdé yídòng bùfá de shíjiān.
12. 我挑高球，球跃过了他们的头顶，落到了后场。/ Wǒ tiǎo gāoqiú, qiú yuèguò le tāmen de tóudǐng, luòdào le hòuchǎng.
13. 这是本周最精彩的比赛。/ Zhè shì běnzhōu zuì jīngcǎi de bǐsài.
14. 他最好的发球都被接回来了，而且落点刁钻、速度很快，所以他只能把球高高地击过网。/ Tā zuìhǎo de fāqiú dōu bèi jiē huílai le, érqiě luòdiǎn diāozuān、sùdù hěn kuài, suǒyǐ tā zhǐnéng bǎ qiú gāogāo de jīguò wǎng.

Conversations 会话

①

A: What is the position of the match now?

B: You can see that Beijing Team is dominating the game.

A: How many points did the Beijing team win?

B: It wins five points.

A: 比赛进行得怎么样了？/ Bǐsài jìnxíng de zěnmeyàng le?

B: 你看，北京队控制了场上的比赛。/ Nǐ kàn, Běijīng duì kòngzhì le chǎngshàng de bǐsài.

A: 北京队赢了几分？/ Běijīng duì yíngle jǐ fēn?

B: 赢了五分。/ Yíngle wǔ fēn.

②

A: How many minutes to go before the match begins?

B: About ten minutes. This will be the best match of the week. You can't miss it.

A: 离比赛开始还有几分钟？/ Lí bǐsài kāishǐ hái yǒu jǐ fēnzhōng?

B: 大概还有10分钟。这将是本周最精彩的比赛。你一定不能错过。/ Dàgài hái yǒu shí fēnzhōng. Zhè jiāng shì běnzhōu zuì jīngcǎi de bǐsài. Nǐ yídìng bù néng cuòguò.

③

A: Who is volleyball player number twelve?

B: Liu Fei. She is good.

A: 十二号排球队员是谁？/ Shí'èr hào páiqiú duìyuán shì shuí?

B: 刘菲。她打得很好。/ Liú Fēi. Tā dǎ de hěn hǎo.

5 BASEBALL, SOFTBALL
——棒球，垒球运动 Bàngqiú, Lěiqiú Yùndòng

Vocabulary 词语

① umpire
② base umpire
③ scorer
④ baseball player
⑤ batter
⑥ base runner
⑦ batter runner
⑧ baseman
⑨ substitute
⑩ offensive
⑪ defense
⑫ regular player
⑬ on deck
⑭ wind-up position
⑮ fair ball
⑯ foul ball
⑰ live ball
⑱ dead ball
⑲ wind throw
⑳ strike one, ball one
㉑ strike two, ball one
㉒ strike two, ball two
㉓ strike two, ball three
㉔ fast ball
㉕ drop ball
㉖ foul tip
㉗ curve
㉘ sideline ball

① 裁判员 / cáipànyuán
② 司垒裁判员 / sīlěi cáipànyuán
③ 记录员 / jìlùyuán
④ 棒球运动员 / bàngqiú yùndòngyuán
⑤ 击球员 / jīqiúyuán
⑥ 跑垒员 / pǎolěiyuán
⑦ 击跑员 / jīpǎoyuán
⑧ 守垒员 / shǒulěiyuán
⑨ 替补 / tìbǔ
⑩ 进攻 / jìngōng
⑪ 防守 / fángshǒu
⑫ 正式队员 / zhèngshì duìyuán
⑬ 预备击球员 / yùbèi jīqiúyuán
⑭ 正面投球 / zhèngmiàn tóuqiú
⑮ 界内球 / jiènèiqiú
⑯ 界外球 / jièwàiqiú
⑰ 活球 / huóqiú
⑱ 死球 / sǐqiú
⑲ 野传球 / yěchuánqiú
⑳ 一击一球 / yì jī yì qiú
㉑ 二击一球 / èr jī yì qiú
㉒ 二击二球 / èr jī èr qiú
㉓ 二击三球 / èr jī sān qiú
㉔ 快球 / kuàiqiú
㉕ 下坠球 / xiàzhuìqiú
㉖ 擦棒球 / cābàngqiú
㉗ 曲线球 / qūxiànqiú
㉘ 角球 / jiǎoqiú

㉙ ground ball
㉚ line drive
㉛ two base hit
㉜ three base hit
㉝ back up
㉞ catch
㉟ catch-out
㊱ force double play
㊲ finger code
㊳ batter's box
㊴ catcher's box
㊵ coacher's box
㊶ advance
㊷ base-running
㊸ base-full
㊹ base stealing
㊺ passed ball
㊻ slide
㊼ to take a lead
㊽ home plate (base)

㉙ 地滚球 / dìgǔnqiú
㉚ 平直球 / píngzhíqiú
㉛ 二垒打 / èr lěi dǎ
㉜ 三垒打 / sān lěi dǎ
㉝ 接应 / jiēyìng
㉞ 接住 / jiēzhù
㉟ 接杀 / jiēshā
㊱ 封杀 / fēngshā
㊲ 暗号 / ànhào
㊳ 击球区 / jīqiúqū
㊴ 接球区 / jiēqiúqū
㊵ 跑垒指导区 / pǎolěi zhǐdǎoqū
㊶ 进垒 / jìnlěi
㊷ 跑垒 / pǎolěi
㊸ 满垒 / mǎnlěi
㊹ 偷垒 / tōulěi
㊺ 漏垒 / lòulěi
㊻ 滑垒 / huálěi
㊼ 离垒 / lílěi
㊽ 本垒 / běnlěi

Sentences 句子

❶ Player No.5 got the attempted base legally, and he is safe.

❷ Player No.10 struck a fly ball, and it was caught by the defensive. Player No10 is out.

❸ Base runner No.8 was forced out, and run invalid.

❹ Player No.6 struck the ball illegally, and base runner returned to the original base.

❶ 5号运动员跑垒时合法取得领占垒位,他安全了。/ Wǔ hào yùndòngyuán pǎolěi shí héfǎ qǔdé lǐngzhàn lěiwèi, tā ānquán le.

❷ 10号运动员击腾空球,被防守队员接住了。10号队员出局了。/ Shí hào yùndòngyuán jī téngkōngqiú, bèi fángshǒu duìyuán jiēzhù le. Shí hào duìyuán chūjú le.

❸ 8号跑垒员被封杀出局,得分无效。/ Bā hào pǎolěiyuán bèi fēngshā chūjú, défēn wúxiào.

❹ 6号运动员违规击球,跑垒员返回了原垒。/ Liù hào yùndòngyuán wéiguī jīqiú, pǎolěiyuán fǎnhuí le yuánlěi.

5 BASEBALL, SOFTBALL 棒球，垒球运动

Conversations 会话

①

A: Do you like to watch the game of baseball and softball?
B: Yes, everyone in my family likes it.

A: 你喜欢看棒球和垒球比赛吗？/ Nǐ xǐhuan kàn bàngqiú hé lěiqiú bǐsài ma?
B: 很喜欢，我们全家都喜欢看。/ Hěn xǐhuan, wǒmen quán jiā dōu xǐhuan kàn.

②

A: Is there a baseball field in your school?
B: Yes, the field and the equipment are very nice.

A: 你们学校有棒球比赛场地吗？/ Nǐmen xuéxiào yǒu bàngqiú bǐsài chǎngdì ma?
B: 有，我们学校的比赛场地和设备非常好。/ Yǒu, wǒmen xuéxiào de bǐsài chǎngdì hé shèbèi fēicháng hǎo.

③

A: Is baseball a popular game in China?
B: Not as popular as it is in Japan.

A: 棒球在中国是很受欢迎的运动吗？/ Bàngqiú zài Zhōngguó shì hěn shòu huānyíng de yùndòng ma?
B: 不如在日本受欢迎。/ Bùrú zài Rìběn shòu huānyíng.

6 HANDBALL
——手球运动 Shǒuqiú Yùndòng

Vocabulary 词语

① faulty throw ball
② faulty free-throw
③ infringement of seven-metre-throw
④ walking violation
⑤ overtime
⑥ faulty substitution of the player
⑦ faulty substitution of the goalkeeper
⑧ throw out
⑨ throw in
⑩ holding
⑪ charging
⑫ tripping
⑬ pushing
⑭ pulling
⑮ shifting
⑯ two minutes' suspension
⑰ exclusion and disqualifcation
⑱ cancel a goal

① 开球违例 / kāiqiú wéilì
② 任意球违例 / rènyìqiú wéilì
③ 七米球违例 / qīmǐqiú wéilì
④ 四步违例 / sìbù wéilì
⑤ 三秒违例 / sānmiǎo wéilì
⑥ 换人违例 / huànrén wéilì
⑦ 换守门员违例 / huàn shǒuményuán wéilì
⑧ 球门球 / qiúménqiú
⑨ 边线球 / biānxiànqiú
⑩ 抱人 / bàorén
⑪ 撞人犯规 / zhuàngrén fànguī
⑫ 绊人 / bànrén
⑬ 推人 / tuīrén
⑭ 拉人 / lārén
⑮ 换位 / huànwèi
⑯ 罚出场两分钟 / fá chūchǎng liǎng fēnzhōng
⑰ 取消比赛资格 / qǔxiāo bǐsài zīgé
⑱ 进球无效 / jìnqiú wúxiào

Sentences 句子

① Player No. 4 serious fault. Two minutes' suspension.
② The first half result, four to two. Chinese team leads.

① 四号运动员严重犯规，被罚出场两分钟。/ Sì hào yùndòngyuán yánzhòng fànguī, bèi fá chūchǎng liǎng fēnzhōng.
② 上半场比赛结果：4 比 2。中国队领先。/ Shàng bànchǎng bǐsài jiéguǒ: sì bǐ èr. Zhōngguó duì lǐngxiān.

6 HANDBALL 手球运动

❸ Second half play begins.

❹ The game is over. Eight to three, won by team Xi'an.

❺ The won will be settled by penalty throw.

❻ The goal keeper kicked the ball. It is a fault.

❸ 下半场比赛开始。/ Xià bànchǎng bǐsài kāishǐ.

❹ 全场比赛结束，8 比 3，西安队获胜。/ Quán chǎng bǐsài jiéshù, bā bǐ sān, Xī'ānduì huòshèng.

❺ 比赛将通过罚球决出胜负。/ Bǐsài jiāng tōngguò fáqiú juéchū shèngfù.

❻ 守门员踢球,他犯规了。/ Shǒuményuán tī qiú, tā fànguī le.

Conversations 会话

❶

A: Is the Olympic handball hold indoor?

B: Yes, it's indoor, rather than outdoor or beach game.

A: How long is it for each game?

B: 60 minutes.

A: 奥运会手球比赛是在室内举行吗？/ Àoyùnhuì shǒuqiú bǐsài shì zài shìnèi jǔxíng ma?

B: 是室内的，不是室外或沙滩手球。/ Shì shìnèi de, bú shì shìwài huò shātān shǒuqiú.

A: 比赛每场多长时间？/ Bǐsài měi chǎng duō cháng shíjiān?

B: 60 分钟。/ Liùshí fēnzhōng.

❷

A: Do you like playing handball, Martin?

B: Yes, because it can exercise the whole body.

A: 马丁，你喜欢打手球吗？/ Mǎdīng, nǐ xǐhuan dǎ shǒuqiú ma?

B: 是的，因为这项运动可以活动全身。/ Shì de, yīnwèi zhè xiàng yùndòng kěyǐ huódòng quánshēn.

❸

A: It is forbidden in the handball game to use foot, isn't it?

B: Yes, even the goal keeper is not allowed to kick the ball.

A: And how many players are there in one team?

B: Seven.

A: 在手球比赛中不许用脚，是吧？/ Zài shǒuqiú bǐsài zhōng bù xǔ yòng jiǎo, shì ba?

B: 对，即使守门员也不准踢球。/ Duì, jíshǐ shǒuményuán yě bù zhǔn tī qiú.

A: 每队有多少人？/ Měi duì yǒu duōshao rén?

B: 七个人。/ Qī ge rén.

7 HOCKEY
——曲棍球运动 Qūgùnqiú Yùndòng

Vocabulary 词语

1. dribble / 运球 / yùn qiú
2. feint / 假动作 / jiǎdòngzuò
3. dodging / 闪躲 / shǎnduǒ
4. pass / 传球 / chuánqiú
5. pass route / 传球路线 / chuánqiú lùxiàn
6. short pass / 短传 / duǎnchuán
7. long pass / 长传 / chángchuán
8. diagonal pass / 斜传 / xiéchuán
9. straight pass / 直传 / zhíchuán
10. back pass / 回传 / huíchuán
11. parallel pass / 横传 / héngchuán
12. pass to centre / 传中 / chuánzhōng
13. hit the ball / 挥击球 / huījīqiú
14. hit in the air / 凌空击球 / língkōng jīqiú
15. crashing shot / 抽射 / chōushè
16. forecourt / 前场 / qiánchǎng
17. midfield / 中场 / zhōngchǎng
18. backcourt / 后场 / hòuchǎng
19. positioning / 跑位 / pǎowèi
20. wall pass / 人墙 / rénqiáng
21. two-on-one / 二打一 / èrdǎyī
22. off-side trap / 越位战术 / yuèwèi zhànshù
23. dangerous play / 危险动作 / wēixiǎn dòngzuò
24. violent conduct / 粗野动作 / cūyě dòngzuò
25. long corner / 长角球 / chángjiǎoqiú
26. short corner / 短角球 / duǎnjiǎoqiú
27. bully / 争球 / zhēng qiú
28. 16-yards hit / 十六码球 / shíliù mǎ qiú

7 HOCKEY 曲棍球运动

Sentences 句子

❶ In a hockey game, each team has eleven players.

❶ 在曲棍球比赛中，每个队有 11 名队员。/ Zài qūgùnqiú bǐsài zhōng, měi ge duì yǒu shíyī míng duìyuán.

Conversations 会话

❶

A: Is hockey an Olympic game?

B: Yes, it became an Olympic game in 1908.

❶

A: 曲棍球是奥运会的比赛项目吗？/ Qūgùnqiú shì Àoyùnhuì de bǐsài xiàngmù ma?

B: 是，1908 年曲棍球就成为奥运会比赛项目了。/ Shì, yījiǔlíngbā nián qūgùnqiú jiù chéngwéi Àoyùnhuì bǐsài xiàngmù le.

❷

A: Where was the hocket games held in the 29th Olympic?

B: In the new hockey court, near the Olympic Forest Garden.

❷

A: 第 29 届奥运会曲棍球比赛在哪儿举行？/ Dì èrshíjiǔ jiè Àoyùnhuì qūgùnqiú bǐsài zài nǎr jǔxíng?

B: 在新建的曲棍球场，离奥林匹克森林公园不远。/ Zài xīn jiàn de qūgùnqiú chǎng, lí Àolínpǐkè Sēnlín Gōngyuán bù yuǎn.

❸

A: I heard that China has a very strong women hockey team.

B: Yes, Chinese women hockey team has made rapid progress in recent years.

❸

A: 我听说中国有一支很强的女子曲棍球队。/ Wǒ tīngshuō Zhōngguó yǒu yì zhī hěn qiáng de nǚzǐ qūgùnqiú duì.

B: 是的，最近几年，中国女子曲棍球队进步很大。/ Shì de, zuìjìn jǐ nián, Zhōngguó nǚzǐ qūgùnqiú duì jìnbù hěn dà.

8 TENNIS
——网球运动　Wǎngqiú Yùndòng

Vocabulary 词语

① linesman　　　　　　　① 司线员 / sīxiànyuán
② net-cord judge　　　　② 司网裁判员 / sīwǎng cáipànyuán
③ ballboy　　　　　　　③ 拾球员 / shíqiúyuán
④ server　　　　　　　　④ 发球方 / fāqiúfāng
⑤ receiver　　　　　　　⑤ 接球方 / jiēqiúfāng
⑥ seeded player　　　　⑥ 种子选手 / zhǒngzi xuǎnshǒu
⑦ first serve　　　　　　⑦ 第一发球 / dìyī fāqiú
⑧ second serve　　　　　⑧ 第二发球 / dì'èr fāqiú
⑨ alternate service　　　⑨ 换发球 / huàn fāqiú
⑩ overhand service　　　⑩ 上手发球 / shàngshǒu fāqiú
⑪ underhand service　　⑪ 下手发球 / xiàshǒu fāqiú
⑫ ball change　　　　　⑫ 换球 / huànqiú
⑬ foul shot　　　　　　⑬ 技术犯规 / jìshù fànguī
⑭ offence　　　　　　　⑭ 犯规 / fànguī
⑮ warning　　　　　　　⑮ 警告 / jǐnggào
⑯ default　　　　　　　⑯ 取消比赛资格 / qǔxiāo bǐsài zīgé
⑰ touching the net　　　⑰ 触网 / chù wǎng
⑱ over the net　　　　　⑱ 过网 / guò wǎng
⑲ through the net　　　⑲ 穿网 / chuān wǎng
⑳ double-hits　　　　　⑳ 连击 / liánjī
㉑ change sides　　　　　㉑ 交换场地 / jiāohuàn chǎngdì
㉒ deuce　　　　　　　　㉒ 平分 / píngfēn
㉓ point penalty　　　　㉓ 罚分 / fáfēn
㉔ suspension　　　　　㉔ 暂停 / zàntíng
㉕ base line　　　　　　㉕ 底线 / dǐxiàn
㉖ side line　　　　　　㉖ 边线 / biānxiàn
㉗ service line　　　　　㉗ 发球线 / fāqiúxiàn
㉘ centre line　　　　　㉘ 中线 / zhōngxiàn
㉙ service court　　　　㉙ 发球区 / fāqiúqū

8 TENNIS 网球运动

Sentences 句子

① Code Violation, Delay of Game Warning, Mr. Smith, Let's play.

① 史密斯先生，无故拖延比赛，犯规，提出警告，请开始比赛。/ Shǐmìsī xiānsheng, wúgù tuōyán bǐsài, fànguī, tíchū jǐnggào, qǐng kāishǐ bǐsài.

② Code violation, Verbal Abuse, Mr. Smith, Default.

② 史密斯先生，骂人，犯规，取消比赛资格。/ Shǐmìsī xiānsheng, mà rén, fànguī, qǔxiāo bǐsài zīgé.

③ This is a fourth round mixed doubles match between Wang Gang, Zhang Li China and Peter, Rose U.S.

③ 这是第四轮混合双打比赛，由中国队的王刚、张莉对美国队的彼得、露丝。/ Zhè shì dìsì lún hùnhé shuāngdǎ bǐsài, yóu Zhōngguó duì de Wáng Gāng、Zhāng Lì duì Měiguó duì de Bǐdé、Lùsī.

④ Wang Gang won serve the toss.

④ 王刚获得挑边权并选择先发球。/ Wáng Gāng huòdé tiāobiānquán bìng xuǎnzé xiān fāqiú.

Conversations 会话

①

A: The weather is so fine. Let's go to the tennis-court and have a game of tennis.

B: Good idea! Shall we have a single, double, or mixed double?

A: Ask Mum and Dad, let's have a mixed double!

B: No problem. That would be funny.

A: 天气这么好，咱们去网球场打网球吧。/ Tiānqì zhème hǎo, zánmen qù wǎngqiúchǎng dǎ wǎngqiú ba.

B: 好主意！我们单打、双打还是混合双打？/ Hǎo zhǔyi! Wǒmen dāndǎ、shuāngdǎ háishi hùnhé shuāngdǎ?

A: 叫上爸爸妈妈，咱们来个混双。/ Jiàoshang bàba māma, zánmen lái ge hùnshuāng.

B: 没问题，一定很好玩儿。/ Méi wèntí, yídìng hěn hǎowánr.

②

A: Does our university have a tennis-court?

A: 我们学校有网球场吗？/ Wǒmen xuéxiào yǒu wǎngqiúchǎng ma?

B: Yes, it is next to the basketball ground.

A: Should I make the reservation?

B: Yes, you'd better call them one day beforehand.

❸

A: I've heard that to play tennis is a good way to keep fit.

B: Sure. You can see the good feature of the tennis players.

A: But I hate to be tanned by the sun when playing tennis.

B: Maybe the sun block will help you.

B: 有，就在篮球场的旁边。/ Yǒu, jiù zài lánqiúchǎng de pángbiān.

A: 我得预订吗？/Wǒ děi yùdìng ma?

B: 对，你最好提前一天打电话。/ Duì, nǐ zuìhǎo tíqián yì tiān dǎ diànhuà.

❸

A: 听说打网球是保持身材的好方法。/ Tīngshuō dǎ wǎngqiú shì bǎochí shēncái de hǎo fāngfǎ.

B: 对，看看网球运动员的身材就知道了。/ Duì, kànkan wǎngqiú yùndòngyuán de shēncái jiù zhīdào le.

A: 但是我讨厌打网球的时候被晒黑。/ Dànshì wǒ tǎoyàn dǎ wǎngqiú de shíhou bèi shàihēi.

B: 可能防晒霜能派上用场。/ Kěnéng fángshàishuāng néng pàishang yòngchǎng.

9 TABLE TENNIS
——乒乓球运动　Pīngpāngqiú Yùndòng

Vocabulary 词语

1. referee
2. deputy referee
3. umpire
4. deputy umpire
5. stroke counter
6. match event
7. Men's team event
8. Women's team event
9. Men's singles
10. Women's singles
11. Men's doubles
12. Women's doubles
13. Mixed doubles
14. best of five games
15. best of three games
16. bye
17. deciding game
18. final
19. qualifying round
20. champion
21. first runner-up
22. the third place-winner
23. racket
24. serve into the net
25. serve fault
26. net service
27. volley
28. obstruct

1. 裁判长 / cáipànzhǎng
2. 副裁判长 / fù cáipànzhǎng
3. 裁判员 / cáipànyuán
4. 副裁判员 / fù cáipànyuán
5. 计分员 / jìfēnyuán
6. 比赛项目 / bǐsài xiàngmù
7. 男子团体赛 / nánzǐ tuántǐsài
8. 女子团体赛 / nǚzǐ tuántǐsài
9. 男子单打 / nánzǐ dāndǎ
10. 女子单打 / nǚzǐ dāndǎ
11. 男子双打 / nánzǐ shuāngdǎ
12. 女子双打 / nǚzǐ shuāngdǎ
13. 混合双打 / hùnhé shuāngdǎ
14. 五局三胜制 / wǔjú sānshèng zhì
15. 三局两胜制 / sānjú liǎngshèng zhì
16. 轮空 / lúnkōng
17. 决胜局 / juéshèngjú
18. 决赛 / juésài
19. 资格赛 / zīgésài
20. 冠军 / guànjūn
21. 亚军 / yàjūn
22. 季军 / jìjūn
23. 球拍 / qiúpāi
24. 发球下网 / fāqiú xiàwǎng
25. 发球犯规 / fāqiú fànguī
26. 发球擦网 / fāqiú cāwǎng
27. 拦击 / lánjī
28. 阻挡 / zǔdǎng

㉙ outside
㉚ double hit
㉛ edge ball
㉜ to cut
㉝ to spin

㉙ 出界 / chūjiè
㉚ 连击 / liánjī
㉛ 擦边球 / cābiānqiú
㉜ 削球 / xiāoqiú
㉝ 转球 / zhuànqiú

Sentences 句子

❶ He failed to make good service.

❶ 他这个球发得不好。/ Tā zhè ge qiú fā de bù hǎo.

Conversations 会话

❶

A: Table tennis is very popular in China, isn't it?

B: Yes, it is called the National Ball.

A: Are there any lessons teaching how to play it in the primary or middle school?

B: Of course, lots of schools have promoted it and hold competitions.

❶

A: 乒乓球在中国很受欢迎,是吧? / Pīngpāngqiú zài Zhōngguó hěn shòu huānyíng, shì ba?

B: 对,它被称为中国的国球。/ Duì, tā bèi chēngwéi Zhōngguó de guóqiú.

A: 中小学里有教授乒乓球的课程吗? / Zhōngxiǎoxué li yǒu jiāoshòu pīngpāngqiú de kèchéng ma?

B: 当然,很多学校都推广乒乓球,并且举办各种比赛。/ Dāngrán, hěn duō xuéxiào dōu tuīguǎng pīngpāngqiú, bìngqiě jǔbàn gè zhǒng bǐsài.

❷

A: When did you begin to play table tennis?

B: When I was five.
A: Is it your father who taught you?

B: Yes, he's quite good at it.

❷

A: 你什么时候开始打乒乓球的? / Nǐ shénme shíhou kāishǐ dǎ pīngpāngqiú de?

B: 五岁的时候。/ Wǔ suì de shíhou.

A: 是你父亲教的你吗? / Shì nǐ fùqin jiāo nǐ de ma?

B: 对呀,他很擅长打乒乓球。/ Duì ya, tā hěn shàncháng dǎ pīngpāngqiú.

❸

A: No.5 player got the service.

B: But it doesn't mean he'll win.

A: Don't forget it is the set point.

B: I still don't think he can grasp this chance.

❸

A: 五号运动员拿到了发球权。/ Wǔ hào yùndòngyuán nádào le fāqiúquán.

B: 但这并不意味着他一定能赢。/ Dàn zhè bìngbú yìwèizhe tā yídìng néng yíng.

A: 别忘了，这可是局点。/ Bié wàng le, zhè kě shì júdiǎn.

B: 我还是觉得他可能抓不住这个机会。/ Wǒ háishi juéde tā kěnéng zhuā bu zhù zhè ge jīhuì.

10 BADMINTON
——羽毛球运动　Yǔmáoqiú Yùndòng

Vocabulary 词语

1. team competition
2. singles
3. doubles
4. mixed doubles
5. semifinals
6. final
7. round-robin system
8. elimination system
9. additional match
10. choose shuttles
11. try
12. service over
13. first serve
14. second serve
15. long shot
16. short shot
17. holding
18. out of order
19. wrong position
20. misjudge
21. faulty serving
22. foul hit
23. touch the net
24. double hits
25. to change sides
26. right service court
27. left service court
28. right receiving court

1. 团体赛 / tuántǐsài
2. 单打 / dāndǎ
3. 双打 / shuāngdǎ
4. 混合双打 / hùnhé shuāngdǎ
5. 半决赛 / bànjuésài
6. 决赛 / juésài
7. 循环制 / xúnhuánzhì
8. 淘汰制 / táotàizhì
9. 附加赛 / fùjiāsài
10. 选球 / xuǎn qiú
11. 试球 / shì qiú
12. 换发球 / huàn fāqiú
13. 第一发球 / dìyī fāqiú
14. 第二发球 / dì'èr fāqiú
15. 长球 / chángqiú
16. 短球 / duǎnqiú
17. 持球 / chíqiú
18. 顺序错误 / shùnxù cuòwu
19. 站错位 / zhàncuòwèi
20. 误判 / wùpàn
21. 发球违例 / fāqiú wéilì
22. 击球犯规 / jīqiú fànguī
23. 触网 / chùwǎng
24. 连击 / liánjī
25. 交换场地 / jiāohuàn chǎngdì
26. 右发球区 / yòu fāqiú qū
27. 左发球区 / zuǒ fāqiú qū
28. 右接球区 / yòu jiēqiú qū

10 BADMINTON 羽毛球运动

㉙ left receiving court
㉚ short service line
㉛ long service line
㉜ centre line
㉝ World Badminton Championships

㉙ 左接球区 / zuǒ jiēqiú qū
㉚ 前发球线 / qián fāqiú xiàn
㉛ 后发球线 / hòu fāqiú xiàn
㉜ 中线 / zhōngxiàn
㉝ 世界羽毛球锦标赛 / Shìjiè Yǔmáoqiú Jǐnbiāosài

Sentences 句子

❶ Zhang Ning serves.
❷ Here is the end of the match.
❸ I like to play badminton in my spare time.

❶ 张宁发球。/ Zhāng Níng fāqiú.
❷ 比赛到此结束。/ Bǐsài dào cǐ jiéshù.
❸ 我喜欢在闲暇时打羽毛球。/ Wǒ xǐhuan zài xiánxiá shí dǎ yǔmáoqiú.

Conversations 会话

❶

A: It's not a standard badminton court.

B: No, it's just for the residents nearby, not for professional players.

❶

A: 这不是标准的羽毛球场。/ Zhè bú shì biāozhǔn de yǔmáoqiú chǎng.

B: 对，这只是为附近的居民提供的，不是给专业球员用的。/ Duì, zhè zhǐ shì wèi fùjìn de jūmín tígōng de, bú shì gěi zhuānyè qiúyuán yòng de.

❷

A: How much is it to rent a court of badminton per hour?

B: About 50 to 80 yuan.

❷

A: 租一个羽毛球场地每小时多少钱？/ Zū yí ge yǔmáoqiú chǎngdì měi xiǎoshí duōshao qián?

B: 大概50到80元。/ Dàgài wǔshí dào bāshí yuán.

❸

A: Do you like to use a heavy racket or light one?

B: Of course the light one, it makes me nimble.

❸

A: 你喜欢用重的球拍还是轻的？/ Nǐ xǐhuan yòng zhòng de qiúpāi háishi qīng de?

B: 当然是轻的，可以让我更灵活。/ Dāngrán shì qīng de, kěyǐ ràng wǒ gèng línghuó.

❹

A: What's the difference between current rules and former ones in badminton games?

B: A player can win a game with 21 points.

❺

A: Badminton matches are shorter than before, isn't it?

B: Yes, because players don't need to exchange right of services.

❹

A: 现在的羽毛球比赛规则和以前有什么不一样？/ Xiànzài de yǔmáoqiú bǐsài guīzé hé yǐqián yǒu shénme bù yíyàng?

B: 现在是每局21分制。/ Xiànzài shì měi jú èrshíyī fēn zhì.

❺

A: 现在羽毛球比赛的时间缩短了，是吧？/ Xiànzài yǔmáoqiú bǐsài de shíjiān suōduǎn le, shì ba?

B: 对，因为不需要交换发球权了。/ Duì, yīnwèi bù xūyào jiāohuàn fāqiúquán le.

11 BILLIARDS —— 台球运动 Táiqiú Yùndòng

Vocabulary 词语

1. to serve the ball
2. billiard-players
3. billiard-balls
4. scoring board
5. billiard cue
6. cue rest
7. biuiard room

1. 开球 / kāiqiú
2. 台球选手 / táiqiú xuǎnshǒu
3. 撞球 / zhuàngqiú
4. 记分板 / jìfēnbǎn
5. 台球杆 / táiqiúgān
6. 球杆架 / qiúgānjià
7. 台球室 / táiqiúshì

Sentences 句子

1. Come into billiard-room and have a game of billiards with me.
2. I am only an amateur. I don't know much about English billiards.
3. Don't forget to chalk your cue.
4. You have pocketed the red ball.
5. You have struck the white ball.
6. Where is the scoring board for scoring?
7. I had a run of seventeen cannon the other day.

1. 来台球室和我比一盘台球吧。/ Lái táiqiúshì hé wǒ bǐ yì pán táiqiú ba.
2. 我只是业余玩儿玩儿，对英式台球了解得不多。/ Wǒ zhǐshì yèyú wánrwánr, duì Yīngshì táiqiú liǎojiě de bù duō.
3. 别忘了给球杆头打滑石粉。/ Bié wàng le gěi qiúgāntóu dǎ huáshífěn.
4. 你已经把红球击入袋了。/ Nǐ yǐjīng bǎ hóngqiú jīrù dài le.
5. 你击中了白球。/ Nǐ jīzhòng le báiqiú.
6. 记分板在哪儿？/ Jìfēnbǎn zài nǎr?
7. 几天前我打出了17杆的连中。/ Jǐ tiān qián wǒ dǎchū le shíqī gān de liánzhòng.

Conversations 会话

❶

A: I've made cannon.

B: I'm afraid that shot was a fluke.

❷

A: How many points have I got by that sock?

B: Your ball has struck the red, cannoned on to the white and run into a pocket: that sock counts five.

❶

A: 我打出了一个连中。/ Wǒ dǎchū le yí ge liánzhòng.

B: 恐怕那一杆是运气球。/ Kǒngpà nà yì gān shì yùnqiqiú.

❷

A: 刚才这一击我得了多少分？/ Gāngcái zhè yì jī wǒ déle duōshao fēn?

B: 你的球击中了红球，又连中了白球，而且入袋了，所以你得了五分。/ Nǐ de qiú jīzhòng le hóngqiú, yòu liánzhòng le báiqiú, érqiě rù dài le, suǒyǐ nǐ déle wǔ fēn.

12 GYMNASTICS —— 体操运动 Tǐcāo Yùndòng

Vocabulary 词语

1. gymnast
2. gymnasium
3. free calisthenics
4. side horse
5. parallel bars
6. horizontal bar
7. uneven bars
8. flying rings
9. balance beam
10. elastic springboard
11. vaulting box
12. vaulting horse
13. ribbon gymnastics
14. hand stand
15. aerial tumbling

1. 体操运动员 / tǐcāo yùndòngyuán
2. 体育馆 / tǐyùguǎn
3. 自由体操 / zìyóu tǐcāo
4. 鞍马 / ānmǎ
5. 双杠 / shuānggàng
6. 单杠 / dāngàng
7. 高低杠 / gāodīgàng
8. 吊环 / diàohuán
9. 平衡木 / pínghéngmù
10. 弹簧跳板 / tánhuáng tiàobǎn
11. 跳箱 / tiàoxiāng
12. 跳马 / tiàomǎ
13. 带操 / dàicāo
14. 手倒立 / shǒudǎolì
15. 空翻 / kōngfān

Sentences 句子

1. I always take a little exercise in the morning after getting up.
2. There is a gymnasium in our school where we have parallel bars, aswell as rings.
3. I used to be very good at vaulting over the horse.

1. 我总是早上起床后锻炼一下。/ Wǒ zǒngshì zǎoshang qǐchuáng hòu duànliàn yíxià.
2. 我们学校有一个体育馆，那里有双杠和吊环。/ Wǒmen xuéxiào yǒu yí ge tǐyùguǎn, nàli yǒu shuānggàng hé diàohuán.
3. 我以前很擅长跳马。/ Wǒ yǐqián hěn shàncháng tiàomǎ.

Conversations 会话

①

A: Do you often do exercises?

B: Yes, in order to keep fit.

A: What do you usually do?

B: I do exercises in the gym every night.

①

A: 你常常锻炼吗？/ Nǐ chángcháng duànliàn ma?

B: 对，为了保持身材。/ Duì, wèile bǎochí shēncái.

A: 你常做什么运动？/ Nǐ cháng zuò shénme yùndòng?

B: 我每天晚上去健身房跳操。/ Wǒ měi tiān wǎnshang qù jiànshēnfáng tiàocāo.

②

A: How to accomplish this motion?

B: With this exercise you start by lying flat on the ground, arms extended, then raise the body and touch the toes without moving the legs.

A: Ouch! I cannot touch my toes!

B: Don't worry. You can do this step by step.

②

A: 这个动作怎么完成？/ Zhè ge dòngzuò zěnme wánchéng?

B: 开始做这个动作的时候，你要先平躺在地上，双臂伸开，然后坐起来够脚趾，腿不要动。/ Kāishǐ zuò zhè ge dòngzuò de shíhou, nǐ yào xiān píng tǎng zài dì shang, shuāngbì shēnkāi, ránhòu zuò qilai gòu jiǎozhǐ, tuǐ búyào dòng.

A: 哎哟！我够不着脚趾。/ Āiyō! Wǒ gòu bu zháo jiǎozhǐ.

B: 别着急。你可以一点儿一点儿地往前够。/ Bié zháojí. Nǐ kěyǐ yìdiǎnr yìdiǎnr de wǎng qián gòu.

③

A: Why are you so loose-limbed, Rona?

B: I had practiced gymnastics for almost five years.

A: Were you painful when you started it?

B: A little bit. But it didn't last long.

③

A: 罗娜，你的四肢怎么那么柔软？/ Luónà, nǐ de sìzhī zěnme nàme róuruǎn?

B: 我练过差不多五年的体操。/ Wǒ liànguo chàbuduō wǔ nián de tǐcāo.

A: 开始的时候疼不疼？/ Kāishǐ de shíhou téng bu téng?

B: 有点儿，但是疼的时间不长。/ Yǒudiǎnr, dànshì téng de shíjiān bù cháng.

13 SWIMMING ——游泳 Yóuyǒng

Vocabulary 词语

1. strokes
2. breast stroke
3. back stroke
4. butterfly stroke
5. free style stroke
6. men's 4×200 meters free-style relay
7. starting-block
8. starter
9. timekeeper
10. terrace
11. rope supported by cork
12. diving board
13. partition for swimmers
14. a breast-stroke champion
15. the world free-style record
16. bathing suit
17. diving cap
18. dive
19. high board dive
20. springboard dive
21. 10-meter board dive
22. to hold the world record in the 400 meters
23. to finish half a length behind the winner
24. to finish one tenth of a second behind of him

1. 泳姿 / yǒngzī
2. 蛙泳 / wāyǒng
3. 仰泳 / yǎngyǒng
4. 蝶泳 / diéyǒng
5. 自由泳 / zìyóuyǒng
6. 男子四乘二百米自由泳接力赛 / nánzǐ sì chéng èrbǎi mǐ zìyóuyǒng jiēlìsài
7. 出发台 / chūfātái
8. 发令员 / fālìngyuán
9. 记时裁判 / jìshí cáipàn
10. 梯形看台 / tīxíng kàntái
11. 泳道线 / yǒngdàoxiàn
12. 跳板 / tiàobǎn
13. 泳道 / yǒngdào
14. 蛙泳冠军 / wāyǒng guànjūn
15. 自由泳世界记录 / zìyóuyǒng shìjiè jìlù
16. 泳衣 / yǒngyī
17. 泳帽 / yǒngmào
18. 跳水 / tiàoshuǐ
19. 跳台跳水 / tiàotái tiàoshuǐ
20. 跳板跳水 / tiàobǎn tiàoshuǐ
21. 十米跳台跳水 / shí mǐ tiàotái tiàoshuǐ
22. 保持四百米的世界记录 / bǎochí sìbǎi mǐ de shìjiè jìlù
23. 落后获胜者半个身位 / luòhòu huòshèngzhě bàn ge shēnwèi
24. 落后他十分之一秒 / luòhòu tā shí fēn zhī yī miǎo

㉕ to finish one tenth of a second ahead of him
㉖ to finish second to him
㉗ to burst over the last 10 meters

㉕ 领先他十分之一秒 / lǐngxiān tā shí fēn zhī yī miǎo
㉖ 在他后面，获得了第二名 / zài tā hòumian, huòdé le dì'èr míng
㉗ 在最后十米冲刺 / zài zuìhòu shí mǐ chōngcì

Sentences 句子

❶ Let's swim to the opposite bank.
❷ Can you jump from the diving tower?
❸ At which swimming pool are the contests to be held tomorrow?

❶ 咱们游到对岸吧。/ Zánmen yóudào duì'àn ba.
❷ 你能从跳台上跳吗？/ Nǐ néng cóng tiàotái shang tiào ma?
❸ 明天的比赛在哪个游泳池举行？/ Míngtiān de bǐsài zài nǎ ge yóuyǒngchí jǔxíng?

Conversations 会话

❶
A: What event is on now?
B: Men's 100 meters freestyle swimming.

❶
A: 正在进行的是什么比赛？/ Zhèngzài jìnxíng de shì shénme bǐsài?
B: 男子100米自由泳比赛。/ Nánzǐ yìbǎi mǐ zìyóuyǒng bǐsài.

❷
A: Are you a good swimmer?
B: Not really.
A: What style do you swim?
B: Only the breast stroke.

❷
A: 你游泳游得好吗？/ Nǐ yóuyǒng yóu de hǎo ma?
B: 不太好。/Bú tài hǎo.
A: 你游哪种姿势？/ Nǐ yóu nǎ zhǒng zīshì?
B: 我只会游蛙泳。/ Wǒ zhǐ huì yóu wāyǒng.

❸
A: Shall we have a swim today?

❸
A: 我们今天去游泳，怎么样？/ Wǒmen jīntiān qù yóuyǒng, zěnmeyàng?

B: I prefer another day, because yesterday I got a cramp in my leg and was nearly drowned.

B: 改天吧，因为昨天我的腿抽筋，差点儿溺水了。/ Gǎi tiān ba, yīnwèi zuótiān wǒ de tuǐ chōujīn, chàdiǎnr nìshuǐ le.

❹

A: In America we call Michael Phelps "the Baltimore Bullet".

B: In China he's known as "the Flying Fish".

❹

A: 在美国，我们叫迈克尔·菲尔普斯"来自巴尔的摩的子弹"。/ Zài Měiguó, wǒmen jiào Màikè'ěr · Fēi'ěrpǔsī "Láizì Bā'ěrdìmó de zǐdàn".

B: 在中国，我们称他为"飞鱼"。/ Zài Zhōngguó, wǒmen chēng tā wéi "Fēi yú".

14 SKATING
滑冰 Huábīng

Vocabulary 词语

1. pair skating
2. skater
3. spin
4. carriage required for compulsory figures
5. pad
6. glove
7. speed skating
8. figure skating (cutting)
9. a dance on the ice
10. track
11. skating-rink
12. puck
13. ice-hockey
14. to let a chuck through the goal

1. 双人花样滑冰 / shuāngrén huāyàng huábīng
2. 滑冰运动员 / huábīng yùndòngyuán
3. 旋转 / xuánzhuǎn
4. 规定动作 / guīdìng dòngzuò
5. 护腿 / hùtuǐ
6. 手套 / shǒutào
7. 速滑 / sùhuá
8. 花样滑冰 / huāyàng huábīng
9. 冰上舞蹈 / bīngshàng wǔdǎo
10. 滑道 / huádào
11. 滑冰场 / huábīngchǎng
12. 冰球 / bīngqiú
13. 冰球运动 / bīngqiú yùndòng
14. 将球打入球门 / jiǎng qiú dǎrù qiúmén

Sentences 句子

1. Is the ice strong enough?
2. Get your skates and let's go to the skating-rink.
3. There is a show of figure-skating today.
4. I've a good edge on my skates, and they bite into the ice.

1. 这冰够结实吗？ / zhè bīng gòu jiēshi ma?
2. 拿上你的冰鞋，咱们去滑冰场。 / Náshang nǐ de bīngxié zánmen qù huábīngchǎng.
3. 今天有一个花样滑冰的表演。 / Jīntiān yǒu yí ge huāyàng huábīng de biǎoyǎn.
4. 我冰鞋的刃很好，能蹬住冰。 / Wǒ bīngxié de rèn hěn hǎo, néng dēngzhù bīng.

14 SKATING 滑冰

Conversations 会话

❶

A: Do you like skating?

B: Yes, skating is my favorite sport.

❷

A: The lake is frozen today. I think we'll go skating.

B: Yes, I should love to. But I don't think the ice is very thick. I hope it won't crack.

A: No problem. The ice looks very smooth.

❸

A: Are you good at figure skating?

B: Just so-so.

❹

A: You have not strapped your skates on well.

B: Thank you.

❶

A: 你喜欢滑冰吗？/ Nǐ xǐhuan huábīng ma?

B: 喜欢，滑冰是我最喜欢的运动。/ Xǐhuan, huábīng shì wǒ zuì xǐhuan de yùndòng.

❷

A: 今天湖面都结冰了，咱们去滑冰吧。/ Jīntiān húmiàn dōu jiébīng le, zánmen qù huábīng ba.

B: 好，我很愿意去。不过我觉得冰不太厚，希望它别裂开。/ Hǎo, wǒ hěn yuànyì qù. Búguò wǒ juéde bīng bú tài hòu, xīwàng tā bié lièkāi.

A: 没问题。冰面看起来很光滑。/ Méi wèntí. Bīngmiàn kàn qǐlai hěn guānghuá.

❸

A: 你花样滑冰滑得好吗？/ Nǐ huāyàng huábīng huá de hǎo ma?

B: 一般。/ Yìbān.

❹

A: 你冰鞋的鞋带没有系好。/ Nǐ bīngxié de xiédài méiyǒu jìhǎo.

B: 谢谢你。/ Xièxie nǐ.

15 SKIING
——滑雪 Huáxuě

Vocabulary 词语

1. winter sports
2. skier
3. skiing
4. ski stick
5. slalom
6. down-hill
7. tower of the jumping hill
8. in-run
9. ski-jumper
10. finish
11. judge stand
12. funicular railway
13. sleigh
14. a cross-country skiing race
15. downhill skiing
16. a ski-jumping board
17. to lose a point because of a fall
18. skiing gear

1. 冬季运动 / dōngjì yùndòng
2. 滑雪运动员 / huáxuě yùndòngyuán
3. 滑雪 / huáxuě
4. 滑雪杖 / huáxuězhàng
5. 障碍滑雪 / zhàng'ài huáxuě
6. 速降 / sùjiàng
7. 飞跃平台 / fēiyuè píngtái
8. 飞跃斜台 / fēiyuè xiétái
9. 高空技巧运动员 / gāokōng jìqiǎo yùndòngyuán
10. 落地区 / luòdìqū
11. 裁判席 / cáipànxí
12. 缆车 / lǎnchē
13. 雪橇 / xuěqiāo
14. 一场越野滑雪比赛 / yì chǎng yuèyě huáxuě bǐsài
15. 高空速降滑雪 / gāokōng sùjiàng huáxuě
16. 跳台滑雪板 / tiàotái huáxuěbǎn
17. 因摔倒而失分 / yīn shuāidǎo ér shīfēn
18. 滑雪用具 / huáxuě yòngjù

Sentences 句子

1. Are winter sports very popular in your country?
2. Where are skiing contests held?

1. 在你们国家冬季运动受欢迎吗? / Zài nǐmen guójiā dōngjì yùndòng shòu huānyíng ma?
2. 滑雪比赛在哪儿举行? / Huáxuě bǐsài zài nǎr jǔxíng?

15 SKIING 滑雪

❸ The snow is not good for skiing.

❹ Have you got your skis and ski-sticks ready?

❺ Let's go and see the slalom races.

❸ 这里的雪不适合滑雪。/ Zhèli de xuě bú shìhé huáxuě.

❹ 你的雪橇和雪杖准备好了吗？/ Nǐ de xuěqiāo hé xuězhàng zhǔnbèi hǎo le ma?

❺ 咱们去看障碍滑雪比赛吧。/ Zánmen qù kàn zhàng'ài huáxuě bǐsài ba.

Conversations 会话

❶
A: What's the snow like today?

B: It's a bit powdery.

❶
A: 今天的雪怎么样？/ Jīntiān de xuě zěnmeyàng?

B: 有点儿松。/ Yǒudiǎnr sōng.

❷
A: Can we hire skis here?

B: Yes, 30 yuan per hour.

❷
A: 我们可以在这儿租雪橇吗？/ Wǒmen kěyǐ zài zhèr zū xuěqiāo ma?

B: 可以，一小时三十块。/ Kěyǐ, yì xiǎoshí sānshí kuài.

❸
A: Is there a skiing instructor here?

B: Have you ever done any skiing?

A: No, it's the first time.

B: Don't worry. We have professional coaches here.

❸
A: 这儿有滑雪指导吗？/ Zhèr yǒu huáxuě zhǐdǎo ma?

B: 你以前滑过雪吗？/ Nǐ yǐqián huáguo xuě ma?

A: 没有，这是第一次。/ Méiyǒu, zhè shì dìyī cì.

B: 别担心，我们这里有专业的教练。/ Bié dān xīn, wǒmen zhèli yǒu zhuānyè de jiàoliàn.

❹
A: Are winter sports very popular in your country?

B: Yes, especially in the Northeast.

❹
A: 在你们国家冬季运动受欢迎吗？/ Zài nǐmen guójiā dōngjì yùndòng shòu huānyíng ma?

B: 很受欢迎，特别是在东北。/ Hěn shòu huānyíng, tèbié shì zài Dōngběi.

16 BOATING
划船 Huáchuán

Vocabulary 词语

1. rower number one
2. strokesman
3. coxswain
4. bow
5. poop
6. paddle
7. pole
8. motorboat
9. sampan
10. gondola
11. life-boat
12. skiff
13. kayak
14. canoe
15. pair oar boat
16. six oar boat
17. punt

1. 一号划桨手 / yī hào huájiǎngshǒu
2. 尾桨手 / wěijiǎngshǒu
3. 舵手 / duòshǒu
4. 船头 / chuántóu
5. 船尾 / chuánwěi
6. 桨 / jiǎng
7. 竹篙 / zhúgāo
8. 摩托艇 / mótuōtǐng
9. 舢板 / shānbǎn
10. 平底船 / píngdǐchuán
11. 救生艇 / jiùshēngtǐng
12. 小船 / xiǎochuán
13. 皮划艇 / píhuátǐng
14. 竹筏 / zhúfá
15. 双桨艇 / shuāngjiǎngtǐng
16. 六桨艇 / liùjiǎngtǐng
17. 用篙撑船 / yònggāo chēng chuán

Sentences 句子

1. This boat rows six oars.
2. The oar has snapped.
3. Won't the boat capsize?
4. The boat is a little bit hard to pull.
5. Does the boat leak?

1. 这艘船靠六个桨来划。/ Zhè sōu chuán kào liù ge jiǎng lái huá.
2. 船桨折断了。/ Chuánjiǎng zhéduàn le.
3. 不会翻船吧？/ Búhuì fān chuán ba?
4. 这艘船不太好划。/ Zhè sōu chuán bú tài hǎo huá.
5. 这艘船漏吗？/ Zhè sōu chuán lòu ma?

BOATING 划船

Conversations 会话

❶

A: How many people can she hold?

B: Twelve.

A: 这艘船能载多少人？/ Zhè sōu chuán néng zài duōshao rén?

B: 十二个人。/ Shí'èr ge rén.

❷

A: Teach me to back the oars, will you?

B: OK. This is the steering oar.

A: 教我倒着划桨，好吗？/ Jiāo wǒ dào zhe huá jiǎng, hǎo ma?

B: 好。这是掌舵的桨。/ Hǎo. Zhè shì zhǎng duò de jiǎng.

❸

A: Oh, no, I can't steer well.

B: Take it easy.

A: 哦，不行，我掌不好舵。/ Ò, bù xíng, wǒ zhǎng bu hǎo duò.

B: 别着急。/ Bié zháojí.

17 BOXING
拳击 Quánjī

Vocabulary 词语

1. referee
2. boxing weights
3. light-flyweight
4. flyweight
5. bantamweight
6. featherweight
7. lightweight
8. light-welter weight
9. welter weight
10. light-middleweight
11. middleweight
12. light-heavyweight
13. heavyweight
14. boxing glove
15. a bout
16. a round
17. at the bell
18. break
19. uppercut
20. hook to the head
21. straight right
22. straight left
23. repertoire of blows
24. swing
25. to batter (hammer)
26. to parry
27. to attack
28. to avoid

1. 裁判员 / cáipànyuán
2. 拳击体重等级 / quánjī tǐzhòng děngjí
3. 次特轻量级 / cìtèqīngliàngjí
4. 特轻量级 / tèqīngliàngjí
5. 最轻量级 / zuìqīngliàngjí
6. 次轻量级 / cìqīngliàngjí
7. 轻量级 / qīngliàngjí
8. 轻中量级 / qīngzhōngliàngjí
9. 次中量级 / cìzhōngliàngjí
10. 中量级 / zhōngliàngjí
11. 次重量级 / cìzhòngliàngjí
12. 重量级 / zhòngliàngjí
13. 最重量级 / zuìzhòngliàngjí
14. 拳击手套 / quánjī shǒutào
15. 一场拳击比赛 / yì chǎng quánjī bǐsài
16. 一个回合 / yí ge huíhé
17. 一个回合结束 / yí ge huíhé jiéshù
18. 暂停 / zàntíng
19. 上勾拳 / shànggōuquán
20. 侧勾拳 / cègōuquán
21. 右直拳 / yòuzhíquán
22. 左直拳 / zuǒzhíquán
23. 组合拳 / zǔhéquán
24. 摆拳 / bǎiquán
25. 击拳 / jīquán
26. 躲避 / duǒbì
27. 进攻 / jìngōng
28. 防守 / fángshǒu

17 BOXING 拳击

㉙ to knock down
㉚ to go down
㉛ to count out

㉙ 击倒 / jīdǎo
㉚ 被击倒 / bèi jīdǎo
㉛ 宣告失败 / xuāngào shībài

Sentences 句子

❶ He made a splendid show in the national championship.

❷ He confidently won the country title.

❸ The gong struck, and the battle was on.

❹ The referee is counting.

❺ The referee is trying to break them.

❻ He won by points.

❶ 他在全国锦标赛上表现出色。/ Tā zài quán guó jǐnbiāosài shang biǎoxiàn chūsè.

❷ 他很自信地赢得了全国冠军。/ Tā hén zìxìn de yíngdé le quánguó guànjūn.

❸ 敲锣了，比赛开始了。/ Qiāo luó le, bǐsài kāishǐ le.

❹ 裁判员正在倒数。/ Cáipànyuán zhèngzài dàoshǔ.

❺ 裁判员试着把他们分开。/ Cáipànyuán shìzhe bǎ tāmen fēnkāi.

❻ 他因点数多而获胜。/ Tā yīn diǎnshù duō ér huòshèng.

Conversations 会话

❶

A: Were you at the boxing match?
B: Yes, but the ticket was really hard to buy.

❷

A: Who is in the ring now?
B: A new boxer.
A: How did he become famous?
B: He knocked out the well-known boxer.

❶

A: 你去拳击比赛的现场了吗？/ Nǐ qù quánjī bǐsài de xiànchǎng le ma?
B: 去了，但是票非常难买。/ Qù le, dànshì piào fēicháng nán mǎi.

❷

A: 现在拳击场上是谁？/ Xiànzài quánjīchǎng shang shì shuí?
B: 是个新出道的拳击手。/ Shì ge xīn chūdào de quánjīshǒu.
A: 他怎么出名的？/ Tā zěnme chūmíng de?
B: 他击败了一位著名的拳击手。/ Tā jībài le yí wèi zhùmíng de quánjīshǒu.

18 MOUNTAINEERING
登山 Dēng Shān

Vocabulary 词语

1. alpinist — 登山家 / dēngshānjiā
2. mountain climber — 登山者 / dēngshān zhě
3. alpine rope — 攀岩绳 / pānyánshéng
4. ice pick — 冰凿 / bīngzáo
5. rucksack — 帆布背包 / fānbù bēibāo
6. nailed boot with the crampons — 登山钉鞋 / dēngshān dīngxié
7. belay — 固定保护绳 / gùdìng bǎohùshéng
8. chasm — 深渊 / shēnyuān
9. ledge — 岩脊 / yánjǐ
10. rock face — 岩壁 / yánbì
11. to rope down — 扔下绳索 / rēngxià shéngsuǒ
12. to rope together — 用绳系在一起 / yòng shéng jì zài yìqǐ
13. to fall down — 摔下去 / shuāi xiaqu
14. to start for — 开始攀登 / kāishǐ pāndēng
15. outfit — 装备 / zhuāngbèi
16. downhill — 下山 / xià shān
17. uphill — 上山 / shàng shān
18. guide — 向导 / xiàngdǎo
19. mountain sickness — 高原反应 / gāoyuán fǎnyìng
20. mouth of a ravine — 谷口 / gǔkǒu
21. ice axe — 冰镐 / bīnggǎo
22. rock climbing, cliff climbing — 攀岩 / pānyán
23. avalanches — 雪崩 / xuěbēng
24. stud — 防滑钉 / fánghuádīng
25. spiked boots — 防滑靴 / fánghuáxuē
26. fog — 雾 / wù
27. new-fallen snow — 刚下的雪 / gāng xià de xuě
28. powdery snow — 松软的雪 / sōngruǎn de xuě

MOUNTAINEERING 登山

㉙ relief column
㉚ relief station
㉛ to meet with an accident
㉜ lack of oxygen

㉙ 救援队 / jiùyuánduì
㉚ 救援站 / jiùyuánzhàn
㉛ 遭遇事故 / zāoyù shìgù
㉜ 缺氧 / quēyǎng

Sentences 句子

❶ You should use your snow-goggles.

❷ The ascent is very steep.

❶ 你应该用雪地护目镜。/ Nǐ yīnggāi yòng xuědì hùmùjìng.

❷ 这段上坡路很陡。/ Zhè duàn shàngpō lù hěn dǒu.

Conversations 会话

❶

A: Can you let me have some cream for sunburn?
B: How come you forget this important thing?

A: I bring it with me, but put it in my bag. It's hard to get it out.
B: Ok, here you are.

❶

A: 你能给我一点儿防晒霜吗？/ Nǐ néng gěi wǒ yìdiǎnr fángshàishuāng ma?
B: 你怎么忘了这么重要的东西呢？/ Nǐ zěnme wàngle zhème zhòngyào de dōngxi ne?
A: 我带了，但是放在包里，不容易拿出来。/ Wǒ dài le, dànshì fàng zài bāoli, bù róngyi ná chulai.
B: 好的，给你。/ Hǎo de, gěi nǐ.

❷

A: We might lose our way in the blizzard.

B: We can depend on our compass.

A: I don't have any experience of mountaineering in the snow.

B: Take it easy. We can manage it.

❷

A: 在暴风雪中我们可能会迷路。/ Zài bàofēngxuě zhōng wǒmen kěnéng huì mí lù.
B: 我们可以依靠指南针。/ Wǒmen kěyǐ yīkào zhǐnánzhēn.
A: 我从来没有在雪中登山的经历。/ Wǒ cónglái méiyǒu zài xuě zhōng dēngshān de jīnglì.
B: 放心，咱们会成功的。/ Fàng xīn, zánmen huì chénggōng de.

❸

A: Look, Li Ming, I bought a book named *Mountaineering*.

B: Are you going to climbing the big mountains like Himalaya?

A: That's my greatest dream. Now I just want to know some fundamental climbing skills so that I can join the club in our university.

A: Oh, I see.

❸

A: 李明，你看，我买了一本书，叫《登山》。/ Lǐ Míng, nǐ kàn, wǒ mǎile yì běn shū, jiào《Dēng Shān》.

B: 你打算去登像喜马拉雅那样的高山？/ Nǐ dǎsuàn qù dēng xiàng Xǐmǎlāyǎ nàyàng de gāoshān?

A: 那是我最大的梦想。现在我只是想了解一些关于登山的基本技巧，这样我才能加入我们大学的俱乐部。/ Nà shì wǒ zuì dà de mèngxiǎng. Xiànzài wǒ zhǐshì xiǎng liǎojiě yìxiē guānyú dēng shān de jīběn jìqiǎo, zhèyàng wǒ cái néng jiārù wǒmen dàxué de jùlèbù.

B: 哦，原来是这样。/ Ò, yuánlái shì zhèyàng.

19 CAMPING
野营 Yěyíng

Vocabulary 词语

1. tent
2. tent pole
3. rubber water-bottle
4. knapsack, rucksack
5. thermos
6. sleeping-bag
7. spring-action camp bed
8. petrol stove
9. air mattress
10. hurricane lamp
11. flashlight
12. umbrella
13. raincoat
14. lighter
15. bumbersoll
16. telescope
17. purified water
18. drink, beverage
19. food
20. folding seat
21. medicine
22. sunscreen cream
23. insect repellent

1. 帐篷 / zhàngpeng
2. 帐篷杆 / zhàngpenggān
3. 橡胶水壶 / xiàngjiāo shuǐhú
4. 帆布背包 / fānbù bēibāo
5. 保温瓶 / bǎowēnpíng
6. 睡袋 / shuìdài
7. 弹簧折叠床 / tánhuáng zhédiéchuáng
8. 煤油炉 / méiyóulú
9. 充气床垫 / chōngqì chuángdiàn
10. 防风灯 / fángfēngdēng
11. 手电 / shǒudiàn
12. 雨伞 / yǔsǎn
13. 雨衣 / yǔyī
14. 打火机 / dǎhuǒjī
15. 太阳伞 / tàiyángsǎn
16. 望远镜 / wàngyuǎnjìng
17. 纯净水 / chúnjìngshuǐ
18. 饮料 / yǐnliào
19. 食物 / shíwù
20. 折叠椅 / zhédiéyǐ
21. 药 / yào
22. 防晒霜 / fángshàishuāng
23. 驱虫剂 / qūchóngjì

Sentences 句子

1. Don't leave the air-mattress right in the sun.
2. The water has kept very warm in the vacuum flask.
3. Are the pegs driven well in?
4. The water bottle is almost empty.
5. This guy-rope is not tough enough.
6. My rucksack was very heavy.

1. 别把充气床垫直接放在太阳底下。/ Bié bǎ chōngqì chuángdiàn zhíjiē fàng zài tàiyang dǐxia.
2. 真空瓶里的水还保着温。/ Zhēnkōngpíng li de shuǐ hái bǎozhe wēn.
3. 钉子敲进去了没有？/ Dīngzi qiāo jinqu le méiyǒu?
4. 水壶差不多空了。/ Shuǐhú chàbuduō kōng le.
5. 这根钢索不够结实。/ Zhè gēn gāngsuǒ bú gòu jiēshi.
6. 我的帆布包很重。/ Wǒ de fānbùbāo hěn zhòng.

Conversations 会话

1

A: We are going to put the tent up here.

B: It's not a good choice. The ground is still damp.

A: 我们想把帐篷搭在这里。/ Wǒmen xiǎng bǎ zhàngpeng dā zài zhèli.

B: 不好。这儿地面还很湿。/ Bù hǎo. Zhèr de dìmiàn hái hěn shī.

2

A: How about the camping yesterday?

B: Not so good. I did not sleep very well on my camp bed.

A: 你昨天的野营怎么样？/ Nǐ zuótiān de yěyíng zěnmeyàng?

B: 不怎么样。在行军床上我没睡好。/ Bù zěnmeyàng. Zài xíngjūnchuáng shang wǒ méi shuìhǎo.

20 FISHING
钓鱼 Diào Yú

Vocabulary 词语

1. fishpond
2. fishnet
3. fishhook
4. fishing rod
5. fish bait
6. float
7. setline
8. fish basket

1. 鱼塘 / yútáng
2. 鱼网 / yúwǎng
3. 鱼钩 / yúgōu
4. 鱼竿儿 / yúgānr
5. 鱼饵 / yú'ěr
6. 鱼漂 / yúpiāo
7. 鱼线 / yúxiàn
8. 鱼篓 / yúlǒu

Sentences 句子

1. Is there good fishing in this stream?
2. I had to play this carp a long time till I could land him.
3. What do you bait your hook with?
4. I prefer fresh-water fishing to sea-angling.
5. What do I need for fishing in these waters?
6. The fish don't seem to be biting today.
7. Yesterday they returned with an excellent catch.

1. 在这条小溪钓鱼好不好? / Zài zhè tiáo xiǎoxī diào yú hǎo bu hǎo?
2. 我得花很长时间才能把这条鲤鱼拖上岸。 / Wǒ de huā hěn cháng shíjiān cái néng bǎ zhè tiáo lǐyú tuōshang àn.
3. 你的鱼钩上放了什么鱼饵? / Nǐ de yúgōu shang fàngle shénme yú'ěr?
4. 跟在海里钓鱼相比,我更喜欢淡水捕鱼。 / Gēn zài hǎi li diào yú xiāngbǐ, wǒ gèng xǐhuan dànshuǐ bǔ yú.
5. 在这里捕鱼我需要什么东西? / Zài zhèli bǔ yú wǒ xūyào shénme dōngxi?
6. 今天鱼好像不上钩。/ Jīntiān yú hǎoxiàng bú shàng gōu.
7. 昨天他们捕了很多鱼回来。/ Zuótiān tāmen bǔle hěn duō yú huílai.

❽ I caught that fish just below the bridge.

❾ This is a good-sized trout. It must have taken quite a long time to land it.

❾ 我就是在这座桥下钓到的这条鱼。/ Wǒ jiù shì zài zhè zuò qiáo xià diàodào de zhè tiáo yú.

❾ 这条鲑鱼真大，肯定用了很长时间才捕到。/ Zhè tiáo guīyú zhēn dà, kěndìng yòng-le hěn cháng shíjiān cái bǔdào.

Conversations 会话

❶

A: I am a passionate angler.

B: Really? How often do you go fishing?

A: At least once a week.

❶

A: 我是个铁杆儿钓鱼爱好者。/ Wǒ shì ge tiěgǎnr diàoyú àihàozhě.

B: 是吗？你多长时间钓一次鱼？/ Shì ma? Nǐ duō cháng shíjiān diào yí cì yú?

A: 最少一周一次。/ Zuì shǎo yì zhōu yí cì.

❷

A: Rona, your father and brother went to fishing yesterday, didn't they?

B: Yes, they returned with an excellent catch.

❷

A: 罗娜，昨天你爸爸和哥哥去钓鱼了，是吧？/ Luónà, zuótiān nǐ bàba hé gēge qù diào yú le, shì ba?

B: 是啊，他们钓了很多鱼回来。/ Shì a, tāmen diàole hěn duō yú huílai.

❸

A: Dad, the fish don't seem to be biting today.

B: Don't worry. Be patient.

❸

A: 爸爸，今天鱼好像不爱上钩。/ Bàba, jīntiān yú hǎoxiàng bú ài shàng gōu.

B: 别着急，要有耐心。/ Bié zháojí, yào yǒu nàixīn.

21 RIDING —— 骑术 Qíshù

Vocabulary 词语

1. racing
2. rider
3. winner
4. judge's box
5. stalls
6. race course for flat races
7. flat-race
8. steeplechase
9. obstacle
10. ditch
11. wall
12. bridle
13. reins
14. stirrup
15. spurs
16. saddle
17. hoof
18. mane
19. thoroughbred
20. stallion
21. mare
22. foal
23. bay horse
24. white horse
25. black horse
26. riding breeches
27. riding school
28. to ride

1. 赛马 / sàimǎ
2. 骑手 / qíshǒu
3. 获胜者 / huòshèngzhě
4. 裁判席 / cáipànxí
5. 马厩 / mǎjiù
6. 无障碍跑马场 / wú zhàng'ài pǎomǎchǎng
7. 平地跑马 / píngdì pǎomǎ
8. 障碍赛 / zhàng'àisài
9. 障碍物 / zhàng'àiwù
10. 壕沟 / háogōu
11. 障碍墙 / zhàng'àiqiáng
12. 马笼头 / mǎlóngtou
13. 缰绳 / jiāngshéng
14. 马镫 / mǎdèng
15. 马刺 / mǎcì
16. 马鞍 / mǎ'ān
17. 马蹄 / mǎtí
18. 马鬃 / mǎzōng
19. 良种马 / liángzhǒngmǎ
20. 种马 / zhǒngmǎ
21. 母马 / mǔmǎ
22. 马驹 / mǎjū
23. 红棕色马 / zōnghóngsèmǎ
24. 白马 / báimǎ
25. 黑马 / hēimǎ
26. 马裤 / mǎkù
27. 马术学校 / mǎshù xuéxiào
28. 骑马 / qí mǎ

㉙ to mount (a horse)
㉚ to dismount
㉛ grandstand
㉜ winning-post

㉝ to gallop
㉞ to canter
㉟ a length

㉙ 上马 / shàng mǎ
㉚ 下马 / xià mǎ
㉛ 正面看台 / zhèngmiàn kàntái
㉜ 比赛终点的标志杆 / bǐsài zhōngdiǎn de biāozhìgān

㉝ 快跑 / kuàipǎo
㉞ 慢跑 / mànpǎo
㉟ 一个马位 / yí ge mǎwèi

Sentences 句子

❶ He rode well and deserved his win.

❷ That horse settles down with a commanding lead.

❸ There is a lack of finish about the jumping of these horses.

❹ No wonder the jockey was unseated; his horse made a mistake in landing.

❺ I like all sorts of races: flat races, obstacle races, and hurdle races.

❻ The horses are off now!

❼ Look at the way that jockey in the black color is laying on the whip!

❽ Just watch the field at the first jump! They're all over together!

❶ 他的骑术很好，理应获胜。/ Tā de qíshù hěn hǎo, lǐyīng huòshèng.

❷ 那匹马听到口令后安静下来。/ Nà pǐ mǎ tīngdào kǒulìng hòu ānjìng xialai.

❸ 这些马的跳跃动作都不够完美。/ Zhèxiē mǎ de tiàoyuè dòngzuò dōu búgòu wánměi.

❹ 这位职业赛马师的马在落地时出了错，怪不得他从马上摔了下来。/ Zhè wèi zhíyè sàimǎshī de mǎ zài luò dì shí chūle cuò, guàibude tā cóng mǎshang shuāile xiàlai.

❺ 我喜欢各种赛马：平地赛马、障碍赛马和跳栏赛马。/ Wǒ xǐhuan gè zhǒng sàimǎ: píngdì sàimǎ、zhàng'ài sàimǎ hé tiàolán sàimǎ.

❻ 赛马都冲出去了。/ Sàimǎ dōu chōng chaqu le.

❼ 看那边，那个穿黑色衣服的职业赛马师在用鞭子打着马快跑呢！/ Kàn nàbiān, nà ge chuān hēisè yīfu de zhíyè sàimǎshī zài yòng biānzi dǎzhe mǎ kuàipǎo ne!

❽ 快看赛场上的第一跳！他们几乎完全一致！/ Kuài kàn sàichǎng shang de dìyī tiào! Tāmen jīhū wánquán yízhì!

21 RIDING 骑术

⑨ The winning horse was followed home at a distance of six lengths by Li Ming.

⑩ There is a very large attendance of visitors at the race.

⑪ The great event was won by Zhao Lin on his own mare.

⑫ The horse finished in a dead heat.

⑨ 李明紧紧追赶那匹领先的马，大概还落后六个身位。/ Lǐ Míng jǐnjǐn zhuīgǎn nà pǐ lǐngxiān de mǎ, dàgài hái luòhòu liù ge shēnwèi.

⑩ 观看这场赛马的观众非常多。/ Guānkàn zhè chǎng sàimǎ de guānzhòng fēicháng duō.

⑪ 赵林骑着他自己的赛马赢得了那场重要的比赛。/ Zhào Lín qízhe tā zìjǐ de sàimǎ yíngdé le nà chǎng zhòngyào de bǐsài.

⑫ 那匹马赢了一场激烈的比赛。/ Nà pǐ mǎ yíngle yì chǎng jīliè de bǐsài.

Conversations 会话

①

A: There is a promise of large fields and some excellent racing this year.

B: Really? I think the going should be really good.

A: 今年这里有望建一个很大的赛马场，还会有一些非常精彩的比赛。/ Jīnnián zhèli yǒuwàng jiàn yí ge hěn dà de sàimǎchǎng, hái huì yǒu yìxiē fēicháng jīngcǎi de bǐsài.

B: 是吗？我想比赛一定很好看。/ Shì ma? Wǒ xiàng bǐsài yídìng hěn hǎokàn.

②

A: I heard Macau is a gambling city, Li Gang?

B: Yes, I have bet on a horse racing there.

A: 李刚，听说澳门是赌城？/ Lǐ Gāng, tīngshuō Àomén shì dǔchéng?

B: 是的，我去那儿赌过马。/ Shì de, wǒ qù nàr dǔguo mǎ.

③

A: Martin, did you back the favourite?

A: 马丁，你在那匹获胜热门的马身上下赌注了没有？/ Mǎdīng, nǐ zài nà pǐ huòshèng rèmén de mǎ shēnshang xià dǔzhù le méiyǒu?

B: No, I shouldn't shake my money on that horse. I don't like the look of it.

B: 没有，我不会把钱花在那匹马上，我不喜欢它的样子。/ Méiyǒu, wǒ bú huì bǎ qián huā zài nà pǐ mǎ shang, wǒ bù xǐhuan tā de yàngzi.

❹

A: There is a very large attendance of visitors at the race.

B: Because Hua Tian is a rider from Hong Kong.

❹

A: 观看这场赛马的观众非常多。/ Guānkàn zhè chǎng sàimǎ de guānzhòng fēicháng duō.

B: 因为华天是一位来自香港的骑手。/ Yīnwèi Huà Tiān shì yí wèi láizì Xiānggǎng de qíshǒu.

22 CHESS —— 棋类 Qílèi

Vocabulary 词语

1. chess
2. Chinese chess
3. go
4. chessmen
5. chess board
6. chess set
7. bishop
8. king
9. queen
10. knight
11. rook
12. knight
13. bishop
14. mandarin
15. general
16. cannon
17. pawn

1. 国际象棋 / guójì xiàngqí
2. 中国象棋 / Zhōngguó xiàngqí
3. 围棋 / wéiqí
4. 棋手 / qíshǒu
5. 棋盘 / qípán
6. 棋子 / qízǐ
7. 象 / xiàng
8. 国王 / guówáng
9. 王后 / wánghòu
10. 骑士 / qíshì
11. 车 / jū
12. 马 / mǎ
13. 象 / xiàng
14. 士 / shì
15. 将 / jiàng
16. 炮 / pào
17. 卒 / zú

Sentences 句子

1. Checkmate!
2. Your move!
3. He took my pieces.
4. When does the stalemate occur in the result of a game?
5. I learned how to play Chinese chess last year.

1. 将！/ Jiāng!
2. 该你走了！/ Gāi nǐ zǒu le!
3. 他吃了我的子。/ Tā chīle wǒ de zǐ.
4. 这盘棋赛的结果怎么成了和棋？/ Zhè pán qísài de jiéguǒ zěnme chéngle héqí?
5. 去年我学下中国象棋了。/ Qùnián wǒ xué xià Zhōngguó xiàngqí le.

Conversations 会话

❶

A: Who do you think will pull off the event?

B: This is going to be a drawn game.

A: 你觉得谁会赢这盘棋？/ Nǐ juéde shuí huì yíng zhè pán qí?

B: 看样子这盘要下成和棋了。/ Kàn yàngzi zhè pán yào xiàchéng héqí le.

❷

A: Get out your chess-board and we'll have a game.

B: Ok! Who fears?

A: 把你的棋盘拿出来，我们杀一盘。/ Bǎ nǐ de qípán ná chulai, wǒmen shā yì pán.

B: 来就来，谁怕谁啊！/ Lái jiù lái, shuí pà shuí a!

23 HOUSEKEEPING
——整理家务 Zhěnglǐ Jiāwù

Vocabulary 词语

1. housework
2. pot
3. sink
4. dishwasher
5. broom
6. carpet sweeper
7. dustpan
8. stepladder
9. mop
10. dustbin
11. vacuum cleaner
12. dish-cloth
13. to clean the window
14. to wash up
15. to sweep
16. to iron

1. 家务事 / jiāwùshì
2. 锅 / guō
3. 水槽 / shuǐcáo
4. 洗碗机 / xǐwǎnjī
5. 扫帚 / sàozhou
6. 地毯清扫器 / dìtǎn qīngsǎoqì
7. 簸箕 / bòji
8. 梯子 / tīzi
9. 拖把 / tuōbǎ
10. 垃圾桶 / lājītǒng
11. 吸尘器 / xīchénqì
12. 洗碗布 / xǐwǎnbù
13. 擦窗子 / cā chuāngzi
14. 洗餐具 / xǐ cānjù
15. 大扫除 / dàsǎochú
16. 熨（衣服）/ yùn（yīfu）

Sentences 句子

1. What a mess the room is in!
2. Put the room straight, please.
3. Take the rag and wipe the floor.
4. Dry the cutlery.
5. Don't wipe the plates; put them in the racket.

1. 房间太乱了！/ Fángjiān tài luàn le.
2. 请把房间整理好。/ Qǐng bǎ fángjiān zhěnglǐ hǎo.
3. 用那块抹布把地板擦一下。/ Yòng nà kuài mābù bǎ dìbǎn cā yíxià.
4. 擦干餐具。/ Cāgān cānjù.
5. 不用擦盘子，把它们放到架子上。/ Búyòng cā pánzi, bǎ tāmen fàngdào jiàzi shang.

❻ Scrub the pans with powder.

❼ The knives want sharpening.
❽ Has the floor to be scrubbed?
❾ How often do you polish the floor?

❿ Where am I to spread this carpet?

⓫ Dust the table with a duster.

⓬ Rub it with a wet cotton rag.

❻ 用清洁粉把锅擦一下。/ Yòng qīngjiéfěn bǎ guō cā yíxià.
❼ 刀得磨了。/ Dāo děi mó le.
❽ 地板要擦吗？/ Dìbǎn yào cā ma?
❾ 你多久给地板抛一次光？/ Nǐ duōjiǔ gěi dìbǎn pāo yí cì guāng?
❿ 我把地毯铺到哪儿？/ Wǒ bǎ dìtǎn pū dào nǎr?
⓫ 用掸子把桌子上的灰掸掉。/ Yòng dǎnzi bǎ zhuōzi shang de huī dǎndiào.
⓬ 用湿棉布擦。/ Yòng shī miánbù cā.

Conversations 会话

❶

A: My domestic duties are numerous.

B: Do they take much of your time?

A: Yes. I am a great partisan of order.

A: 我有很多家务事要做。/ Wǒ yǒu hěn duō jiāwùshì yào zuò.
B: 家务要占用你很多时间吗？/ Jiāwù yào zhànyòng nǐ hěn duō shíjiān ma?
A: 对。我是个极其喜欢整洁的人。/ Duì. Wǒ shì ge jíqí xǐhuan zhěngjié de rén.

❷

A: Do you know how to keep house, Rona?

B: I wouldn't say that my housekeeping capacities are very great.

A: 罗娜，你会做家务吗？/ Luónà, nǐ huì zuò jiāwù ma?
B: 我不太会做家务。/ Wǒ bú tài huì zuò jiāwù.

❸

A: Can I wash this sweater in the washing machine?
B: You'd better wash it by hand.

A: 这件毛衣可以机洗吗？/ Zhèjiàn máoyī kěyǐ jī xǐ ma?
B: 最好手洗。/ Zuìhǎo shǒu xǐ.

24 CLOTHING WASHING
——衣物清洗 Yīwù Qīngxǐ

Vocabulary 词语

① washerman
② dry-clean
③ water-clean
④ rinse
⑤ sud
⑥ laundry
⑦ washing-machine

① 洗衣工 / xǐyīgōng
② 干洗 / gānxǐ
③ 水洗 / shuǐxǐ
④ 漂洗 / piǎoxǐ
⑤ 肥皂水 / féizàoshuǐ
⑥ 洗衣店 / xǐyīdiàn
⑦ 洗衣机 / xǐyījī

Sentences 句子

① Send me the washerwoman tomorrow morning, please.

② Where can my things be dry-cleaned?

③ This woollen shirt has to be dry-cleaned.

④ Do not shrink my pull-over. It has to be size 48.

⑤ I don't believe that linen is handled at the laundry as carefully as at home.

⑥ These gloves are not washable?

⑦ What if the dress shrinks?

① 明天早上请给我派一个女洗衣工来。 / Míngtiān zǎoshang qǐng gěi wǒ pài yí ge nǔ xǐyīgōng lai.

② 在哪里可以干洗? / Zài nǎli kěyǐ gānxǐ?

③ 这件羊毛衫必须干洗。/ Zhè jiàn yángmáoshān bìxū gānxǐ.

④ 别把我的套头衫弄缩水了,应该是48号。/ Bié bǎ wǒ de tàotóushān nòng suōshuǐ le, yīnggāi shì sìshíbā hào.

⑤ 我觉得洗衣店洗亚麻衣服不像家里那么小心。/ Wǒ juéde xǐyīdiàn xǐ yàmá yīfu bú xiàng jiā li nàme xiǎoxīn.

⑥ 这副手套不能洗吗? / Zhè fù shǒutào bù néng xǐ ma?

⑦ 连衣裙缩水怎么办? / Liányīqún suōshuǐ zěnme bàn?

⑧ I washed your shirt twice and there is still dirt in it.

⑨ You can wash that kind of silk. It won't lose its color.

⑩ Wash it and let it drip dry.

⑪ Rinse it in clear water.

⑫ Hang up the clothes to dry.

⑬ Woolen knitted clothes should be washed in suds and not rinsed.

⑭ The collar is not sufficiently ironed.

⑮ It wouldn't hurt them to be pressed.

⑯ Fold and put it away, or it'll get rumpled.

⑰ Do not smooth a colored article with a hot iron.

⑧ 你的衬衫我洗了两遍，但上面还有脏东西。/ Nǐ de chènshān wǒ xǐle liǎng biàn, dàn shàngmiàn hái yǒu zāng dōngxi.

⑨ 这种丝绸可以洗，不会掉色的。/ Zhè zhǒng sīchóu kěyǐ xǐ, bú huì diào sè de.

⑩ 洗干净后把水滴干。/ Xǐ gānjìng hòu bǎ shuǐ dīgān.

⑪ 用清水漂干净。/ Yòng qīngshuǐ piǎo gānjìng.

⑫ 把衣服挂起来晾干吧。/ Bǎ yīfu guà qilai liànggān ba.

⑬ 羊毛编织的衣服应该用肥皂水洗，而且不能漂洗。/ Yángmáo biānzhī de yīfu yīnggāi yòng féizàoshuǐ xǐ, érqiě bù néng piǎoxǐ.

⑭ 领子熨得不够硬挺。/ Lǐngzi yùn de búgòu yìngtǐng.

⑮ 熨烫不会伤到衣服。/ Yùntàng bú huì shāngdào yīfu.

⑯ 叠好放起来，否则会起褶的。/ Diéhǎo fàng qilai, fǒuzé huì qǐ zhě de.

⑰ 别用太热的熨斗熨彩色衣物。/ Bié yòng tài rè de yùndǒu yùn cǎisè yīwù.

Conversations 会话

①

A: What can I do for you, sir?

B: I would like this grease spot to be removed.

①

A: 先生，有什么需要我帮忙的吗？/ Xiānsheng, yǒu shénme xūyào wǒ bāngmáng de ma?

B: 请帮我把这个油点儿弄掉。/ Qǐng bāng wǒ bǎ zhè ge yóudiǎnr nòngdiào.

②

A: How much do you charge for a piece?

②

A: 你们每件收多少钱？/ Nǐmen měi jiàn shōu duōshao qián?

24 CLOTHING WASHING 衣物清洗

B: The price is 15 *yuan* a piece.

B: 价格是每件15元。/ Jiàgé shì měi jiàn shí wǔ yuán.

❸

A: Look over the washed shirts and see if anything is missing.

B: Sorry, I don't think this shirt belongs to me.

❸

A: 这些是洗好的衬衫，看看少不少。/ Zhèxiē shì xǐhǎo de chènshān, kànkan shǎo bu shǎo.

B: 不好意思，我觉得这件衬衫不是我的。/ Bù hǎoyìsi, wǒ juéde zhè jiàn chènshān bú shì wǒ de.

❹

A: Do you wash things yourself or have them handled at the laundry?

B: No, I never send my washing to the laundry.

❹

A: 你自己洗衣服还是送去洗衣店洗？/ Nǐ zìjǐ xǐ yīfu háishi sòngqù xǐyīdiàn xǐ?

B: 我从来不把要洗的衣服送到洗衣店。/ Wǒ cónglái bù bǎ yào xǐ de yīfu sòngdào xǐyīdiàn.

❺

A: Can you remove all the stains?

B: Well, it depends upon the nature of the stain.

❺

A: 你们能把衣服上的污渍全洗掉吗？/ Nǐmen néng bǎ yīfu shang de wūzì quán xǐdiào ma?

B: 那要看是什么样的污渍。/ Nà yào kàn shì shénmeyàng de wūzì.

25 TAILOR, SHOEMAKER
——裁缝，鞋匠 Cáifeng, Xiéjiàng

Vocabulary 词语

1. dressmaker
2. tailor
3. cut
4. tailor's assistants
5. metre tape
6. made-to-order suit
7. close-fitting
8. loose-fitting
9. shoemaker
10. shoe insoles
11. stitching machine

1. 女装裁缝 / nǚzhuāng cáifeng
2. 男装裁缝 / nánzhuāng cáifeng
3. 剪裁 / jiǎncái
4. 裁缝助理 / cáifeng zhùlǐ
5. 米尺 / mǐchǐ
6. 量身定做的套装 / liángshēn dìngzuò de tàozhuāng
7. 紧身的 / jǐnshēn de
8. 宽松的 / kuānsōng de
9. 鞋匠 / xiéjiàng
10. 鞋里儿 / xiélǐr
11. 缝纫机 / féngrènjī

Sentences 句子

1. My waistcoat is a little too tight.
2. I want my measurements taken for a new suit of clothes.
3. How many meters will it take?
4. Please reduce the length of the coat.
5. My shoes are rather worn; I'd like to have them mended.
6. They are down at the heels.
7. The sole has almost come off.

1. 我的马甲太紧了。/ Wǒ de mǎjiǎ tài jǐn le.
2. 我想量一量尺寸做一套新衣服。/ Wǒ xiǎng liáng yi liáng chǐcùn zuò yí tào xīn yīfu.
3. 这件衣服要用几米布料？/ Zhè jiàn yīfu yào yòng jǐ mǐ bùliào?
4. 请把这件衣服改短一点儿。/ Qǐng bǎ zhè jiàn yīfu gǎi duǎn yìdiǎnr.
5. 我的鞋破了，我得去修一修。/ Wǒ de xié pò le, wǒ děi qù xiū yi xiū.
6. 鞋跟儿磨了。/ Xiégēnr mó le.
7. 这个鞋底儿快掉了。/ Zhè ge xiédǐr kuài diào le.

TAILOR, SHOEMAKER 裁缝，鞋匠

❽ The seam has burst in two places.

❾ Stitch the hole neatly, please.

❽ 这两个地方开缝了。/ Zhè liǎng ge dìfang kāi fèng le.

❾ 请把这个洞缝得好看一点儿。/ Qǐng bǎ zhè ge dòng féng de hǎokàn yìdiǎnr.

Conversations 会话

❶

A: I want a fashionable dress. Can you tell me a good dressmaker?

B: I'll take you to a well dressmaker.

A: Is that dressmaker you are talking about expensive?

B: It's not cheap, but I think it's worthy.

A: 我想做一件时髦的衣服。能给我介绍一个好裁缝吗？/ Wǒ xiǎng zuò yí jiàn shímáo de yīfu. Néng gěi wǒ jièshào yí ge hǎo cáifeng ma?

B: 我带你去找个好的女装裁缝。/ Wǒ dài nǐ qù zhǎo ge hǎo de nǚzhuāng cáifeng.

A: 你说的那个裁缝要价高吗？/ Nǐ shuō de nà ge cáifeng yàojià gāo ma?

B: 虽然不便宜，但是值得。/ Suīrán bù piányi, dànshì zhídé.

❷

A: What kind of lining are you going to put?

B: Line it with silk, please.

A: No problem.

B: Then when shall I come to try it on?

A: Next Monday.

A: 你要什么样的内衬？/ Nǐ yào shénmeyàng de nèichèn?

B: 请用丝绸做衬里。/ Qǐng yòng sīchóu zuò chènlǐ.

A: 没问题。/ Méi wèntí.

B: 那么我什么时候来试穿？/ Nàme wǒ shénme shíhou lái shìchuān?

A: 下个星期一。/ Xià ge xīngqīyī.

❸

A: The soles are worn through. Is it possible to resole them?

B: No, it's impossible to mend these shoes; they are out of shape.

A: 这双鞋的底儿坏了，还能换鞋底儿吗？/ Zhè shuāng xié de dǐr huài le, hái néng huàn xiédǐr ma?

B: 不行，这双鞋修不了了，已经变形了。/ Bù xíng, zhè shuāng xié xiūbuliǎo le, yǐjīng biànxíng le.

26 RADIO —— 听广播 Tīng Guǎngbō

Vocabulary 词语

1. radio station
2. announcer
3. microphone, a condenser transmitter
4. sound engineer
5. magnetic tape recorders
6. magnetophone apparatus
7. FM (frequency modulation)
8. AM (amplitude modulation)
9. aerial
10. audience

1. 广播电台 / guǎngbō diàntái
2. 播音员 / bōyīnyuán
3. 麦克风 / màikèfēng
4. 音响师 / yīnxiǎngshī
5. 磁带录音机 / cídài lùyīnjī
6. 磁带录音设备 / cídài lùyīn shèbèi
7. 调频 / tiáopín
8. 调幅 / tiáofú
9. 天线 / tiānxiàn
10. 听众 / tīngzhòng

Sentences 句子

1. The shape of the radio cover is nice.
2. Don't switch on the other dial.
3. My set has long, medium, short and ultra-short valves.
4. Switch on the radio, an interesting lecture is being broadcast.
5. Sports broadcasts are enormously popular.

1. 这个收音机的形状很好看。/ Zhè ge shōuyīnjī de xíngzhuàng hěn hǎokàn.
2. 别换台。/ Bié huàn tái.
3. 我的收音机能收长波、中波、短波和超短波。/ Wǒ de shōuyīnjī néng shōu chángbō、zhōngbō、duǎnbō hé chāoduǎnbō.
4. 把收音机打开吧,现在正在广播一个有趣的演讲。/ Bǎ shōuyīnjī dǎkāi ba, xiànzài zhèngzài guǎngbō yí ge yǒuqù de yǎnjiǎng.
5. 体育广播非常受欢迎。/ Tǐyù guǎngbō fēicháng shòu huānyíng.

RADIO 听广播

Conversations 会话

①
A: Can you get CRI on your set?
B: Yes, but only in Beijing.

A: 你的收音机能收国际广播电台吗？/ Nǐ de shōuyīnjī néng shōu guójì guǎngbō diàntái ma?
B: 能，但只是在北京能收到。/ Néng, dàn zhǐ zài Běijīng néng shōudào.

②
A: Why the traffic is so bad today?
B: Let's turn to the traffic channel to see the traffic situation.

A: 今天路上怎么这么堵？/ Jīntiān lùshang zěnme zhème dǔ?
B: 快听听交通台的路况信息。/ Kuài tīngting jiāotōngtái de lùkuàng xìnxī.

③
A: What's wrong with the radio?
B: It doesn't matter. The mobile phone interferes.

A: 收音机怎么了？/ Shōuyīnjī zěnme le?
B: 没事儿，是手机干扰的。/ Méi shìr, shì shǒujī gānrǎo de.

④
A: I have missed the highlights of today's broadcast. Are they interesting?
B: What a pity! It's really attractive!

A: 今天广播最精彩的部分我没听到，有意思吗？/ Jīntiān guǎngbō zuì jīngcǎi de bùfen wǒ méi tīngdào, yǒuyìsi ma?
B: 太遗憾了！节目特别吸引人！/ Tài yíhàn le! Jiémù tèbié xīyǐn rén!

27 TELEVISION
——看电视 Kàn Diànshì

Vocabulary 词语

1. television station
2. television set
3. black and white receiver
4. colour television
5. set-top box
6. channel
7. button
8. remoter
9. screen
10. speaker
11. socket
12. plug
13. DVD player
14. kinescope (tube)
15. TV documentary
16. TV drama
17. anchorperson
18. sports broadcast
19. sports review
20. children's programme
21. cartoon
22. talk show
23. music channel
24. news broadcast
25. live broadcast
26. rebroadcast
27. commercial
28. weather forcast

1. 电视台 / diànshìtái
2. 电视机 / diànshìjī
3. 黑白电视 / hēibái diànshì
4. 彩色电视 / cǎisè diànshì
5. 机顶盒 / jīdǐnghé
6. 频道 / píndào
7. 按钮 / ànniǔ
8. 遥控器 / yáokòngqì
9. 屏幕 / píngmù
10. 扬声器 / yángshēngqì
11. 插座 / chāzuò
12. 插头 / chātóu
13. DVD 机 / DVD jī
14. 显像管 / xiǎnxiàngguǎn
15. 电视片 / diànshìpiàn
16. 电视剧 / diànshìjù
17. 主持人 / zhǔchírén
18. 体育报道 / tǐyù bàodào
19. 体育评论 / tǐyù pínglùn
20. 儿童节目 / értóng jiémù
21. 卡通片 / kǎtōngpiàn
22. 脱口秀 / tuōkǒuxiù
23. 音乐频道 / yīnyuè píndào
24. 新闻报道 / xīnwén bàodào
25. 直播 / zhíbō
26. 重播 / chóngbō
27. 广告 / guǎnggào
28. 天气预报 / tiānqì yùbào

TELEVISION 看电视

Sentences 句子

① It's a set designed for public places.

② The pictures come out dim.
③ The pictures come out bright.
④ There is a colour distortion to some degree.

⑤ This set has limited visibility.

⑥ The picture bursts on bright and crisp.

⑦ Turn to the other channel. I don't like this show.

⑧ We watched the news on channel 1 of CCTV.

⑨ The programmes of sports channel are enormously popular.
⑩ Do you enjoy the telecasts from CCTV-5?

① 这台电视是为公共场合设计的。/ Zhè tái diànshì shì wèi gōnggòng chǎnghé shèjì de.
② 画面很暗。/ Huàmiàn hěn àn.
③ 画面很亮。/ Huàmiàn hěn liàng.
④ 色彩有一点儿失真。/ Sècǎi yǒu yìdiǎnr shīzhēn.
⑤ 这台电视的清晰度不太好。/ Zhè tái diànshì de qīngxīdù bú tài hǎo.
⑥ 画面突然又闪又晃。/ Huàmiàn tūrán yòu shǎn yòu huàng.
⑦ 我不喜欢这个节目，换另一个频道吧。/ Wǒ bù xǐhuan zhè ge jiémù, huàn lìng yí ge píndào ba.
⑧ 我们看了中央电视台一频道的新闻。/ Wǒmen kàn le Zhōngyāng Diànshìtái yī píndào de xīnwén.
⑨ 体育频道的节目非常受欢迎。/ Tǐyù píndào de jiémù fēicháng shòu huānyíng.
⑩ 你喜欢看中央五台的电视节目吗？/ Nǐ xǐhuan kàn Zhōngyāng wǔtái de diànshì jiémù ma?

Conversations 会话

①

A: How many channels has your TV?

B: About 70.
A: What is your favorite TV program?

B: The current news.

①

A: 你的电视有多少个频道？/ Nǐ de diànshì yǒu duōshao ge píndào?
B: 大概有70个。/ Dàgài yǒu qīshí ge.
A: 你最喜欢的电视节目是什么？/ Nǐ zuì xǐhuan de diànshì jiémù shì shénme?
B: 时事新闻。/ Shíshì xīnwén.

❷

A: What is the size of the screen?
B: It's 34 inches.
A: Is the small-screen television set good?
B: Yes, it's especially suitable in the bedroom.

❸

A: What's on CCTV-2 at eight o'clock?
B: As far as I can remember there's a quiz program.

❷

A: 这屏幕多大？/ Zhè píngmù duō dà?
B: 34英寸。/ Sānshísì yīngcùn.
A: 这款小屏幕的电视好吗？/ Zhè kuǎn xiǎo píngmù de diànshì hǎo ma?
B: 很好，特别适合放在卧室里。/ Hěn hǎo, tèbié shìhé fàng zài wòshì li.

❸

A: 中央二台八点是什么节目？/ Zhōngyāng èrtái bā diǎn shì shénme jiémù?
B: 我记得好像有个智力竞赛节目。/ Wǒ jìde hǎoxiàng yǒu ge zhìlì jìngsài jiémù.

28 FILM REVIEW
——影评 Yǐngpíng

Vocabulary 词语

1. director
2. actor
3. actress
4. movie star
5. producer
6. prop
7. magnesium lamp
8. log keeper
9. cameraman
10. film studio
11. to show a film
12. to release a film
13. to dub (in) a film
14. to direct a film
15. to star
16. scene
17. shot
18. close-up
19. episode
20. slow motion
21. end
22. theme
23. film reviewer
24. film magazine
25. poster
26. reporter
27. film festival
28. a film of exceptional quality

1. 导演 / dǎoyǎn
2. 男演员 / nányǎnyuán
3. 女演员 / nǚyǎnyuán
4. 影星 / yǐngxīng
5. 制片人 / zhìpiànrén
6. 道具 / dàojù
7. 镁光灯 / měiguāngdēng
8. 场记 / chǎngjì
9. 摄影师 / shèyǐngshī
10. 摄影棚 / shèyǐngpéng
11. 放映电影 / fàngyìng diànyǐng
12. 发行电影 / fāxíng diànyǐng
13. 为电影配音 / wèi diànyǐng pèiyīn
14. 导演一部电影 / dǎoyǎn yí bù yǐngpiàn
15. 主演一部电影 / zhǔyǎn yí bù yǐngpiàn
16. 镜头 / jìngtóu
17. 场景 / chǎngjǐng
18. 特写镜头 / tèxiě jìngtóu
19. 情节 / qíngjié
20. 慢镜头 / mànjìngtóu
21. 结尾，结局 / jiéwěi, jiéjú
22. 主题 / zhǔtí
23. 电影评论家 / diànyǐng pínglùnjiā
24. 电影杂志 / diànyǐng zázhì
25. 海报 / hǎibào
26. 记者 / jìzhě
27. 电影节 / diànyǐngjié
28. 一部优秀影片 / yí bù yōuxiù yǐngpiàn

㉙ a realistic film
㉚ an absorbing (gripping) film
㉛ an exciting film
㉜ a thrilling film
㉝ a powerful film
㉞ a moving film
㉟ an entertaining (amusing) film
㊱ a sentimental film
㊲ a delightful film
㊳ a dull (/boring) film
㊴ an outstanding film

㉙ 一部现实主义电影 / yí bù xiànshí zhǔyì diànyǐng
㉚ 一部吸引人的电影 / yí bù xīyǐnrén de diànyǐng
㉛ 一部激动人心的电影 / yí bù jīdòngrénxīn de diànyǐng
㉜ 一部令人恐怖的电影 / yí bù lìngrén kǒngbù de diànyǐng
㉝ 一部非凡的电影 / yí bù fēifán de diànyǐng
㉞ 一部感人的电影 / yí bù gǎnrén de diànyǐng
㉟ 一部有趣的电影 / yí bù yǒuqù de diànyǐng
㊱ 一部伤感的电影 / yí bù shānggǎn de diànyǐng
㊲ 一部令人心情愉快的电影 / yí bù lìngrén xīnqíng yúkuài de diànyǐng
㊳ 一部无聊的电影 / yí bù wúliáo de diànyǐng
㊴ 一部出色的电影 / yí bù chūsè de diànyǐng

Sentences 句子

❶ The script was written by a well-known film producer.
❷ The film is based on Lao She's play to the same name.
❸ The film in which she stars is not released yet.
❹ It's a play depicting the life of...
❺ The play is devoted to...
❻ The play reflects the...
❼ The play deals with the...

❶ 这个剧本是一位著名的电影制片人写的。/ Zhè ge jùběn shì yí wèi zhùmíng de diànyǐng zhìpiànrén xiě de.
❷ 这部电影是根据老舍的同名戏剧改编的。/ Zhè bù diànyǐng shì gēnjù Lǎo Shě de tóngmíng xìjù gǎibiān de.
❸ 她主演的电影还没上映。/ Tā zhǔyǎn de diànyǐng hái méi shàngyìng.
❹ 这个电影描写了……的生活。/ Zhè ge diànyǐng miáoxiě le……de shēnghuó.
❺ 这个电影献给……/ Zhè ge diànyǐng xiàngěi……
❻ 这个电影反映了……/ Zhè ge diànyǐng fǎnyìng le……
❼ 这部电影涉及了……/ Zhè bù diànyǐng shèjí le……

❽ It is a masterpiece of cinema art.

❾ This film is the best colour documentary of its type ever made.

❿ The acting, the direction, the conception of the story, the musical are all excellent.

⓫ This film is the best film at the festival.

⓬ It's a film of special appeal to children.

⓭ The film is not based on historical facts.

❽ 这是电影艺术的杰作。/ Zhè shì diànyǐng yìshù de jiézuò.

❾ 这是此类彩色记录片中拍得最好的一部。/ Zhè shì cǐ lèi cǎisè jìlùpiàn zhōng pāi de zuì hǎo de yí bù.

❿ 表演、导演、故事的构思、配乐等都非常出色。/ Biǎoyǎn、dǎoyǎn、gùshi de gòusī、pèiyuè děng dōu fēicháng chūsè.

⓫ 这部电影在电影节上赢得了最佳影片奖。/ Zhè bù diànyǐng zài diànyǐngjié shang yíngdé le zuìjiā yǐngpiànjiǎng.

⓬ 这个电影对孩子们有特殊的吸引力。/ Zhè ge diànyǐng duì háizimen yǒu tèshū de xīyǐnlì.

⓭ 这部电影没有根据史实创作。/ Zhè bù diànyǐng méiyǒu gēnjù shǐshí chuàngzuò.

Conversations 会话

❶

A: Do you know where they will shoot the film?

B: I've heard that the first scenes of the film will be set in a small village.

A: In what language is the film dubbed?

B: Chinese and English.

A: 你知道他们会在哪儿拍这部电影吗？/ Nǐ zhīdào tāmen huì zài nǎr pāi zhè bù diànyǐng ma?

B: 听说前几个场景定在一个小村庄拍。/ Tīngshuō qián jǐ ge chǎngjǐng dìng zài yí ge xiǎo cūnzhuāng pāi.

A: 这部电影是用什么语言配的音？/ Zhè bù diànyǐng shì yòng shénme yǔyán pèide yīn?

B: 汉语和英语。/ Hànyǔ hé Yīngyǔ.

❷

A: The new film has been released featured by Zhang Ziyi.

A: 一部由章子怡主演的新电影已经上映了。/ Yí bù yóu Zhāng Zǐyí zhǔyǎn de xīn diànyǐng yǐjīng shàngyìng le.

B: I'll go and see it, and I'm a fan of her.

A: Me, too.

B: I keep lots of DVDs of her, and I can share with you.

B: 我会去看的，我是她的影迷。/ Wǒ huì qù kàn de, wǒ shì tā de yǐngmí.

A: 我也是。/ Wǒ yě shì.

B: 而且我有很多她的DVD，我们可以一起看。/ Érqiě wǒ yǒu hěn duō tā de DVD, wǒmen kěyǐ yìqǐ kàn.

❸

A: What do you think of the new movie shot by that director?

B: It's a little bit slow.

A: I agree. I almost lost my patience at the first hour.

B: So did I. I can just give it 7 out of 10.

❸

A: 那个导演拍的新片子，你觉得怎么样？/ Nà ge dǎoyǎn pāi de xīn piānzi, nǐ juéde zěnmeyàng?

B: 有一点儿慢。/ Yǒu yìdiǎnr màn.

A: 没错儿。头一个小时我差点儿没耐心看下去了。/ Méicuòr. Tóu yí ge xiǎoshí wǒ chàdiǎnr méi nàixīn kàn xiaqu le.

B: 我也一样。我只能给它打7分。/ Wǒ yě yíyàng. Wǒ zhǐ néng gěi tā dǎ qī fēn.

29 DANCING
跳舞 Tiàowǔ

Vocabulary 词语

1. first dancer
2. modern dance
3. social dance
4. folk dance
5. waltz
6. tango
7. twist
8. ballet
9. country dance
10. break dancing
11. square dance
12. hip-hop
13. to do the yangko dance
14. dance show
15. dance hall
16. dancing partner
17. dance music
18. fancy-dress ball

1. 领舞 / lǐngwǔ
2. 现代舞 / xiàndàiwǔ
3. 交际舞 / jiāojìwǔ
4. 民族舞 / mínzúwǔ
5. 华尔兹 / huá'ěrzī
6. 探戈 / tàngē
7. 摇摆舞 / yáobǎiwǔ
8. 芭蕾舞 / bālěiwǔ
9. 乡村舞蹈 / xiāngcūn wǔdǎo
10. 霹雳舞 / pīlìwǔ
11. 广场舞 / guǎngchǎngwǔ
12. 街舞 / jiēwǔ
13. 扭秧歌 / niǔ yānggē
14. 舞蹈表演 / wǔdǎo biǎoyǎn
15. 舞厅 / wǔtīng
16. 舞伴 / wǔbàn
17. 舞曲 / wǔqǔ
18. 化妆舞会 / huàzhuāng wǔhuì

Sentences 句子

1. Do you like to dance?
2. Let's go to a dancing party.
3. I like to dance to music.
4. Dancing is such a fascinating sort of recreation.

1. 你喜欢跳舞吗？/ Nǐ xǐhuan tiàowǔ ma?
2. 咱们去舞会吧。/ Zánmen qù wǔhuì ba.
3. 我喜欢跟着音乐跳舞。/ Wǒ xǐhuan gēnzhe yīnyuè tiàowǔ.
4. 跳舞是一种让人着迷的娱乐方式。/ Tiàowǔ shì yì zhǒng ràng rén zháomí de yúlè fāngshì.

❺ I like country dances most of all.

❻ May I invite you to the next dance?

❼ Oh, my foot! You have stepped on it.

❽ You do not follow the music.

❾ You must follow my movements: when I advance you must fall back.

❿ I must say that you are a great dancer.

⓫ All join hands, please, and form a circle.

⓬ Ladies advance to the centre.

⓭ Just watch that couple! They are splendid dancers, really.

⓮ There's going to be a dance show, I suppose.

⓯ Are you coming to the dance with me tonight?

⓰ It will be a fancy dress ball, and masks will be worn until midnight.

⓱ I could go on dancing all night!

⓲ Is there a dance floor in this restaurant?

❺ 我最喜欢乡村舞蹈。/ Wǒ zuì xǐhuan xiāngcūn wǔdǎo.

❻ 我可以请你跳下一个舞吗？/ Wǒ kěyǐ qǐng nǐ tiào xià yí ge wǔ ma?

❼ 啊，我的脚！你踩我的脚了。/ À, wǒ de jiǎo! Nǐ cǎi wǒ de jiǎo le.

❽ 你没有跟上音乐的节拍。/ Nǐ méiyǒu gēnshang yīnyuè de jiépāi.

❾ 你得跟着我，我向前，你就得后退。/ Nǐ děi gēnzhe wǒ, wǒ xiàng qián, nǐ jiù děi hòutuì.

❿ 不得不说你跳得非常棒。/ Bùdébùshuō nǐ tiào de fēicháng bàng.

⓫ 请大家拉起手，围成一个圆圈儿。/ Qǐng dàjiā lāqǐ shǒu, wéichéng yí ge yuánquānr.

⓬ 女士们走到中间来。/ Nǚshìmen zǒudào zhōngjiān lai.

⓭ 快看那两个人！他们跳得真是太好了。/ Kuài kàn nà liǎng ge rén! tāmen tiào de zhēn shì tài hǎo le.

⓮ 我觉得要有舞蹈表演了。/ Wǒ juéde yào yǒu wǔdǎo biǎoyǎn le.

⓯ 你今晚来和我跳舞吗？/ Nǐ jīnwǎn lái hé wǒ tiàowǔ ma?

⓰ 这将会是一个化妆舞会，一直到午夜才能摘下面具。/ Zhè jiāng huì shì yí ge huàzhuāng wǔhuì, yìzhí dào wǔyè cái néng zhāixia miànjù.

⓱ 我能一直跳一个晚上！/ Wǒ néng yìzhí tiào yí ge wǎnshang!

⓲ 这家饭店里有舞厅吗？/ Zhè jiā fàndiàn li yǒu wǔtīng ma?

Conversations 会话

①

A: Why don't you learn to dance?

B: I'm afraid it's too difficult to learn.

A: In fact, it's easy. You could learn it in no time.

①

A: 你为什么不学学跳舞呢？/ Nǐ wèishénme bù xuéxue tiàowǔ ne?

B: 我担心太难学了。/ Wǒ dānxīn tài nán xué le.

A: 其实很容易，你一学就会。/ Qíshí hěn róngyi, nǐ yì xué jiù huì.

②

A: Does waltzing make you giddy?

B: Yes, I have a little dizzy now.

②

A: 你跳华尔兹会头晕吗？/ Nǐ tiào huá'ěrzī huì tóuyūn ma?

B: 是啊，我现在已经有点儿头晕了。/ Shì a, wǒ xiànzài yǐjīng yǒudiǎnr tóuyūn le.

30 LETTER WRITING
——写信 Xiě Xìn

Vocabulary 词语

1. envelope
2. stamp
3. letter
4. post office
5. to send a letter
6. to receive a letter
7. address
8. postman
9. email
10. attachment

1. 信封 / xìnfēng
2. 邮票 / yóupiào
3. 信 / xìn
4. 邮局 / yóujú
5. 寄信 / jì xìn
6. 收信 / shōu xìn
7. 地址 / dìzhǐ
8. 邮递员 / yóudìyuán
9. 电子邮件 / diànzǐ yóujiàn
10. 附件 / fùjiàn

Sentences 句子

1. Can you give me some note-paper and envelopes?
2. We correspond regularly.
3. I want to drop a line to Li Ming.
4. The letter runs as follows...
5. I shall not write today because it is not so pressing.
6. I am not at leisure to write now.
7. At what time does the post go out?

1. 可以给我一些信纸和信封吗？ / Kěyǐ gěi wǒ yìxiē xìnzhǐ hé xìnfēng ma?
2. 我们经常写信联系。/ Wǒmen jīngcháng xiě xìn liánxì.
3. 我想给李明写封信。 / Wǒ xiǎng gěi Lǐ Míng xiě fēng xìn.
4. 信件内容如下……/ Xìnjiàn nèiróng rúxià……
5. 我今天不写了，因为这封信不太急。/ Wǒ jīntiān bù xiě le, yīnwèi zhè fēng xìn bú tài jí.
6. 我现在没有时间写信。/ Wǒ xiànzài méiyǒu shíjiān xiě xìn.
7. 这封信什么时候寄出去？ / Zhè fēng xìn shénme shíhou jì chuqu?

❽ Thanks for your letter of Feb.10, 08.

❾ I am looking forward to seeing you soon.

❿ Now notice the arrangement of the words.

⓫ Be careful not to put a comma behind the salutation, but simply a colon.

⓬ I forgot the password of my e-mail.

❽ 谢谢你08年2月10号的来信。/ Xièxie nǐ líng bā nián èryuè shí hào de lái xìn.

❾ 我希望很快能见到你。/ Wǒ xīwàng hěn kuài néng jiàndào nǐ.

❿ 要注意措辞。/ Yào zhùyì cuòcí.

⓫ 注意在称呼后面不要用逗号，应该用冒号。/ Zhùyì zài chēnghū hòumiàn búyào yòng dòuhào, yīnggāi yòng màohào.

⓬ 我忘了邮箱密码。/ Wǒ wàngle yóuxiāng mìmǎ.

Conversations 会话

❶

A: May I have your email?

B: Sure. Chinese@163.com.

❷

A: I have sent you an email.

B: OK. I will check it immediately.

❸

A: I'll put the invitation letter in the attachment.

B: That'll be fine. Thanks.

❶

A: 可以把您的电子邮件地址告诉我吗？/ Kěyǐ bǎ nín de diànzǐ yóujiàn dìzhǐ gàosu wǒ ma?

B: 当然可以。Chinese@163.com。/ Dāngrán kěyǐ. Chinese@ 163.com.

❷

A: 邮件我给您发过去了。/ Yóujiàn wǒ gěi nín fā guoqu le.

B: 好的。我马上收一下。/ Hǎo de. Wǒ mǎshàng shōu yíxià.

❸

A: 我把邀请信放在附件里了。/ Wǒ bǎ yāoqǐngxìn fàng zài fùjiàn li le.

B: 好。谢谢。/ Hǎo. Xièxie.

31 SURFING THE INTERNET
——上网 Shàngwǎng

Vocabulary 词语

1. internet — ❶ 网络，因特网 / wǎngluò, yīntèwǎng
2. LAN — ❷ 局域网 / júyùwǎng
3. website — ❸ 网页 / wǎngyè
4. page — ❹ 页面 / yèmiàn
5. home page — ❺ 主页 / zhǔyè
6. URL — ❻ 网址 / wǎngzhǐ
7. link — ❼ 链接 / liànjiē
8. domain name — ❽ 域名 / yùmíng
9. search engine — ❾ 搜索引擎 / sōusuǒ yǐnqíng
10. auto search — ❿ 自动搜索 / zìdòng sōusuǒ
11. manual search — ⓫ 手动搜索 / shǒudòng sōusuǒ
12. click rate — ⓬ 点击量 / diǎnjīliàng
13. page view — ⓭ 浏览量，访问量 / liúliǎnliàng, fǎngwènliàng
14. username — ⓮ 用户名 / yònghùmíng
15. password — ⓯ 密码 / mìmǎ
16. blog — ⓰ 博客 / bókè
17. microblog — ⓱ 微博 / wēibó
18. social networking site — ⓲ 社交网站 / shèjiāo wǎngzhàn
19. hacker — ⓳ 黑客 / hēikè
20. netizen — ⓴ 网民 / wǎngmín
21. administrator — ㉑ 管理员 / guǎnlǐyuán
22. online — ㉒ 在线 / zàixiàn
23. offline — ㉓ 离线 / líxiàn
24. online shopping — ㉔ 网上购物 / wǎngshang gòuwù
25. webcam chat — ㉕ 视频聊天 / shìpín liáotiān
26. group chat — ㉖ 群聊 / qúnliáo
27. wechat — ㉗ 微信 / wēixìn
28. message — ㉘ 短信 / duǎnxìn

31 SURFING THE INTERNET 上网

㉙ internet speed — ㉙ 网速 / wǎngsù
㉚ broad band — ㉚ 宽带 / kuāndài
㉛ bandwidth — ㉛ 带宽 / dàikuān
㉜ software — ㉜ 软件 / suǎnjiàn
㉝ hardware — ㉝ 硬件 / yìngjiàn
㉞ network cable — ㉞ 网线 / wǎngxiàn
㉟ internet outlet — ㉟ 网络接口 / wǎngluò jiēkǒu
㊱ wireless network card — ㊱ 网卡 / wǎngkǎ
㊲ port — ㊲ 端口 / duānkǒu
㊳ wireless router — ㊳ 无线路由器 / wúxiàn lùyóuqì
㊴ host — ㊴ 主机 / zhǔjī
㊵ server — ㊵ 服务器 / fúwùqì
㊶ computer — ㊶ 电脑 / diànnǎo
㊷ desktop — ㊷ 台式电脑 / táishì diànnǎo
㊸ laptop — ㊸ 笔记本电脑 / bǐjìběn diànnǎo
㊹ tablet PC — ㊹ 平板电脑 / píngbǎn diànnǎo
㊺ smartphone — ㊺ 智能手机 / zhìnéng shǒujī
㊻ iphone — ㊻ 苹果手机 / píngguǒ shǒujī
㊼ mouse — ㊼ 鼠标 / shǔbiāo
㊽ keyboard — ㊽ 键盘 / jiànpán
㊾ screen — ㊾ 屏幕 / píngmù
㊿ portable hard disk — ㊿ 移动硬盘 / yídòng yìngpán
51 battery — 51 电池 / diànchí
52 RAM — 52 内存 / nèicún
53 web camera — 53 网络摄像头 / wǎngluò shèxiàngtóu
54 earphone mic — 54 耳麦 / ěrmài
55 bluetooth — 55 蓝牙 / lányá
56 firewall — 56 防火墙 / fánghuǒqiáng
57 system — 57 系统 / xìtǒng
58 application — 58 应用程序 / yìngyòng chéngxù
59 spam — 59 垃圾邮件 / lājī yóujiàn
60 virus — 60 病毒 / bìngdú
61 Trojan Horse — 61 木马 / mùmǎ
62 anti-virus software — 62 杀毒软件 / shādú ruǎnjiàn
63 plug-in — 63 插件 / chājiàn
64 bug — 64 漏洞 / lòudòng
65 system setting — 65 系统设置 / xìtǒng shèzhì

(66) folder
(67) file name
(68) shortcut
(69) icon
(70) desktop
(71) to surf the Internet
(72) to shoot video
(73) to record audio
(74) to format
(75) to backup
(76) to download a file
(77) to upload a file
(78) to save a file
(79) to close a window
(80) to open in the new window
(81) to click a link
(82) to double click
(83) to backup
(84) to post
(85) to reply
(86) to preview
(87) to reset
(88) to move
(89) to delete
(90) to refresh
(91) to log in
(92) to log out

(66) 文件夹 / wénjiànjiā
(67) 文件名 / wénjiànmíng
(68) 快捷方式 / kuàijié fāngshì
(69) 图标 / túbiāo
(70) 桌面 / zhuōmiàn
(71) 上网 / shàngwǎng
(72) 拍视频 / pāi shìpín
(73) 录音 / lùyīn
(74) 格式化 / géshìhuà
(75) 备份 / bèifèn
(76) 下载文件 / xiàzài wénjiàn
(77) 上传文件 / shàngchuán wénjiàn
(78) 保存文件 / bǎocún wénjiàn
(79) 关闭窗口 / guānbì chuāngkǒu
(80) 在新窗口打开 / zài xīn chuāngkǒu dǎkāi
(81) 点击链接 / diǎnjī liànjiē
(82) 双击 / shuāngjī
(83) 备份 / bèifèn
(84) 发帖 / fātiē
(85) 回帖 / huítiē
(86) 预览 / yùlǎn
(87) 重置 / chóngzhì
(88) 移动 / yídòng
(89) 删除 / shānchú
(90) 刷新 / shuāxīn
(91) 登录 / dēnglù
(92) 注销 / zhùxiāo

Sentences 句子

❶ Attached please find my homework.
❷ The documents have been copied into a USB.
❸ That PC just crashed.

❶ 请查收附件中的作业。/ Qǐng cháshōu fùjiàn zhōng de zuòyè
❷ 文件已经被复制到 U 盘里了。/ Wénjiàn yǐjīng bèi fùzhì dào U pán li le.
❸ 那台电脑刚死机了。/ Nà tái diànnǎo gāng sǐjī le.

31 SURFING THE INTERNET 上网

❹ I make a final draft using my word processor.

❺ It is normal that a mistake or malfunction occurs in a computer program.

❻ Could you please tell me how to change the default browser?

❼ Please send me the files via email.

❽ Do you have wifi here?

❾ People lose control of the time they spend on the Internet.

❿ A smartphone can do everything from making phonecalls, receiving and sending emails and instant messages to surfing the Internet, recording audios, seeing films and webcam chatting.

❹ 最后的定稿我用电脑来写。/ Zuìhòu de dìnggǎo wǒ yòng diànnǎo lái xiě.

❺ 电脑程序出现错误或故障是正常的。/ Diànnǎo chéngxù chūxiàn cuòwù huò gùzhàng shì zhèngcháng de.

❻ 能告诉我怎么更改默认的浏览器吗?/ Néng gàosu wǒ zěnme gēnggǎi mòrèn de liúlǎnqì ma?

❼ 请把文件发到我信箱。/ Qǐng bǎ wénjiàn fādào wǒ xìnxiāng.

❽ 这里有无线网吗?/ Zhèli yǒu wúxiàn wǎng ma?

❾ 人们很难控制花在网上的时间。/ Rénmen hěn nán kòngzhì huā zài wǎngshang de shíjiān.

❿ 智能手机既可以打电话、收发电子邮件和短信,也能上网、录音、照相、录像、听音乐、看电影,还能视频聊天。/ Zhìnéng shǒujī jì kěyǐ dǎ diànhuà、shōufā diànzǐ yóujiàn hé duǎnxìn, yě néng shàngwǎng、lùyīn、zhàoxiàng、lùxiàng、tīng yīnyuè、kàn diànyǐng, hái néng shìpín liáotiān.

Conversations 会话

❶
A: How's the configuration of your computer?

B: It's quite low. And I don't need a fancy one.

❷
A: My anti-software doesn't work. How can I get rid of the virus?

❶
A: 你的电脑配置怎么样?/ Nǐ de diànnǎo pèizhì zěnmeyàng?

B: 比较低。我不需要太高级的电脑。/ Bǐjiào dī. Wǒ bù xūyào tài gāojí de diànnǎo.

❷
A: 我的杀毒软件不管用了。怎么杀掉病毒呢?/ Wǒ de shādú ruǎnjiàn bù guǎnyòng le. Zěnme shādiào bìngdú ne?

B: My advice is to format you system disk.

A: You mean I have to reset the system?

B: Yes, that will be the best way.

③

A: Mum, can you order a pizza for me?

B: Hey, you're online. Just order it online.

④

A: Shopping online is getting more and more popular. It's a revolution about people's consuming habits.

B: I'd love to try it later.

B: 我建议你把系统盘格式化了。/ Wǒ jiànyì nǐ bǎ xìtǒngpán géshìhuà le.

A: 你的意思是要重装系统？/ Nǐ de yìsi shì yào chóngzhuāng xìtǒng?

B: 对，这是最好的办法。/ Duì, zhè shì zuì hǎo de bànfǎ.

③

A: 妈妈，给我叫个比萨好吗？/ Māma, gěi wǒ jiào ge bǐsà hǎo ma?

B: 嗨，你在网上呢，在网上订就行了。/ Hāi, nǐ zài wǎngshang ne, zài wǎngshang dìng jiù xíng le.

④

A: 网上购物会越来越流行的。这是人们消费习惯的一场革命。/ Wǎngshang gòuwù huì yuèláiyuè liúxíng de. Zhè shì rénmen xiāofèi xíguàn de yì chǎng gémìng.

B: 我以后一定要试一试。/ Wǒ yǐhòu yídìng yào shì yi shì.

32 PREPARATION FOR TRAVELLING
准备旅行 Zhǔnbèi Lǚxíng

Vocabulary 词语

① tourist ① 游客 / yóukè
② timetable ② 时间表 / shíjiānbiǎo
③ travl agency ③ 旅行社 / lǚxíngshè
④ to quote the price ④ 报价 / bào jià
⑤ cash ⑤ 现金 / xiànjīn
⑥ credit card ⑥ 信用卡 / xìnyòngkǎ
⑦ traveler's check ⑦ 旅行支票 / lǚxíng zhīpiào
⑧ passport ⑧ 护照 / hùzhào
⑨ visa ⑨ 签证 / qiānzhèng
⑩ identity card ⑩ 身份证 / shēnfènzhèng
⑪ air ticket ⑪ 机票 / jīpiào
⑫ railway ticket ⑫ 火车票 / huǒchēpiào
⑬ ship ticket ⑬ 船票 / chuánpiào
⑭ to book a ticket ⑭ 订票 / dìng piào
⑮ medicine ⑮ 药 / yào
⑯ camera ⑯ 照相机 / zhàoxiàngjī
⑰ cellphone ⑰ 手机 / shǒujī
⑱ charger ⑱ 充电器 / chōngdiànqì
⑲ umbrella ⑲ 雨伞 / yǔsǎn
⑳ map ⑳ 地图 / dìtú
㉑ light-weight suitcase ㉑ 轻型行李箱 / qīngxíng xínglixiāng
㉒ visitor centre ㉒ 游客中心 / yóukè zhōngxīn

Sentences 句子

① I'd better go and get a ticket for the train now. / 我最好现在去买火车票。/ Wǒ zuìhǎo xiànzài qù mǎi huǒchēpiào.

❷ The booking-office sells tickets 10 days in advance.
❸ Two tickets for the 20:40, please.

❷ 售票处提前 10 天卖票。/ Shòupiàochù tíqián shí tiān mài piào.
❸ 我要两张晚上 8 点 40 的火车票。/ Wǒ yào liǎng zhāng wǎnshang bā diǎn sìshí de huǒchēpiào.

Conversations 会话

❶

A: I want to extend my visa for three months.

B: What is your name?
A: Sam.
B: Nationality?
A: U.S.A.
B: What is the purpose of your trip?

A: Touring.
B: When do you intend to leave?

A: In 60 days.
B: Your passport, please.
A: Here you are.
B: Fill in this form please, in two copies.

A: When will the visa be ready?

B: Come for it the day after tomorrow.

❶

A: 我想把签证延长三个月。/ Wǒ xiǎng bǎ qiānzhèng yáncháng sān ge yuè.
B: 你叫什么？/ Nǐ jiào shénme?
A: 山姆。/ Shānmǔ.
B: 国籍？/ Guójí?
A: 美国。/ Měiguó.
B: 你出行的目的是什么？/ Nǐ chūxíng de mùdì shì shénme?
A: 旅游。/ Lǚyóu.
B: 你打算什么时候离开？/ Nǐ dǎsuàn shénme shíhou líkāi?
A: 60 天之内。/ Liùshí tiān zhīnèi.
B: 看一下你的护照。/ Kàn yíxià nǐ de hùzhào.
A: 给您。/ Gěi nín.
B: 请填一下这个表，一式两份。/ Qǐng tián yíxià zhè ge biǎo, yí shì liǎng fèn.
A: 签证什么时候做好？/ Qiānzhèng shénme shíhou zuòhǎo?
B: 后天来取。/ Hòutiān lái qǔ.

❷

A: The D-train ticket is so expensive!

B: Check the plane ticket online. Maybe you could buy a very cheap discount tickets. .

❷

A: 动车票怎么这么贵！/ Dòngchēpiào zěnme zhème guì!
B: 上网看看机票吧。说不定能买到便宜的打折票。/ Shàngwǎng kànkan jīpiào ba. Shuōbudìng néng mǎidào piányi de dǎ zhé piào.

附录 1　话题索引（英—汉）

A
- AIRPORT——机场　004
- ANIMAL——动物　181
- ASTRONOMY——天文学　168
- ATHLETICS——田径运动　222

B
- BADMINTON——羽毛球运动　246
- BANK——银行　027
- BASEBALL, SOFTBALL——棒球，垒球运动　233
- BASKETBALL——篮球运动　225
- BATHROOM——浴室　093
- BEACH——沙滩　066
- BEAUTY SALON——美容美发店　057
- BEDROOM——卧室　083
- BICYCLE——自行车　217
- BILLIARDS——台球运动　249
- BOATING——划船　260
- BOXING——拳击　262
- BUS——公共汽车　204

C
- CAMPING——野营　267
- CAP, SHOES——鞋，帽　116
- CHESS——棋类　275
- CHINAWARE——瓷器　124
- CINEMA——电影院　048
- CLASSROOM——教室　072
- CLOTHING WASHING——衣物清洗　279
- CLOTHING——服装　113
- CONCERT——音乐会　054
- COSMETICS——化妆品　128
- CROP PLANT——农作物　150
- CROSSING——十字路口　020
- CUSTOMS——海关　002

D
- DANCING——跳舞　293
- DINING ROOM——餐厅　088

E
- EARTH, MAP OF THE WORLD——地球，世界地图　173
- EDUCATION——教育　154

F
- FILM REVIEW——影评　289
- FISHING——钓鱼　269
- FLOWER——花儿　146
- FOOD——食物　107
- FOOTBALL——足球运动　227
- FRUIT, NUT——水果，坚果　110
- FURNITURE——家具　121

G
- GARDEN——花园　095
- GYMNASTICS——体操运动　251

H
- HALL——大厅　081
- HANDBALL——手球运动　236
- HOCKEY——曲棍球运动　238
- HOSPITAL——医院　043
- HOTEL——宾馆　023
- HOUSEHOLD UTENSIL——家居用品　104
- HOUSEKEEPING——整理家务　277
- HOUSE——住宅　078
- HUMAN BODY——人体　177

J
- JEWELRY——首饰　126

K
- KITCHEN——厨房　086

L
- LANGUAGE——语言　158

LENSES——透镜	144
LETTER WRITING——写信	296
LIBRARY——图书馆	075
M	
MATHS, GEOMETRY——数学，几何学	163
MOTORCYCLE——摩托车	215
MOUNTAINEERING——登山	264
MUSEUM——博物馆	061
MUSICAL APPARATUS——音响设备	131
MUSICAL INSTRUMENT——乐器	133
O	
OCCUPATION——职业	098
P	
PARK——公园	064
PORT——港口	012
POST OFFICE——邮局	040
PREPARATION FOR TRAVELLING——准备旅行	303
Q	
QUALITY, COLOUR——性状，颜色	192
R	
RADIO——听广播	284
RAILWAY STATION——火车站	008
RELATION——亲属	101
RESORT——度假村	016
RESTAURANT——饭馆	030
RIDING——骑术	271
ROAD SIGN——道路标志	198
S	
SHIP——轮船	212
SHOPPING MALL——购物中心	036
SKATING——滑冰	256
SKIING——滑雪	258
SOUVENIR——纪念品	142
SPORTING GEAR——体育器材	195
STUDY——书房	091
SUBWAY——地铁	010
SURFING THE INTERNET——上网	298
SWIMMING——游泳	253
T	
TABLE TENNIS——乒乓球运动	243
TAILOR, SHOEMAKER——裁缝，鞋匠	282
TAXI——出租车	207
TEA HOUSE, CAFE, BAR——茶楼，咖啡厅，酒吧	034
TELEPHONE——电话	135
TELEVISION——看电视	286
TENNIS——网球运动	240
TETROL STATION——加油站	018
TEXTILE——纺织品	119
THEATRE——剧院	051
TIME——时间	186
TOWN——城镇	014
TOY——玩具	138
TRAFFIC ACCIDENT——交通事故	219
TRAIN——火车	209
TREE——树木	152
U	
UNIVERSITY——大学	068
V	
VEGETABLE——蔬菜	148
VEHICLE——汽车	200
VOLLEYBALL——排球运动	230
W	
WATCH——钟表	140
WEATHER——天气	170
WEIGHTS, MEASURE——计量单位	189

附录2　话题索引（汉—英）

B

棒球，垒球运动——BASEBALL, SOFTBALL	233
宾馆——HOTEL	023
博物馆——MUSEUM	061

C

裁缝，鞋匠——TAILOR, SHOEMAKER	282
餐厅——DINING ROOM	088
茶楼，咖啡厅，酒吧——TEA HOUSE, CAFE, BAR	034
城镇——TOWN	014
出租车——TAXI	207
厨房——KITCHEN	086
瓷器——CHINAWARE	124

D

大厅——HALL	081
大学——UNIVERSITY	068
道路标志——ROAD SIGN	198
登山——MOUNTAINEERING	264
地球，世界地图——EARTH, MAP OF THE WORLD	173
地铁——SUBWAY	010
电话——TELEPHONE	135
电影院——CINEMA	048
钓鱼——FISHING	269
动物——ANIMAL	181
度假村——RESORT	016

F

饭馆——RESTAURANT	030
纺织品——TEXTILE	119
服装——CLOTHING	113

G

港口——PORT	012
公共汽车——BUS	204
公园——PARK	064
购物中心——SHOPPING MALL	036

H

海关——CUSTOMS	002
花儿——FLOWER	146
花园——GARDEN	095
滑冰——SKATING	256
滑雪——SKIING	258
化妆品——COSMETICS	128
划船——BOATING	260
火车——TRAIN	209
火车站——RAILWAY STATION	008

J

机场——AIRPORT	004
计量单位——WEIGHTS, MEASURE	189
纪念品——SOUVENIR	142
加油站——TETROL STATION	018
家居用品——HOUSEHOLD UTENSIL	104
家具——FURNITURE	121
交通事故——TRAFFIC ACCIDENT	219
教室——CLASSROOM	072
教育——EDUCATION	154
剧院——THEATRE	051

K

| 看电视——TELEVISION | 286 |

L

| 篮球运动——BASKETBALL | 225 |
| 轮船——SHIP | 212 |

M
美容美发店——BEAUTY SALON	057
摩托车——MOTORCYCLE	215

N
农作物——CROP PLANT	150

P
排球运动——VOLLEYBALL	230
乒乓球运动——TABLE TENNIS	243

Q
骑术——RIDING	271
棋类——CHESS	275
汽车——VEHICLE	200
亲属——RELATION	101
曲棍球运动——HOCKEY	238
拳击——BOXING	262

R
人体——HUMAN BODY	177

S
沙滩——BEACH	066
上网——SURFING THE INTERNET	298
十字路口——CROSSING	020
时间——TIME	186
食物——FOOD	107
手球运动——HANDBALL	236
首饰——JEWELRY	126
书房——STUDY	091
蔬菜——VEGETABLE	148
树木——TREE	152
数学，几何学——MATHS, GEOMETRY	163
水果，坚果——FRUIT, NUT	110

T
台球运动——BILLIARDS	249
体操运动——GYMNASTICS	251
体育器材——SPORTING GEAR	195
天气——WEATHER	170
天文学——ASTRONOMY	168
田径运动——ATHLETICS	222
跳舞——DANCING	293
听广播——RADIO	284
透镜——LENSES	144
图书馆——LIBRARY	075

W
玩具——TOY	138
网球运动——TENNIS	240
卧室——BEDROOM	083

X
鞋，帽——CAP, SHOES	116
写信——LETTER WRITING	296
性状，颜色——QUALITY, COLOUR	192

Y
野营——CAMPING	267
衣物清洗——CLOTHING WASHING	279
医院——HOSPITAL	043
音乐会——CONCERT	054
音响设备——MUSICAL APPARATUS	131
银行——BANK	027
影评——FILM REVIEW	289
邮局——POST OFFICE	040
游泳——SWIMMING	253
羽毛球运动——BADMINTON	246
语言——LANGUAGE	158
浴室——BATHROOM	093
乐器——MUSICAL INSTRUMENT	133

Z
整理家务——HOUSEKEEPING	277
职业——OCCUPATION	098
钟表——WATCH	140
住宅——HOUSE	078
准备旅行——PREPARATION FOR TRAVELLING	303
自行车——BICYCLE	217
足球运动——FOOTBALL	227